வற்றும் ஏரியின் மீன்கள்

வற்றும் ஏரியின் மீன்கள்

அம்பை

இயற்பெயர் டாக்டர் சி.எஸ். லக்ஷ்மி. வரலாற்றாசிரியர்; புது தில்லி ஜவஹர்லால் நேரு பல்கலைக்கழகத்தில் முனைவர் பட்டம் பெற்றவர். நாற்பது ஆண்டுகளாகப் பெண்கள் வரலாறு, வாழ்க்கை பற்றிய ஆய்வில் ஈடுபட்டிருப்பவர். பெண் எழுத்தாளர்கள், பெண் இசைக் கலைஞர்கள், பெண் நடனக் கலைஞர்கள் குறித்து இவர் மேற்கொண்ட ஆய்வுகள் *The Face Behind the Mask, The Singer and the Song, Mirrors and Gestures* என்னும் புத்தகங்களாக வெளிவந்துள்ளன.

சிறுகதைத் தொகுதிகள் 'சிறகுகள் முறியும்' (1976), 'வீட்டின் மூலையில் ஒரு சமையலறை' (1988), 'காட்டில் ஒரு மான்' (2000), 'வற்றும் ஏரியின் மீன்கள்' (2007), 'ஒரு கறுப்புச் சிலந்தியுடன் ஓர் இரவு' (2013), 'அந்தேரி மேம்பாலத்தில் ஒரு சந்திப்பு' (2014) 'சிவப்புக் கழுத்துடன் ஒரு பச்சைப் பறவை' (2019), 'ஸாரஸ் பறவை ஒன்றின் மரணம்' (2019). இவரின் கதைகள் ஆங்கிலத்தில் *A Purple Sea, In a Forest, A Deer, Fish in a Dwindling Lake, A Night With a Black Spider, A Meeting On the Andheri Over Bridge* என ஐந்து தொகுதிகளாக மொழிபெயர்க்கப்பட்டிருக்கின்றன.

ஆங்கிலத்தில் மொழிபெயர்க்கப்பட்ட இரோம் ஷர்மிலாவின் *Fragrance of Peace* கவிதைத் தொகுப்பைத் தமிழில் 'அமைதியின் நறுமணம்' (2010) என்ற தலைப்பில் மொழிபெயர்த்திருக்கிறார். விளக்கு அமைப்பின் புதுமைப்பித்தன் விருது (2005), டொரான்டோ பல்கலைக்கழக தமிழ் இலக்கியத் தோட்டத்தின் வாழ்நாள் இலக்கிய விருது (2008), தமிழக அரசின் கலைஞர் மு. கருணாநிதி பொற்கிழி (2011), சென்னைப் பல்கலைக்கழகத்தின் இலக்கியத்தில் உன்னதத்திற்கான விருது (2011), 'சிவப்புக் கழுத்துடன் ஒரு பச்சைப் பறவை' நூலுக்காக சாகித்திய அகாதெமி விருது (2021) முதலானவற்றைப் பெற்றிருக்கிறார்.

SPARROW (Sound & Picture Archives for Research on Women) என்னும் பெண்கள் ஆவணக் காப்பகத்தை மும்பையில் 1988இல் நிறுவி அதன் இயக்குநராகச் செயல்பட்டுவருகிறார்.

அம்பை

வற்றும் ஏரியின் மீன்கள்

காலச்சுவடு பதிப்பகம்

அன்பார்ந்த வாசகருக்கு,

வணக்கம்.

காலச்சுவடு நூலை வாங்கியமைக்கு நன்றி.

நூலின் உள்ளடக்கம், உருவாக்கம், அட்டைப்படம் இன்ன பிற அம்சங்கள் பற்றிய உங்கள் கருத்துகளையும் ஆலோசனைகளையும் காலச்சுவடு வரவேற்கிறது. தகவல், எழுத்து, வாக்கியப் பிழைகள் தென்பட்டால் கட்டாயம் தெரிவித்து உதவுங்கள். நூல் தயாரிப்பில் கடும் குறைபாடு இருப்பின் மாற்றுப் பிரதி உங்களுக்குக் கிடைக்கக் காலச்சுவடு ஏற்பாடு செய்யும்.

மின்னஞ்சல்: publisher@kalachuvadu.com

காலச்சுவடு நாகர்கோவில் அலுவலகத்திற்குக் கடிதம் அனுப்பலாம்.

தங்கள்
எஸ். ஆர். சுந்தரம் (கண்ணன்)
பதிப்பாளர் – நிர்வாக இயக்குநர்

வற்றும் ஏரியின் மீன்கள் ♦ சிறுகதைகள் ♦ ஆசிரியர்: அம்பை ♦ © சி.எஸ். லக்ஷ்மி ♦ முதல் பதிப்பு: டிசம்பர் 2007, திருத்தப்பட்ட இரண்டாம் பதிப்பு: செப்டம்பர் 2011, மேம்படுத்திய மூன்றாம் (குறும்) பதிப்பு: பிப்ரவரி 2022, ஐந்தாம் பதிப்பு: செப்டம்பர் 2023 ♦ வெளியீடு : காலச்சுவடு பப்ளிகேஷன்ஸ் (பி) லிட்., 669 கே. பி. சாலை, நாகர்கோவில் 629 001.

VaRRum eeriyin miinkaL ♦ Short Stories ♦ Author: Ambai ♦ © C.S. Lakshmi ♦ Language: Tamil ♦ First Edition: December 2007, Second Edition with Corrections: September 2011, Enlarged Third (Short) Edition: February 2022, Fifth Edition: September 2023 ♦ Size: Demy 1 x 8 ♦ Paper: 18.6 kg maplitho ♦ Pages: 192.

Published by Kalachuvadu Publications Pvt. Ltd., 669 K.P. Road, Nagercoil 629 001, India ♦ Phone : 91 - 4652 - 278525 ♦ e-mail : publications@kalachuvadu.com ♦ Printed at Clicto Print, Jaleel Towers, 42 KB Dasan Road, Teynampet Chennai 600018

ISBN 978-81-89945-24-4

09/2023/S.No.237, kcp 4713, 18.6 (5) 1k

பொருளடக்கம்

ஓர் இயக்கம், ஒரு கோப்பு, சில கண்ணீர்த் துளிகள்	11
பயணம் 4	43
பயணம் 5	50
கூடத்தில் துள்ளிய கன்றுக்குட்டி	58
பயணம் 6	82
ஆயிரம் சொற்களும் ஒரு வாழ்க்கையும்	86
பயணம் 7	98
கைலாசம்	110
வற்றும் ஏரியின் மீன்கள்	126
பயணம் 8	153
பயணம் 9	163
பயணம் 10	174
ராவணன் கோட்டை	183

கதைசொல்லிகளுக்குக் கதை சொல்லி மாளுவ தில்லை. "ஒரு கதை சொல்லேன்" என்று யாராவது கேட்டாலும் கேட்காவிட்டாலும் மனத்தில் கதைகள் ஊறியபடி கிடக்கின்றன. ஏதாவது ஒரு நாள் ஒரு கதையை வெளியே எடுத்துத் தானும் சுவைத்து மற்றவர்களும் சுவைக்கத் தரும் முயற்சி. அப்படிச் செய்த முயற்சிகளில் பிறந்தவை இக்கதைகள்.

என் நாகர்கோவில் நண்பர் சுந்தர ராமசாமியின் மறைவுக்குப் பின் வரும் சிறுகதைத் தொகுப்பு இது. ஒரு தொகுப்பு வந்ததும் அவர் என்ன சொல்லப் போகிறார் என்று ஆவலுடன் எதிர்பார்ப்பது, அவர் நல்லதாகச் சொன்னால் மகிழ்ச்சிக் கூச்சல் போடுவது, இடக்காக ஏதாவது கூறினால் – கூறக்கூடியவர்தான்! – குட்டிச் சண்டை போடுவது போன்ற மனத்தை லேசாக்கும் நிகழ்வுகள் நேராது இத் தொகுப்புக்கு. அந்த இழப்பைப் பெரிதும் உணர்கிறேன். அவர் மறைவுக்குப் பின் நாகர் கோவில் போகவில்லை. இப்போது என் கதைகள் போயிருக் கின்றன. அவர் நிறுவிய *காலச்சுவடின்* பதிப்புப் பிரிவு இக்கதைகளை வெளியிடுவது குறித்து மகிழ்ச்சி அடை கிறேன்.

மும்பாயில் இன்னும் உயர் கட்டிடங்கள் மறைக்காத கடலை, உயர்ந்து வளர்ந்திருக்கும் தென்னை மரங்களின் ஊடே பார்த்தபடி, ஹிந்தி பேசும் ராஜஸ்தானத்து வாழ்க்கைத் துணைவன் விஷ்ணு, நேபாலில் பிறந்து இப்போது பல ஆண்டுகளாக என் வீட்டில் வளரும் பன்னிரண்டு வயது கிந்து மற்றும் அவள் இரு தம்பிகள் போடும் பன்மொழிக் கூச்சல், வீட்டு வேலைகளில் உதவும் குஜராத்தி பேசும் கன்சன், சுற்றிலும் ஒலிக்கும் மராட்டி இவற்றின் நடுவே தமிழில் கதைகள் எழுதுகிறேன். தமிழ் நாட்டில் சற்று மரியாதையுடன் சிலர், "தமிழில் எப்படி எழுதுகிறீர்கள்?" என்று கேட்டிருக்கிறார்கள் பல

முறை. நல்லவேளை, "தமிழில் ஏன் எழுதுகிறீர்கள்?" என்று யாரும் இதுவரை கேட்கவில்லை. அப்படி யாராவது கேட்டாலும் என் காதில் விழாத தூரத்தில் நான் அஞ்ஞாதவாசம். அப்படிக் காதில் விழுந்தால்தான் என்ன? கதைசொல்லிகளுக்கு வெட்கம் உண்டா என்ன? காட்டுக்குத் துரத்தினாலும் மரங்களுக்கும் கொடிகளுக்கும் புதர்களுக்கும் பூக்களுக்கும் பறவைகளுக்கும் வனவிலங்குகளுக்கும் மூலம் தெரியாத ஆறுகளுக்கும் கதை சொல்லியபடித் திரிவார்கள். அப்படிப்பட்ட கதைசொல்லிதான் நான். மனத்தினுள் கதைகள் உள்ளவரை அவை உருப்பெற்றபடி தான் இருக்கும். யார் செவியையாவது அவை எட்டும். எங்கள் கட்டிடத்தில் உள்ள பெரிய ஆலமரத்துக்கு நிதம் காலையும் மாலையும் வருகை தரும் நீள்வால் பச்சைக் கிளிகளுக்குக் கேட்டால்கூடப் போதும்.

இக்கதைகள் உயிர்மை, உயிர்நிழல், உன்னதம், காலம், காலச்சுவடு, பனிக்குடம் போன்ற பத்திரிகைகளில் வெளி வந்தவை. சில இன்னும் வெளிவராதவை. எப்போது எந்தக் கதை எழுதினாலும் நேரம் காலம் பார்க்காமல் தொலைபேசி மூலம் தொடர்புகொண்டு, என் பல ஐயங்களுக்கு விளக்கம் கேட்டுத் தொல்லை தரும் எனக்கு, பல ஆண்டுகளாகப் பொறுமையுடன் பதில் சொல்லிவரும், மொழி நிறுவனத்தில் பணியாற்றும் பி.ஆர். சுப்பிரமணியத்துக்கு என் நன்றி. எங்கே, எந்த விழாவில், எந்தக் கூட்டத்தில், எந்தப் பயணத்தில் இருந்தாலும் கூப்பிட்டு, என் கதைகள் பதிப்பது பற்றிய ஏதாவது விவரம் பற்றி உரையாட விரும்பும் என்னிடம் இன்னும் பொறுமையை இழக்காமல் உற்சாகத்துடன் பேசிக்கொண் டிருக்கும் காலச்சுவடு கண்ணனுக்கும் என் நன்றி.

முும்பாய்   அம்பை
28-12-2007

ஓர் இயக்கம், ஒரு கோப்பு, சில கண்ணீர்த் துளிகள்

மின்னஞ்சலில் சாருவின் குறிப்பு வந்தது.

ஜெட் தொய்வு இன்னும் அகலவில்லை. மற்றவர்கள் தூங்கும்போது எனக்கு விழிப்பு. அவர்கள் விழிக்கும் போது எனக்குக் கண் சொக்கல். ஆகையால் இக்கடிதம். ஸி.டி.யில் பாட்டை ஓடவிட்டபடி. அதே பாட்டுதான். தமாலுக்குப் பிடித்த ஹிந்திப் பாட்டு.

தனியனாய்
இந்த நகரில்
ஒருவன்
இரவிலும்
பகலிலும்
பிழைப்பைத்
தேடியபடி
கூட்டைத்
தேடியபடி ...

விமானதளத்துக்குக்கூட வராமல் இருந்து விட்டாய் நீ. நான் எதிர்பார்த்தேன் கடைசி வரை. அரை மொட்டைத் தலையும் குர்தாவுமாய் யார் போனாலும் நீதான் என்று மனத்தில் ஒரு துள்ளல். நீயும் ஸகீனாவும் சேர்ந்து இருந்திருப்பீர்கள் அன்று.

○

மின்சார ரயிலில் வந்தபோது ஸகீனா அதிகம் பேசவில்லை என்பது உண்மைதான். கண்களுக்கு அடியே கருவட்டம். அவர்கள் நின்ற இடத்திலிருந்த மின்விசிறி ஓடவில்லை. முகமெல்லாம் வியர்த்திருந்தது ஸகீனாவுக்கு. சாதாரணமாகவே வெய்யில் தகிப்பு தாளாது அவளுக்கு. மே மாதத் தகிப்பில், ரயில் கூட்டத்தில், மேலே தொங்கிய சங்கிலியைப் பிடித்தபடி வியர்வை கொட்ட. தீப்புணில் வெந்து, புடைத்தும், முறுக்கிக்கொண்டும், சொறசொறத்தும், நிறம் மாறியும் இருந்த கழுத்துப் பகுதியும், தோள் பகுதியும் வியர்வையில் நனைந்தபடி. அவளுடைய துப்பட்டாவால் முகத்தையும், கழுத்தையும் ஒற்றிவிட்டதுகூட அவளுக்குத் தெரியவில்லை. பத்து ஆண்டுகளுக்கு முன் நடந்த அந்த நிகழ்வுக்குப் பின் ஆஸ்பத்திரியில் இருந்துவிட்டு வந்தபோது சிரித்தபடி கூறினாள்: என் கழுத்தையும், தோளையும் பார்த்தாயா? ஏதோ ஒரு ஐந்து என் மேல் படுத்திருப்பதுபோல. உங்கள் சிவன் கழுத்தில் பாம்பு புரளும் என்பாயே? இப்போது என் கழுத்திலும் ஒரு பாம்பு.

சரியாக ஆறுமாதம் ஆனதும் உடைந்தாள். முற்றிலும். "அவர்கள் வருகிறார்கள். வந்து விட்டார்கள். மண்ணெண்ணெ யில் முக்கிய தீப்பந்தங்களை வீட்டினுள் எறிகிறார்கள்" என்று பீதியில் உடைந்த குரலில் அலறியபடி ஓட ஆரம்பித்தாள். ஒரு மாதம் அரற்றலும், அலறலும், வீறிடலுமாய்ச் சென்றது. அதன் பின்பு மெல்லமெல்ல அமைதியடைந்தாள். மனோ வைத்தியரிடம் தெளிவுடன் அந்த நாள் பற்றி எழுதித் தந்தாள்:

அன்று வெள்ளிக்கிழமை. வீட்டில் நானும் அம்மியும் மாத்திரம். டிசம்பர் மாதம் என்றாலும் மத்தியான வேளையில் வெக்கைதான். சன்னலைத் திறந்து வைத் திருந்தோம். காற்று வீச. அம்மி உறக்கத்தில். நான் புத்தகம் படித்தபடி இருந்தேன். ஒரு கூச்சல் அலை எழுந்தது தூரத்தில். சீறலும், கர்ஜனையும், முழக்கமு மாய் ஓர் ஒலிச்சிதறல். திடீரென்று அது பெருகிப் பிரளயமாகி வந்தது. எழும்முன் சொத்துச்சொத்தென்று மண்ணெண்ணெய் நெடியுடன் துணிச்சுருள்கள் வந்து விழுந்தன. தொடர்ந்து எரியும் பந்தங்கள் வந்தன. என் கழுத்தில் நைலான் துப்பட்டா. வீசி எறியும் முன் கழுத்துடன் ஒட்டிக் கொண்டுவிட்டது. பிய்த்து எடுத்து வீசி எறிந்தேன். செவி கேளாததால் நிம்மதியாய் உறங்கிக்கொண்டிருந்த அம்மியின் மேல் போய் விழுந்தது. வீறிட்டு அவள் எழுவதற்குள் மேலும் இரு

தீப்பந்தங்கள் அவள் மேல். நான் மயங்கி விழுந்தேன். எழுந்தபோது அம்மி என் அருகே ஒரு கருகிய உடலாய்.

ஒலிநாடாவில் பதிவானதில் அவள் குரல் பிசிறின்றி ஒலித்தது ஆங்கிலத்தில்:

டாக்டர்: ஸகீனா, உங்கள் மனத்தில் கோபம் இருக்கிறதா?

ஸகீனா: (சிரிக்கிறாள்) டாக்டர், அந்தக் கும்பல் எழுப்பிய ஓசை என்னை எட்டும் போது நான் ஸாஹிர் லுதியான்வியின் கவிதைகளைப் படித்தபடி இருந்தேன். 'அந்த விடியல் வரும் என்றாவது' கவிதை. அடுத்த நொடியில் தீயில் கருகினேன். உடைந்து போகும்வரை கோபமே இல்லை. ஆற்றாமைதான். அதில் மூழ்காமல் மீண்டு விட்டேன் என்றோர் எண்ணம். இப்போது என் மனத்தில் கோபம் இருக்கிறது டாக்டர். இதுதான் என் ஆதாரம். என் பலம். என் நங்கூரம். கலவரத்தில் தாக்கப்பட்டவர்கள் மனத்திலிருந்து கோபத்தை எடுத்து விடும்படி உங்களுக்கு உத்தரவா டாக்டர்? அப்படிச் செய்யாதீர்கள். இந்தக் கோபத்தை நான் என் துப்பட்டாவில் முடிந்து வைத்துக்கொள்ளப்போகிறேன். அதைச் சிதறவிடப் போவதில்லை. அதைப் போர்த்திக்கொண்டு தான் நான் இனி இயங்கப் போகிறேன். அதைச் செவிமடுத்தபடி. அதனின்றும் பயின்றபடி. இனி அப்படி ஒன்று நிகழாமல் இருக்க நான் உழைக்க எனக்கு அந்தக் கோபம் தேவை.

"ஸகீனா, தபியத் டீக் நஹீ ஹை க்யா? (உடம்பு சரியில்லையா?) ப்ளட் ப்ரஷர் மாத்திரை எடுத்தியா?"

"உம்" என்றாள்.

"சாரு சாமான் எல்லாம் கட்டியிருப்பாள்."

"உம்."

ரயிலை விட்டு இறங்கி, கூட்டம் நடத்தப்படும் ஹுதாத்மா சதுக்கத்துக்கு வரும்வரை அதிகம் பேசவில்லை. சிறு பந்தல் போட்டிருந்தது. மாலை வரை பாட்டும், பேச்சும், உரையாடல்களும்.

ஐந்து மணிவாக்கில் தோளைத் தொட்டு, "நர்கிஸ்காலா வீடுவரை போயிட்டு வந்திடறேன். அப்புறமா ஏர்போர்ட் போகலாம்" என்றாள்.

அம்பை ✢ 13 ✢

எட்டு மணிக்குக் கூட்டம் முடியும்வரை வரவில்லை.

பொதுத்தொலைபேசியிலிருந்து நர்கிஸ்காலாவைத் தொடர்பு கொண்டபோது,

"ஸகீனா பற்றி இப்பத்தான் தகவல் வந்தது" என்றார்.

"என்ன தகவல்?"

"ஸகீனா விழுந்திட்டா."

"எங்க? அடிகிடி எதுவுமில்லயே?"

காலாவின் குரல் உடைந்தது.

"மேலேயிருந்து விழுந்திட்டா."

"மேலேயிருந்தா? எலும்பு கிலும்பு..."

"பதினேழாம் மாடியிலேயிருந்து விழுந்திட்டா..."

காலா அழுதார்.

"இக்பால் மாமு இருக்கற பில்டிங் மொட்டை மாடியிலே யிருந்து..."

விவரங்களைக் கேட்டுக்கொண்டு அங்கு விரைந்து போய்...

ஸகீனாவின் கழுத்து எலும்பு முறிந்திருந்தது. புல்தரையில் விழுந்திருந்தாள். ரத்தக்களறி எதுவுமில்லை. கழுத்து முறிக்கப் பட்ட கோழிபோல் தலை தொங்கியது. போஸ்ட் மார்ட்டச் சம்பிரதாயங்களுக்காகக் காத்திருந்தது உடல்.

விரலால் கையை நீவிவிட்டபோது தண்ணென்றிருந்தது. கழுத்துப் பகுதியைத் தடவித் தந்தாள். செவிமடலை மென்மை யாக நிமிண்டினாள். நுதலில் முத்தமிட்டாள். கண்களிலிருந்து நீர் பொழிந்தவண்ணம். மனத்தில் சுத்தியால் அடிப்பதுபோல் வலி.

எந்தக் கணத்தில் இதைத் தீர்மானித்தாய் ஸகீனா? மேலிருந்து கீழே புல்வெளியைப் பார்த்ததும் என்ன நினைத் தாய்? எதை நினைத்தாய்? கீழே விழுந்தால் மெத்தென்று இருக்கும் என்று நினைத்தாயா பாவிப் பெண்ணே! சுவரில் துளைத்த கொக்கியில் கால் வைத்து மதில் மேல் ஏறினாயா?

மதில் மேல் நின்றாயா? வானை நோக்கி எழுந்த கட்டிட மலைகளைப் பார்த்தாயா? கட்டிடங்களுக்கு அப்பால் நீலமாய் மிதக்கும் கடலைப் பார்த்தாயா? கைகளைத் தூக்கி நீச்சல் வீராங்கனைகளைப் போல் குதித்தாயா இல்லை, தொய்ந்து, சரிந்து விழுந்தாயா? வீறிட்டாயா, கண்ணம்மா? காற்றில் உன் குரல் கரைந்து போனதா தங்கமே? எந்தக் கணம் இறப்பு நேர்ந்தது? தரையைத் தொட்டதுமா? இடையிலா? அல்லது, இன்று காலை நாம் பயணப்படுகையிலேயே நீ இறந்தாகிவிட்டதா?

கை அவள் தலையைத் தடவியபடியே இருந்தது.

எது உன்னைத் தகர்த்தது? எது உன்னை வீழ்த்தியது? எது அந்த நொடியில் சுழல் காற்றாய் வந்து உன்னைக் குப்புறத் தள்ளியது? சென்ற மாத நிகழ்வா? சாருவும் நீயும் அகமதாபாத் போனீர்கள் அறிக்கை தயாரிக்க. சாருவின் அத்தை வீடு அங்கிருந்தது. எப்போது நீ சாருவின் தோழியானாயோ அப்போதிலிருந்து உன்னை அறிந்த அத்தை. ஈத் திருவிழாவின் போது நீ ஸேமியா பாயசம் கொண்டு வருவாய் என்று காத்திருக்கும் அத்தை. அவள் உன்னையும் சாருவையும் உள்ளே விட மறுத்தாள். அவள் பையனும் மருமகளும் வாயிலை அடைத்துக்கொண்டு நின்றனர். மாடி அறை அவள் அப்பாவுடையது என்று சாரு கோபத்துடன் உரக்கக் கூறியதும் வெளியே இருந்த படிகள் வழியாய் அறைக்குப் போகலாம் என்று சாவி நீட்டப்பட்டது. சாருவும் நீயும் அங்கு மூன்று நாட்கள் இருந்தீர்கள். நீங்கள் தயாரித்த அறிக்கையைப் படிக்காதவர்கள் இல்லை. சாருவும், நீயும், நானும் இருந்த இரு மாலைப் பொழுதுகளில் இரண்டு முறை நீ இரண்டு விஷயங்களைக் குறிப்பிட்டாய்.

ஒன்று: நீங்கள் கடந்து போகும் போது அத்தையின் வீட்டுக் கதவு ஒருக்களித்துத் திறந்திருக்கும் சில சமயம். ஒரு முறை உள்ளே பார்த்த போது வெளியறையில் அத்தையின் மூன்று வயதுப் பேரன் பொம்மைகளுடன் விளையாடிக் கொண்டிருந்தான். சிறு வாள், கேடயம், பிளாஸ்டிக் பொம்மைகள் இவைதான் அவனுடைய விளையாட்டுப் பொருள்கள். வாளால் பிளாஸ்டிக் பொம்மையின் கைகளையும், கால்களையும் துண்டித்தான். எந்தக் குறியும் இல்லாமல் வழவழத்த இடத்திலும் ஒரு போடு போட்டான்.

"குபேர்" என்று வாயிலிருந்து கூப்பிட்டீர்கள். திரும்பிப் பார்த்துச் சிரித்தான்.

"பொம்மையை வெட்டலாமா அப்பிடி? அது சின்னப் பாப்பா இல்லையா?"

கையில் குட்டி வாளுடன் கதவருகே வந்து கண்கள் மலர நின்றான்.

"அது முச்லிம். அதைக் கொன்னுட்டேன்" என்றான் மழலையில்.

"குபேர், ஸகீனா மௌஸிகூட முஸ்லிம்தான்."

சிரித்துக்கொண்டே தன் குட்டி பொம்மை வாளால் உன் வயிற்றில் குத்தினான்.

"ஐச்சீராம்" என்றான்.

இரண்டு: தெரு முனையில் இருந்த கோவிலில் கொண்டாட்டம். உரக்கக் கூவிப் பாடியபடி அத்தை குதித்துக் குதித்துக் கடவுள் பெயரைக் கூறினாள். பஜனைப் பாடல்கள் சீறல்களாய் வெளிப்பட்டன. ஒரு கட்டத்தில் முடி அவிழ்ந்து, வியர்வை கொட்ட, ஆவேசக் கூத்துபோல் திம்திம்மென்று அத்தையும் அவள் பஜனைத் தோழிகளும் தரை அதிரத் தட்டாமாலை ஆடினார்கள்.

அத்தை திரும்பி வரும்போது,

"புவா" என்று சாரு மேலிருந்து அழைத்தபோது அத்தை மாடியை நோக்கிப் பார்த்தாள்.

அவை அத்தையின் கண்கள் அல்ல. மங்கி வரும் அந்தி வெளிச்சத்தில் தெரு விளக்கின் மஞ்சள் ஒளியில் அவை ஓர் ஓநாயின் கண்கள் போல் ஒளிர்ந்தன.

இக்பால் மாமு அவள் தோளில் கையை வைத்தார். "செல்வி பேட்டீ!" என்று அழைத்து, தோளைத் தட்டி, சமாதானப்படுத்தினார்.

○

என் குடும்பத்தினர் வந்திருந்தனர் விமானதளத்துக்கு. கலாவதி மௌஸியின் மகன் காரை அனுப்பியிருந்தான் டிரைவருடன். நீ நம்ப மாட்டாய். தமாலின் பெற்றோர் வந்திருந்தனர். தமாலின் மகன் மனுஷ் அவர்களை அழைத்து வந்திருந்தான். கூடவே அமலா. தமாலின் மனைவி. தமாலுடன் எனக்கிருந்த இருபத்தைந்து ஆண்டு உறவை, தன்னால்

இப்போது புரிந்து கொள்ள முடிகிறது என்றாள். அழுதாள். என்னுடைய உயர் ஆராய்ச்சிக்கான பயணம் நன்றாக அமைய வாழ்த்தினாள். தமாலின் அப்பா என் தலையைத் தடவி ஆசீர்வதித்தார். "ஒருகால் நீ திரும்பினால் அதுவரை நாங்கள் இருப்போமா மாட்டோமோ, ஜாக்கிரதையாகப் போய் வா" என்றார். என் பெற்றோர் மிகவும் உணர்ச்சி வசப்பட்டுப் போய்விட்டார்கள். அந்தக் கணம் நான் விமான தளத்தில் இருக்கவில்லை. மாதுங்கா ரயிலடியில் இருந்தேன். 1993ஆம் ஆண்டில். அந்த குண்டு வெடிச்சத்தம் தீபாவளி வாணவெடிச் சத்தம் போல்தான் பெண்கள் பகுதியில் கேட்டது. வண்டி நின்றதும் நானும் மற்றவர்களுடன் எட்டிப் பார்த்த அந்தக் கணம் இன்னும் மனத்தில் இருக்கிறது. பிசைந்த மாவை இடும்போது பரந்து கொண்டே போவது போல் அந்தக் கணம் நீண்டு, நீண்டு, நீண்டு போகிறது மனத்தில். வண்டியில் கூட்டம் என்று நான் பெண்கள் பெட்டியிலும் தமால் பொதுப் பெட்டியிலும் ஏறியிருந்தோம். "பொதுப்பெட்டி ஒன்றில் குண்டு வெடித்து விட்டதாம்…" இறங்கிக் கொஞ்சம் முன்னால் போய்க் கூட்டத்தினுள் நுழைந்து பார்த்த போது தமால் கீழே கிடந்தான். முட்டிக்குக் கீழே இரண்டு கால்களும் வெறும் கூழாய். நெஞ்சுப் பகுதியில் ரத்தம்.

"தமால்" என்று கூவியபடி அருகில் போனதும், ஒரு நிமிடம் அவனுக்கே நிலைமை விளங்கவில்லை என்று புரிந்தது.

"என்ன ஆயிற்று?" என்றான். ஆம்புலன்ஸில் ஏற்றப்பட்ட போது சற்று எம்பி, கால் பகுதியைப் பார்த்தான். என்னைப் பார்த்துக் கை குவித்தான் இதிலிருந்து என்னை விடுவித்து விடு என்பதுபோல். பக்கத்தில் ஏகப்பட்ட காயங்களோடு ஒரு முஸ்லிம் முதியவர். சரித்திரத்தின் விளையாட்டு. சரித்திர விளையாட்டு. அவருடன் யாருமில்லை. தமாலையும் அவரையும் ஆஸ்பத்திரிக்கு நானும் வண்டியில் இருந்த சில நல்ல மனிதர்களும் அழைத்துப் போனோம். ஆஸ்பத்திரியில் பெயர் எழுதும்வரை தமாலுக்கு நினைவு இருந்தது.

"தமால் முகர்ஜி" என்று குழறல் இல்லாமல் சொன்னான். வயது ஐம்பது என்றான். தன் மதம் மனிதம் என்றான். முஸ்லிம் முதியவரை அறிமுகப்படுத்த யாருமில்லை.

போலீஸ் விசாரணை ஏதோ ஒரு கோணல் கோணத்தி லிருந்து வந்தது.

"இருவரும் சேர்ந்து குண்டை வைத்தார்களா, இல்லை, குண்டை வைத்தது இருவரில் ஒருவரா?" பலர் உதவியுடன் தமாலின் உடலைப் பெற்றுக்கொண்டு, ஆஸ்பத்திரியை ஒட்டியிருந்த இடுகாட்டில் அதற்கு எரியூட்டிய பிறகுகூட முஸ்லிம் முதியவரின் உடல் கிடைக்காமல் அவர் குடும்பம் அலைந்து கொண்டிருந்தது. அவருடைய வயதான மனைவி என்னிடம் வந்து, போலீஸ் கெடுபிடி பற்றிச் சற்றும் புரிந்து கொள்ளாது,

"பேட்டை, ரயிலில் போகும்போது விபத்து நடந்திருக்கிறதே, பொருளுதவி ஏதாவது கிடைக்குமா? இரண்டு பெண்கள் இருக்கிறார்கள். நிக்காஹ் செய்ய வேண்டும். பணம் ஏற்பாடு செய்ய வேண்டும். பணம் ஏற்பாடு செய்யத்தான் இன்று கிளம்பினார்..." என்று சொல்ல ஆரம்பித்தாள்.

அவள் கையைப் பிடித்துக்கொண்டு நின்றேன். உனக்கு நினைவிருக்கும். பொருளுதவி அவளுக்குக் கிடைக்க நாம் முயற்சி செய்தோம். தோற்றோம். பின்பு நிதி திரட்டித் தந்தோம்.

அத்தனையும் மின்னல் ஒளியில் ஒரு நொடி மினுங்கு பவைபோல் மனத்தில் எழும்பி வந்தது. இதை எழுதும் போது மீண்டும்.

○

ஸகீனா தன்னை முடித்துக்கொண்டு விட்டாள். அவள் வக்கீல். இத்தகைய முடிவுக்குப்பின் நேரும் செயல்முறைக் குழப்பங்களை அறிந்தவள். ஒரு கடிதம் எழுதி வைக்க வேண்டும் என்பது அவள் அறியாததல்ல. ஆகவே இது அவள் திட்டமிட்டுச் செய்தது இல்லை. ஒரு கூஷண நேரத்தில் மூளையை முட்டிய உணர்வுக் கொதிப்பு அலையின் சுழல் தாக்குதலில் நேர்ந்த பிறழ்வு. சற்றுச் சாய்ந்தவள் முற்றிலும் சரிந்து விட்டாள். அவளுக்கு ரத்தக் கொதிப்பு உண்டு. *1992*இல் ஒரு மாதம் மனோ வைத்தியரிடம் சிகிச்சை பெற்றுண்டு.

இத்தகை விளக்கங்களுடன் ஸகீனாவின் முடிவு போலீஸின் கோப்புகளில் அரசாங்கப் பணித்துறைக்கே உரிய மொழியில் இடம்பெற்ற பின்பு, ஸகீனாவின் உடல் கைக்குக் கிட்டியது. அடக்கம் செய்யப்பட்டது.

இக்பால் மாமுவின் வீட்டில் வைத்திருந்த கோப்பு ஒன்றை எடுக்கத்தான் ஸகீனா போயிருந்தாள். அப்படித்தான் அவருக்குத் தொலைபேசியில் கூறியிருந்தாள். சென்றதும் தேநீர் குடித்த பிறகு புத்தகங்கள் இருந்த அறைக்குப் போயிருக் கிறாள். அங்கிருந்த ஓர் அலமாரியில்தான் கோப்பு இருந்தது. அறையின் அந்தப் பக்கத்துக் கதவைத் திறந்தால் மொட்டை மாடி. பதினைந்து நிமிடங்களுக்குப் பிறகு கட்டிடத்தின் காவலாளி மாமுவின் வீட்டின் அழைப்பு மணியை அடித்த படியே இருந்தான் கதவு திறக்கும்வரை.

"உங்கள் வீட்டு மாடியிலிருந்து ஒரு பெண் குதித்து..."

"உளறாதே" என்றார் மாமு. "வீட்டில் நான் மட்டும் தான்..." என்று சொல்லி முடிக்கும்முன் ஸகீனா இருப்பது நினைவுக்கு வந்தது. புத்தக அறைக்கு ஓடினார். ஸகீனா இல்லை. மொட்டை மாடிப்புறக் கதவு திறந்திருந்தது. கோப்பு வைத்திருந்த அலமாரியின் பூட்டு திறந்திருந்தது. சாவியுடன் பூட்டு அலமாரியின் மேல் வைக்கப்பட்டிருந்தது. அறையின் மின்சார விளக்கு போடப்பட்டிருந்தது. மாமு மொட்டை மாடிக்கு ஓடிப்போய் கீழே எட்டிப் பார்த்தார். கீழே ஒரு கோணல் கோடாய் ஸகீனா கிடந்தாள். அவள் கறுப்பு துப்பட்டா தோட்டத்தில் பட்சிபோல் வெட்டப்பட்டிருந்த பெரிய புதர்ச்செடியின் சிறகு பகுதியின் நுனியில் காற்றில் அசைந்தபடி.

கீழே ஓடி, மடியில் கிடத்தி, அரற்றி, சுற்றியிருந்தவர்கள் மாமுவைத் தாங்கி...

இக்பால் மாமு மீண்டும், மீண்டும் விவரித்தார். அவருடைய செல்ல மருமகள். அவளை வக்கீலுக்குப் படிக்க வைத்தார். வாழ்க்கை பற்றிய அவளது நிர்ணயங்களை முற்றிலும் ஏற்றார். மீண்டும், மீண்டும் அதைக் கூறினார்.

அலமாரியை இன்னும் பூட்டவில்லை. திறந்து கோப்பை எடுத்துச் செல்வியிடம் தந்தார். கோப்பின் அட்டையில் 'ஜாக்ருதி' (விழிப்பு) என்ற அவர்கள் அமைப்பின் பெயர் இருந்தது.

O

உள்ளே போகும் நேரம் வந்ததும் ஒரு மௌனம் பிறந்தது எங்களிடையே. பின்பு விடைபெறல். தொண்டை அடைத்தல். அம்மாவின் விழிகளில் கண்ணீர். அப்பா கைக்குட்டையால்

கண்ணைத் துடைத்தபடி. உள்ளே போனதும் கண்ணாடிக் கதவொன்றில் நான் தெரிந்தேன் பிம்பமாக. அழுது கொண்டிருந்தேன். நான் அழுகிறேன் என்று கூறிக்கொண்டேன் என்னிடமே. இதற்கு முன்பும் பலமுறை அழுதிருக்கிறேன். ரயிலின் மேல் தட்டில் படுத்தபடி. யாருமில்லா அமானுஷ்ய ரயிலடி ஒன்றில் பின்னிரவு வண்டி ஒன்றின் வரவை எதிர்நோக்கி இருந்த போது மேலே இருந்த நட்சத்திரங்களைப் பார்த்தபடி. மாட்டு வண்டி ஒன்றில் காளையின் வாலை வெறித்தபடி. விமானநிலையம் ஒன்றின் கழிவறையில். பேருந்தின் மேலடுக்கின் மூலையில் அமர்ந்தபடி. நெடுஞ்சாலையில் விரைவாக வண்டியை ஓட்டியபடி. பலவகை விடைபெறல். விடை கொடுத்தல். இன்னொரு விடைபெறல். இன்னொரு அழுகை. கண்ணாடியில் தோளில் தொங்கிய கறுப்புத் தோல்பையைப் பற்றியபடி உயர் ஆராய்ச்சி செய்யப்போகும் ஐம்பது வயதுப்பெண். வெட்டப்படாத நீள்முடி. கன்னங்களில் கண்ணீர்க் கோடுகள். பக்கத்தில் இருந்த குப்பைக்கான பெட்டியை ஆதரவாகப் பற்றிக்கொண்டு, கண்ணீரை வடிய விட்டேன்.

"டூ யூ நீட் எனி ஹெல்ப்?" என்று குரல் கேட்டது. இன்னொரு பயணி எதிரே நின்று கொண்டிருந்தாள்.

"நோ, தேங்க்யூ" என்றுவிட்டு உள்வாயிலை நோக்கி நடக்க ஆரம்பித்தேன்.

இப்போதும், இதை எழுதும்போதும், எல்லோரும் உறங்கும்போது நான் விழித்து எழுதும் இந்தப் பொழுதிலும், கண்ணிலிருந்து நீர் வடிகிறது. சரித்திரம் படைப்பவர்களாக நாம் நடமாடிய ஒரு நீண்ட சகாப்தம் முடிவது போல் ஓர் உணர்வு.

ஏனென்று புரியவில்லை. மாதவிடாய் நின்ற பிறகு வரும் சோர்வா என்ற சிலசமயம் நினைக்கிறேன். அப்படி ஒரு சோர்வுணர்வு இதுவரை வந்ததில்லையே என்றும் நினைக்கிறேன். உடல் நம்மை எப்போது அடக்கி வைத்தது? என்று அது நம்மேல் அதிகாரம் செலுத்தியது? எப்போதாவது அதற்கு நாம் பயந்திருக்கிறோமா? வயது என்ற விஷயம் பற்றி நாம் யோசிக்கக்கூட இல்லையே? நர்கிஸ்கா லா மாதிரி ஒருவரை நாம் பார்த்துக் கொண்டிருக்கும் போது வயது பற்றி நினைக்கத் தோன்றுமா? எண்பத்தேழு வயதில் கால்கள் முடங்கி விட்ட நிலையிலும் தன் குழுவின் வேலையைத் தன் வீட்டிலிருந்து செய்வதை அவர் நிறுத்தவில்லையே?

நர்கிஸ்காலாவை நினைக்கும்போது தட்டச்சு இயந்திரத்தின் ஒலிதான் நினைவுக்கு வருகிறது. சன்னல் அருகே, வெளியே பார்க்க வாகாக வைக்கப்பட்ட மேசை அருகே அமர்ந்து நிதம் ஒரு மனித உரிமை அறிக்கையோ, பேச்சு சுதந்திரம் பற்றிய கடிதம் ஒன்றையோ பத்திரிகை ஆசிரியருக்கு அனுப்புவதற்காகத் தட்டச்சு இயந்திரத்தில் அடித்துக் கொண் டிருக்கும் ஒலி. சென்ற மாதம் என்னிடம் கணிப்பொறி ஒன்று வாங்கலாம் என்று பார்க்கிறேன் என்றார். "வேண்டாம் காலா. உங்களை இந்தத் தட்டச்சு இயந்திரத்தோடுதான் என்னால் சம்பந்தப்படுத்த முடிகிறது" என்றேன். "உன்னுடைய சுகமான பிரமைகளுக்காக நான் மாறாமல் இருக்க முடியுமா?" என்று கேட்டார்.

அன்று நான் காலாவுடன் நிறையச் சண்டை போட்டேன்.

"சும்மா இருங்கள் காலா. உங்களைப் போன்றவர்கள். வாழ்க்கையின் முக்கியமான கட்டங்களை காந்தியுடன் கழித்து, சுதந்திரத்துக்காக உழைத்த உங்களைப் போன்றவர்கள், அதன் பின்பு ஏன் ஆசிரமங்களிலும், சிற்றூர்களிலும் முடங்கிக் கொண்டீர்கள்? அரசியல் லாபம் வேண்டாம் என்று ஏன் தீர்மானித்தீர்கள்? காந்தி மேல் வைத்த பாதிப் பக்தியை நாட்டின் மேல் வைத்திருந்தால் நம் நாட்டு அரசியல் மாறி இருக்கும். யார் உங்களை இந்தத் தியாகம் செய்யச் சொன்னது? 1942இல் இந்த வீதிகளில் நீங்கள் எல்லாம் பேட்டை ராணிகள் போல் ஊர்வலம் போனீர்கள். யாருக்கும் பயப்படாமல். நீங்கள் எங்களுக்குத் தந்திருப்ப தெல்லாம் இந்தப் பிம்பங்களைத்தான். கொடியை உயர்த்திய படி நீங்கள் போன ஊர்வலப் புகைப்படங்களை எத்தனை தடவை நாங்கள் பார்த்துப் புல்லரித்திருப்போம்? என் ஆத்திரத்தைக் கிளப்பாதீர்கள். நீங்களும், உங்கள் கதரும், ராட்டையும், காந்தியும். வெறும் சின்னமாகிவிட்டீர்கள் நீங்கள் எல்லாம். சுவரில் படங்களாகவும், தலையில் தொப்பி யாகவும், மோஸ்தர் உடைகளாகவும் மாறிவிட்ட சின்னங்கள். உதவாக்கரைச் சின்னங்கள். பேடிச் சின்னங்கள். கோமாளிச் சின்னங்கள். வேறு எந்த அரசியல் சொத்தும் நீங்கள் தர வில்லை..." என்று கத்தினேன்.

நான் அகமதாபாத் சென்று திரும்பிய மனநிலையில் அவ்வாறு பேசியிருக்கலாம். பேசிக்கொண்டே நான் காலாவின் சக்கர நாற்காலி அருகே போய், காலாவைப் பிடித்து உலுக்கி விட்டேன். காலா தடுக்கவில்லை. அதன் பின்னர்

அவர் மடியில் தலையைப் புதைத்துக் கொண்டேன். காலா பேசவில்லை. என் தலைமேல் கையை வைத்தார் ஆசீர் வதிப்பதுபோல்.

○

கோப்பு மேசை மேல் இருந்தது. அறையில் இருந்த புத்தங்கள், மற்ற காகிதங்கள் இவை அட்டைப் பெட்டிகளில் கிடந்தன. பெட்டிகளின் வாய் இன்னும் மூடப்படவில்லை. கீழ் வீட்டுப் பள்ளிச்சிறுவன் அவனுடைய இரு நண்பர்களுடன் வந்து, கட்டி வைக்கும் வேலையைச் செய்வதாய்ச் சொல்லி யிருந்தான். அதற்குப் பதிலாக ஹிரித்திக் ரோஷனின் படம் ஒன்றைப் பார்க்க மூவருக்கும் பணம் தருவதாக ஏற்பாடு.

நந்தினியிடம் காலையில் கேட்டாள். "அறையை ஒழிக்கணும் நந்துரா. லீவு போடறியா? தனியா என்னால...?

"ஆபீஸ்ல நிறைய வேல. இல்லாட்டி வந்திருப்பேன். சனிக்கிழமைகூட நான் பூனா போகணும் ஆபீஸ் வேலையா. அடுத்த வாரம் ஒழிச்சா பத்தாதா?" என்றாள்.

"வீட்டுக்காரன் நெருக்கறான்..."

சங்கடப்பட்டாள். உதவ முடியவில்லையே என்று வருந்தினாள். சாரு அமெரிக்கா போய்விட்டாள், ஸகீனா இல்லை. செல்வி தனியாகிவிட்டாள் என்று தெரியும். அதனால்தான் கோபப்படாமல், படபடக்காமல், சள்ளென்று விழாமல் பதில். இல்லாவிட்டால், "ப்ளீஸ் அம்மா. நான் வேலை பாக்கறது தனியார் கம்பெனி. நினைச்சபடி லீவு போட இது கவர்மெண்ட் வேலை இல்ல. பெண்கள் அமைப்பும் இல்ல — வீட்டுக்கு விலக்குன்னா லீவு, விரதத்துக்கு லீவு, விருந்துக்கு லீவுன்னுட்டு லீவு போட. ஆம்பளைக்குச் சமதையா வேல பார்க்கணும்ன்னா அதுக்குச் சமதையா உழைக்கணும்" என்று பதில் வந்திருக்கும்.

"இப்படி நீ உன் அறிவுக்குப் பொருத்தமான வேலை செய்ய, ஆணுக்கு நிகரான சம்பளம் வாங்கப் பாதை போட்டது நாங்கள்தான். உன் பாதையிலிருந்த முட்களை எல்லாம் களைந்து, இடர்பாடுகளை எல்லாம் அகற்றி, உன் உரிமை களை நீ உணரச் செய்தது நாங்கள்தான்" என்று கூறத்தோன்றும் சில சமயம். அப்படிப்பட்ட உரையாடல்கள் நின்றுபோய் வெகுநாட்களாகி விட்டன.

மூன்று ஆண்டுகளுக்கு முன்பு டோங்ரியில் ஒரு வேலையை முடித்துக் கொண்டு சாருவும், ஸகீனாவும் இவளும் திரும்பிவர இரவு ஒரு மணியாகிவிட்டது. வழியில் சாப்பிட நின்றால் நேரமாகிவிடும் என்று நேரே மூவரும் செல்வி வீட்டுக்கே போக முடிவு செய்தனர். அழைப்பு மணியை அடித்துஅடித்து கை ஓய்ந்ததுதான் மிச்சம். உள்ளே ஆள் அரவமே இல்லை. பிறகு பக்கத்து வீட்டாரை எழுப்பி, அவர்கள் வீட்டு பால்கனியிலிருந்து இவர்கள் வீட்டு பால்கனிக்குத் தாவி, வெறுமே சாத்தியிருந்த கதவைத் தள்ளித் திறந்து உள்ளே வந்தனர். ஐந்தாம் மாடி வீடு. இரவு ஒரு மணிக்கு இப்படித் தாண்டும் வித்தை. அகோரப் பசி. சமையல் மேடையில் காலிப் பாத்திரங்களும் சாப்பிட்ட தட்டுகளும். சாரு நொடியில் மேடையைச் சுத்தம் செய்தாள். ஸகீனா சப்பாத்தி மாவு பிசைய ஆரம்பித்தாள். உருளைக்கிழங்கை வேகப் போட்டாள் இவள். குளிர்பதனப் பெட்டியில் இருந்த வேக வைத்த பருப்பை எடுத்து இவள் வைத்ததும், வெங்காயம், தக்காளி, இஞ்சி, பூண்டு, பச்சை மிளகாய் அரிந்து அதைத் தாளித்தாள் சாரு. சுடச்சுடச் சப்பாத்தியும், பருப்பும், உருளைக்கிழங்கு ஸப்ஜியுமாய் சாப்பாடு இரவு இரண்டு மணிக்கு.

ராமு அப்போது இருந்தான். காலையில், கதவு திறக்காதது பற்றி இவள் கோபமாகக் கேட்டதும், "ராத்திரி பன்னெண்டு மணி, ஒரு மணிக்கு வந்தியானா முழிச்சிட்டிருந்து கத வெல்லாம திறக்க முடியாது" என்றான் பட்டென்று.

"ஏன், நீ சிநேகிதர்களோட ஊர் சுத்திட்டு மூணு மணிக்கு வந்தா நான் கதவைத் திறக்கலியா? சோறு போடலியா?"

"எனக்கு டயர்டா இருந்தது. தூங்கிட்டன். அதுக்கு இப்பிடிக் கூப்பாடு போடணுமா என்ன?"

"பால்கனியத் தாண்டிக் குதிச்சு வந்தம் நாங்க. ஸகீனாவுக்கு ப்ளட் ப்ரஷர் உண்டு. தெரியுமில்ல?"

சாருவும், ஸகீனாவும் குறுக்கிட்டு, விவாதம் மேலும் வளராமல் தடுத்தார்கள்.

இவர்கள் தேநீர் பருகிக்கொண்டிருக்கும்போது நந்தினி வர, அவளிடம் "அப்பிடி என்ன தூக்கம்? மணி அடிச்சது கேக்கலியா?" என்றதும், "அம்மா, காலேல நீ போட்ட சண்டை நல்லா விழுந்துது காதுல. இதெல்லாம்தான்மா ஒடுக்குமுறை. போ, போயி ஒரு பொஸ்தகம் எழுது" என்று விட்டு ஸகீனா மற்றும் சாரு பக்கம் திரும்பி, "சரிதானே?" என்றாள்

ஆங்கிலத்தில். அவள் கூறியதைச் செல்வி விளக்கியதும், சாரு மற்றும் ஸகீனாவின் முகம் இறுகிப்போயிற்று,

ராமு விபத்தில் இறந்தபோதுகூட ஏதோ இவள் கவனிப்புப் போதாமல் அவன் இறந்துவிட்டதுபோல் உறவினர் பேசினர். "நல்ல மனுஷன். பாதி நாள் தானா காப்பி போட்டு, தானா குடிச்சு... அவனாப் பாத்துப் பண்ணிட்ட கல்யாணம்..."

ஆமாம். இருபத்தைந்து ஆண்டுகளுக்கு முன். இன்னும் அது ஒரு குறை.

நந்தினிகூட, "அப்பாவை நீ இன்னும் நல்லாக் கவனிச் சிருக்கணும்மா... எப்பப்பாரு ஊர்வலம். வரதட்சணைக் கொடுமை, பலாத்காரம்னுட்டு ஓடிட்டிருந்தே... அப்பிடி எல்லாம் இருக்க நினைக்கறவங்க கல்யாணம் கட்டக் கூடாது..." என்றாள்.

இளைஞர்களாக அவர்கள் இருவரும் ஒரே குழுவில் இருந்து, அவளுடைய இத்தகைய செயல்பாடுகளை விரும்பியே அவன் அவனை மணந்தான் என்று மகளிடம் விளக்கிக் கொண்டிருக்க அவளுக்குத் தெம்பில்லை அப்போது.

வீட்டுக்காரன் வந்து எட்டிப் பார்த்தான்.

"உதயா காலி கர்ணார்னா நக்கீ?" (நாளைக்குக் கட்டாயம் காலி செய்து விடுவீர்கள்தானே?)

அது ஒரு பழங்கால ஓட்டு வீடு. மரப்படிகளில் மேலே வந்தால் வலதுபுறம் ஒரு சிறிய அறை, அவர்கள் அலுவலக அறை. கடந்த இருபது ஆண்டுகளாக.

"ஹோ" என்று விட்டுத் தலையைத் திருப்பிக்கொண்டாள். கட்டிடத் தொழில் முதலைகள் இந்த வீட்டைக் கண் வைத்து விட்டனர். புதுப் பணக்காரர்களும், நடிகர்களும் வாழும் பகுதியாகிவிட்டது அது. அதிகமாகப் பெண்கள் அங்கு வருவது பற்றிக் கடந்த இரண்டு ஆண்டுகளாக வீட்டுக்காரன் முணுமுணுக்க ஆரம்பித்திருந்தான். முஸ்லிம் பெண்கள் வந்தால் வீடு நாற்றம் அடிக்கிறது என்றான். அவனிடமிருந்து ஜெட் வேகத்தில் வெளிப்படும் அபான வாயு சுகந்தம் போலும். அவரவர் குசு அவரவருக்கு மணக்குமோ என்னவோ? அவர்கள் பசுவைச் சாப்பிடுவதால் அந்த நாற்றம் என்றான். தொடையைத் தூக்கியும், உடலைப் பல கோணங்களில் முறுக்கிக்கொண்டும் அவன் வெளிப்படுத்திய பல்மண

வாயுக்களின் நெடியைத் தாங்கிக்கொண்டு, வேத காலம் பற்றி அவனிடம் பேச விரும்பவில்லை அவர்கள்.

பல ஆண்டுகளாக அவர்கள் இருந்து விட்டதால் அறையைக் காலி செய்யப் பணம் கேட்பார்கள் என்ற தவிப்பு அவனுக்கு. வேறு அறை பார்க்கும் முன் பணத்துக்கு அடி போடலாம் என்று கூறியிருந்தாள் ஸகீனா.

கோப்பை எடுத்து மடியில் வைத்துக்கொண்டபோது ஸகீனா அருகில் இருப்பதுபோல் பட்டது. பாம்புக் கழுத்துக் காரி. துப்பட்டாவில் கோபத்தை முடித்துக் கொண்டவள். ஊதா வண்ண அட்டையோடு கோப்பு.

O

நான் உயர் ஆராய்ச்சிக்கான உதவித்தொகை பெறுவதற்கான விண்ணப்பங்களை அனுப்பியபோது நீ கோபம் கொண்டாய். சீறினாய். என்னைக் கோழை என்று குற்றம் சாட்டினாய். ஓடி ஒளிபவள் என்றாய். ஏற்கிறேன் அத்தனைக் குற்றச்சாட்டு களையும். ஆனால் என் பிரிய தோழி, என் பிரியமானவனின் கால்கள் இருந்த இடத்தில் வெறும் ரத்தக் கூழ் இருப்பதைப் பார்த்தவள் நான். அப்படியும் நான் விழவில்லை. ஓடவில்லை. நின்றேன். எதிர்த்தேன். போராடினேன். இந்தப் பத்து ஆண்டு களில் 'ஜாக்ருதி'யின் வேலைகளில் முழுமூச்சாய் இறங்கினேன். இசையில் மூழ்கினேன். எத்தனை, எத்தனை கபீர் தோஹாக் களை எத்தனை இடங்களில் பாடினேன்? "ஆஜ் ஸஜன்மோரே" பக்திப் பாடலில், 'அன்பனே, இன்று என்னை அணைத்துக் கொண்டுவிடு; என் சன்மம் சாபல்யமடையட்டும். இதயத்தின் வேதனை, தேகத்தின் அக்னி எல்லாம் குளிர்ந்து போகட்டும்' என்று ஆரம்பித்து, மேலே, மேலே எழும்பிப்போய், 'என் தாகத்தைத் தணிப்பாய் மனத்தை மயக்கும் கிரிதரனே, நான் அடி ஆழம் வரை தாகம் கொண்டவள், சன்ம சன்மாந்திர மாகத் தாகித்தவள்' என்று நான் பாடியபோது, மீண்டும் மீண்டும் 'தாகம் கொண்டவள், தாகம் கொண்டவள்' என்று பன்னிப்பன்னிப் பாடிப் பின்பு குரல் உடைந்து போனபோது, நீ, நான், ஸகீனா மூவரும் அழவில்லையா?

அது காதல் தாகம் மட்டுமில்லை. நமக்குள் இருந்த தணிக்கப்படாத தாகம். தாகம் கொண்டு அலைபவர்கள் நாம். உலகமெல்லாம் வியாபிக்கக்கூடிய அன்புக்கான தாகம் கொண்டவர்கள். இப்போதும் 'அடி ஆழம் வரை' என்று சொல்லும்போதே ஒரு வலி, குளிர் காற்றாய் என்னை

ஊடுருவிச் செல்கிறது. இதை நீ நம்ப வேண்டும். அப்படியும் நான் இங்கு வர முடிவெடுத்தேன் என்றால் ஒரு வலுவான காரணம் உண்டு என்று நீ நம்பவேண்டாமா? செல்வி, குமுத்பென் புவா என் அத்தை மட்டுமல்ல. என்னை வளர்த்தவள். சிறு வயதிலேயே விதவையாகி என் வீட்டில் தன் பையனுடன் வாழ்ந்தவள். நான் எடுத்த எல்லாத் தீர்மானங்களுக்கும் உறுதுணையாக நின்றவள். தமாலை ஏற்றுக்கொண்டவள். தமாலுக்கு மீன் பிடிக்கும் என்பதால் வீட்டில் மீன் சமைக்க உத்தரவிட்டவள். எந்தவிதச் சுணக்கமும் இல்லாமல் எங்கள் வீட்டு நாயை, 'அர்ஜுன் பேட்டா' என்று விளித்து, தன் பூசைப் பிரசாதத்தை அதற்கு ஊட்டியவள். அது இறந்ததும், பிரசாதத்தை அர்ஜுன் பெயரைச் சொல்லி ஒவ்வொரு நாளும் ஒரு தெரு நாய்க்குத் தந்தவள். எந்தச் சடங்கும் அவளை முடக்கவில்லை. எதுவும் யாரையும் முடக்க அவள் விடவில்லை. மனிதம் என்பதை எனக்குப் போதித்தவள்.

அகமதாபாத்தில், அவள் என்னை உள்ளே விட மறுத்தது என் முதல் அதிர்ச்சி. சகீனாவை அவள் பார்த்த பார்வை இரண்டாவது அடி. மூன்றாவது சாட்டை வலி அந்த ஒரு மாலையில் மாறிப்போன அவள் கண்கள். சதையைப் பிய்க்கும் இன்னொரு அடியும் வந்தது. நான் உங்களிடம் கூறவில்லை. புவா வெளியே சென்று வருவாள் சில பெண்களுடன். வரும்போது நடையில் வேகம் இருக்கும். ஒருமுறை அப்படி அவள் திரும்பி வரும்போது அவளை எதிர்கொண்டேன். அவளைத் தொடவந்த என்னை ஒதுக்கக் கையை உயர்த்தினாள். செல்வி, புவாவின் கையில் மண்ணெண்ணெய் வாசம் வந்தது. அகமதாபாத் எரிந்து கொண்டிருந்தது. என் உடம்பு நடுங்கத் துவங்கியது. அன்றே நாங்கள் திரும்பினோம்.

யாரிடமும் நான் எதுவும் கூறவில்லை. திரும்பிய அன்று இரவு, சாப்பாட்டு மேசையில் வைத்து அப்பா கூறினார்: "முஸ்லீம்களுக்கு நல்ல பாடம் புகட்டியாகிவிட்டது." "போகட்டும், அவர்கள் பாகிஸ்தானுக்கே" என்றாள் அம்மா. இவர்கள் எல்லாம் என் ரத்தம். உணவு உள்ளே செல்ல மறுத்தது. எப்படி இந்த நச்சுப் பொய்கை உருவானது? ஏன் எனக்குத் தெரியவில்லை? நான் எப்படி குருடாகிப் போனேன்? குடும்பத்திலேயே பாய்ந்துவிட்ட இந்த விஷம் எப்படி உருவானது? பெற்றோர்களையும் பெண்ணையும், அண்ணனையும், தங்கையையும், எல்லா உறவுகளையும்

❋ 26 ❋ வற்றும் ஏரியின் மீன்கள்

பிரித்துப்போடும் இந்தக் குரூரம் உருப்பொறுவதை நம்மால் ஏன் பார்க்க முடியவில்லை?

பல சிறு நிகழ்வுகள் சட்டென்று வேறு ரூபம்கொண்டு தெரிந்தன. ஸகீனா பற்றி வீட்டில் பல நாட்கள் விசாரிக்காதது. சிறு விளக்கை ஏற்றிக் கும்பிடும் அம்மாவின் பூசைச் சடங்கு கடந்த இரண்டு ஆண்டுகளாய் விஸ்தாரமாகி இருப்பது. 'கர்வத்துடன் சொல் நாம் இந்து என்று' என்ற ஒட்டுத்தாள் அப்பாவின் வண்டிக் கண்ணாடியில் ஒட்டப்பட்டபோது, நாம் தயாரித்த 'கர்வத்துடன் சொல் நாம் மனிதர் என்று' என்ற ஒட்டுத்தாளை நான் அதன் மேல் ஒட்டியது. நான் பச்சைப் புடவை வாங்கியபோது, "இந்தத் துலுக்கப் பச்சையை ஏன் வாங்கினாய்?" என்று அம்மா கூறியது. பல ஆண்டுகளாக நாங்கள் ரொட்டி வாங்கும் முகமது காக்காவின் கடையிலிருந்து ரொட்டி வாங்குவதை நிறுத்தியது. உறவினர்கள் வீட்டில் நிகழ்ந்த விவாதங்கள். துண்டுத்துண்டு நிகழ்வுகள் மனத்தில் கோக்கப்பட்டதும் அவற்றின் அதீதம் தாக்கியது. அத்தனையும் விஷச் சொட்டுகள். குமுத் புவாவின் கையில் நான் முகர்ந்த மண்ணெண்ணெய் வாசம் என் வீடெங்கும் பரவியிருப்பதுபோல் ஒரு பிரமை ஏற்பட்டது.

இந்த வெறிமழை ஒயுமா என்றொரு பயம் மனத்தில் வலிக்கொக்கியாய் மாட்டிக் கொண்டது. நல்லவேளை, தமால் இறந்து போனான். அவனால் தாங்கியிருக்க முடியாது இதை. பௌலோ கொயெல்யோவின் நாவல் ஒன்றில் ஒரு குட்டிக் கதை வரும். ஒரு நாட்டில் ஒரு மந்திரவாதி, பொதுக் கிணற்றில் பைத்தியமாக்கும் மருந்தைக் கலந்து விடுவான். மக்கள் அனைவரும் அதைக் குடித்துவிட்டுக் கண்டபடி நடக்கத் தொடங்குவார்கள். அவர்களை அடக்கச் சட்டம் கொண்டு வர முயலும் அரசனை அரியாசனத்தை விட்டு இறங்கச் சொல்வார்கள்.

அரசனும் பட்டத்தைத் துறக்க முடிவெடுப்பான். அப்போது அவன் அரசி கூறுவாள்: அரசே, பட்டத்தைத் துறக்க வேண்டாம். வாருங்கள். நாமும் பொதுக் கிணற்றுத் தண்ணீரைக் குடிப்போம். குடித்தவுடன் அவர்களும் மற்றவர்களைப் போல் ஆகிவிடுவார்கள். பிரச்னையும் தீர்ந்துவிடும்.

மந்திரவாதி கை வைக்காத கிணறு இருக்கிறதா என்ற பயம் வந்து விட்டது, செல்வி. அதன் பின்புதான் நான் வெளியேற முடிவெடுத்தேன். நிதம் நிதம் இதனுடன் வாழ முடியும் என்ற பலமற்றுப்போனேன்.

இப்போதும் உனக்கு இதை எழுதுகிறேன். ஸகீனாவுக்கு எழுத நாள் பிடிக்கும்.

○

கோப்பில் 'ஜாக்ருதி' செய்தி மடலுக்கான அவர்கள் குறிப்புகள், சில நிகழ்ச்சிகளின் விவரணைகள், 'ஜாக்ருதி'யின் சட்டவகை உதவிக்காக வந்த பெண்களைப் பற்றிய விவரங்கள், விவாதங்களின் சுருக்கம், உரையாடல்களின் விளக்கம் இவை இருந்தன. கவனமாக ஸகீனா சேர்த்து வைத்திருந்த பதிவுகள்.

1980இல் முடிவெட்டிக்கொண்ட நிகழ்ச்சி பற்றிய குறிப்பைக்கூட வைத்திருந்தாள்.

"அழகு பற்றிய சர்ச்சை எழுந்தது அந்தப் பேச்சரங்கில். பேராசிரியர்-கவிஞர் ஒருவர் இந்தியப்பெண்ணின் அழகின் அடையாளம் நீள்முடி, பெருமுலை, சிறுஇடை, வாள் கண்கள் என்றெல்லாம் சொல்லிவிட்டுக் கடைசியில் நீள்முடி புராணம் பாடினார். நானும் செல்வியும் ஒருவரையொருவர் பார்த்துக்கொண்டோம். இருவருக்கும் முடியைப் பேணுவதில் நிறைய நேரம் செலவழிந்தது. நந்தூ பிறந்தபின் செல்விக்குத் தலையை வாரக்கூட நேரமில்லை. அங்கும் இங்கும் திரியும் எனக்கும் முடி ஒரு பாரம். அதுவுமில்லாமல் பேராசிரியர் நீள்முடி, மயிலின் தோகை, மேகங்களின் பரப்பு என்று உருகஉருக எல்லோர் கண்களும் எங்கள் மேல், நேரே போய் முடிவெட்டிக்கொண்டோம். தலைக்கனம் குறைந்தது!" என்று எழுதி இருந்தாள்.

செல்விக்கு அந்தச் சம்பவம் நினைவிருந்தது. "எங்களை நீங்கள் எந்த விளக்கத்துக்கும் உட்படுத்த முடியாது. விளக்கங்களை, வியாக்கியானங்களை, இலக்கணத்தை, விதிகளை முறிப்பவர்கள் நாங்கள்" என்றவொரு வேகங்கலந்த எதிர்கொள்ளல் இருந்த தருணங்கள் அவை. எல்லாவற்றையும் நிரூபணம் செய்ய வேண்டிய கட்டாயம். சைனீஸ் ப்யூட்டி பார்லருக்கு போய் அவளும் ஸகீனாவும் முடியை ஒட்ட வெட்டிக்கொண்டனர். வீட்டுக்குப் போனதும், ராமு, "என்ன செல்வி, பழனியா, திருப்பதியா?" என்றான் அலட்டிக்கொள்ளாமல்.

"இரண்டும் இல்லை, சைனா" என்றாள்.

"வண்ணத் தமிழ்ப் பெண்ணொருத்தி என் எதிரில் வந்தாள்..." என்று பாடினான். உற்சாகக் காலங்கள் அவை.

எண்பதுகளில் அவர்கள் ஊர்வலங்களில் பாடிய பாடல்கள் அடங்கிய சிறு புத்தகம் இருந்தது. எத்தனை ஊர்வலங்கள்!

அடங்காதே
ஒடுங்காதே
மூழ்காதே
சாகாதே
நாம்தான் புரட்சி
அநியாயத்துக்கான
பதில் நாம்.

சாருதான் முதல் குரல் கொடுப்பாள். மற்றவர்கள் பதில் பாட்டுப் பாடுவார்கள். பாபர் மசூதி இடிக்கப்பட்ட பின்பு ரயில் பெட்டியில் எல்லாம் அவர்கள் ஒட்டிய மந்திர்-மஸ்ஜித் பாடல் எழுதிய ஒட்டுத்தாள் கோப்பில் இருந்தது.

கோவில், மசூதி, குருத்வாரம்
என்று பிரித்தார்கள் மனிதர்கள்
பூமியைப் பிரித்தாயிற்று
கடலைப் பிரித்தாயிற்று
மனிதர்களைப் பிரிக்காதீர்கள்
மனிதர்களைப் பிரிக்காதீர்கள்.

ஷா பானு விவகாரத்தில் பெண்களுக்கான ஜீவனாம்சம் பற்றிய கேள்வி மறுபரிசீலனைக்கு உட்படுத்தப்பட்டபோது, சர்ச் கேட் அருகே உள்ள கல்லூரி ஒன்றில் நடந்த கூட்டத்தில் ஸகீனா பேசியது பற்றிச் சாரு குறிப்பு எழுதியிருந்தாள்:

மாலை ஆறு மணிக்குக் கூட்டம் என்று அறிவித் திருந்தார்கள். ஸகீனாவும் நானும் போனபோது கல்லூரி வெளியே புர்கா அணிந்த பல பெண்கள் "ஷரியத்தான் முஸ்லிம் பெண்களுக்கான ஆதரவு", "ஷரியத் சொல்வதைத் தான் ஏற்க வேண்டும்" போன்ற அட்டைகளைத் தாங்கி நின்றனர். ஸகீனாவைப் பார்த்தேன். "எல்லாவற்றுக்கும் இரு பக்கங்கள் உண்டு இல்லையா?" என்று கூறினாள். உள்ளே மன்றத்தில் ஏகக்கூட்டம். ஸகீனாவின் வக்கீல் நண்பன் ஷஹீத் என்னுடன் அமர்ந்தான். ஸகீனா பேச ஆரம்பித்ததும் புர்கா அணிந்த பெண்கள் பொங்கி எழுந்தனர். "நீ உண்மை யான முஸ்லிம் இல்லை", "உனக்குக் குரான் தெரியாது", "நீ தொழுகை செய்பவள் இல்லை", "நீ முஸ்லிம் பெண்களின் எதிரி" போன்ற கூக்குரல்களை எழுப்பிய வண்ணம் அவர்கள்

ஸகீனாவை நோக்கி வந்தனர். "சொல், நீ முஸ்லிம்தானா?" என்று மீண்டும்மீண்டும் கேட்டதும், இன்னும் பின்னால் நகர இடம் இல்லாதவள்போல் தவிக்க ஆரம்பித்தாள் ஸகீனா. குரல் உடைய, "ஆமாம். நான் ஓர் உண்மையான முஸ்லிம் தான். குரானைப் படித்தவள்தான். தொழுகை அறிந்தவள் தான். என்னைப் பேச விடுங்கள்..." என்றாள். கூட்டம் ஆர்ப்பரிக்கத் தொடங்கியது. பக்கத்தில் அமர்ந்து துள்ளிக் கொண்டிருந்த ஒருவரை அடக்கி, "அவள் பேசுவதைக் கேட்போமே" என்றான் ஷஹீத். "வாயை மூடு! நீ முஸ்லீம் அல்ல" என்று அவர் கத்தினார். "நானும் முஸ்லீம்தான்" என்று அவருக்குப் பதில் அளித்தான் ஷஹீத். கூட்டம் கட்டுக்கடங்காமல் போக போலீஸ் வந்தது.

ஸகீனாவைப் பின்புற வாயில் வழியாக நானும் ஷஹீதும் அழைத்து வந்தோம். ஆடிப்போயிருந்தாள். "இது மிகப் பெரிய யுத்தம் சாரு" என்றாள். "எனக்கான அடையாளத்தை வேறு யாரோ தருவதுதான் இதன் தொடக்கம்" என்றாள்.

இதன் நீட்சி போல் இன்னொரு சண்டை சில ஆண்டு களுக்குப் பின் சாருவின் உறவினர் வீட்டில் நடந்தது. இதைப் படித்ததும் செல்விக்கு அது நினைவுக்கு வந்தது.

விளையாட்டுப்போல்தான் விவாதம் தொடங்கியது. "ஒவ்வொரு முஸ்லீமுக்கும் நான்கு மனைவிகள்" என்று. இது சரியான கணிப்பு இல்லை, அவர்கள் அறிந்த பல இந்துகளுக்கு ஒன்றைவிட அதிகம் மனைவிகள் என்று இவளும் சாருவும் சொல்ல முற்பட்டபோது சாருவின் பெரியப்பாவின் மகன், "நீ அப்படித்தான் சொல்வாய் சாரு. இதில் உன் விவகாரம் கலந்திருக்கிறது. நீ தமாலின் ரகேல் (வைப்பு) தானே?" என்றான்.

"நான் ரகேலாக இருந்துவிட்டுப் போகிறேனே, சுதீர். உன் தாத்தாவுக்கு எத்தனை மனைவிகள்! உன் கொள்ளுத் தாத்தா கதை தெரியுமா? தாராள மனத்துடன் குஜராத் முழுவதும் அவர் தன் விதைகளைத் தூவியிருக்கிறார். உன் சாயலில் பல கொள்ளுப்பேரன்கள் குஜராத்தில் உலவு கிறார்கள், ஜாக்கிரதை" என்றாள் சாரு.

"இதெல்லாம் விதண்டவாதம். செல்வி, நீ துளசி ராமாயணம் படித்திருக்காயா?"

"நான் ஏன் துளசிராமாயணம் படிக்க வேண்டும்? நான் கம்பராமாயணம் படித்திருக்கிறேன், தமிழ் இலக்கியமாக."

"அப்படியானால் ஸ்ரீராம் உன் கடவுள் இல்லையா?"

"வாழ்க்கைதான் என் கடவுள்."

"நீ இந்துவா இல்லையா என்பதற்கு உண்டு, இல்லை என்று உன்னால் பதில் சொல்ல முடியுமா?"

"நான் இந்துக் குடும்பத்தில் பிறந்திருக்கிறேன் என்று மட்டும்தான் என்னால் சொல்ல முடியும்."

"உண்டா இல்லையா? அதைச் சொல்."

"உண்டு. இல்லை."

அடிக்கவில்லை. உதைக்கவில்லை. அவ்வளவுதான். கர்ஜித்தனர். முழங்கினர். ஏளனம் செய்தனர். இளக்காரமாகப் பேசினர். சாப்பிட மறுத்த போது, "சே, இதெல்லாம் நட்புடன் செய்யும் விவாதங்கள்" என்றனர்.

பச்சைத்தாளில் நர்கிஸ்காலாவின் பேட்டி. இவர்கள் மூவரும் எடுத்த பேட்டி. தன் சுதந்திரப் போராட்ட நாட்களை நினைவுகூர்ந்து பின்பு கடைசியில் கூறியிருந்தார்:

"உன் வாழ்க்கையில் என்ன சாதித்தாய் என்று நீங்கள் கேட்கலாம் அதற்குப் பதிலாக நான் உங்களுக்கு ஒரு கதை சொல்வேன். ஒரு ஜென்குரு பல ஆண்டுகள் ஊரைவிட்டு ஒதுக்குப்புறமாக இருந்த மலைப்பகுதி குகையொன்றில் தனிமையில்இருந்து விட்டு வந்தார். அவர் பெற்ற ஞானம் எத்தகையது என்று அறிய விரும்பி மன்னன் அவரை ராஜ சபையில் அழைத்து விசாரித்ததும், சிறிது மௌனம் சாதித்துவிட்டு, தன் இடுப்பில் சொருகியிருந்த ஒரு புல்லாங் குழலை எடுத்து, சின்னதாக, இனிமையாக, ஒரு ஸ்வரக் கோர்வையை ஊதிவிட்டு அவர் போய்விட்டாராம். சொல்லக் கூடியவை அல்ல சில. சொற்களில் பொதியக் கூடியவை அல்ல. என்னை நீங்கள் சாதனை பற்றிக் கேட்டால், இந்தக் கையால் உங்களைத் தொடுவேன், என் அனுபவங்களின் இதம் தரும் சூடு என் விரல்கள் வழியாய் உங்களை எட்டும் என்று நம்பி. உங்கள் தலையில் என் கையை வைப்பேன். வேறு என்ன நான் செய்ய முடியும்? அதைத் தவிர வேறு என்ன எனக்குத் தெரியும்?"

எத்தனை முறை நர்கிஸ்காலா அவளைத் தொட்டிருக்கிறாள்? கன்னத்தில் தடவியிருக்கிறாள். சாருவும் ஸகீனாவும் அகமதபாத் சென்று திரும்பிய பின்னர் அவளைக் கண்டு பேசிக் குமுறியதும் அவர்கள் இருவர் தோளிலும்

இரு கைகளைப் போட்டு அணைத்தாள். ஜடாயு மாதிரி தெரிந்தாள் அப்போது.

"வாழ்க்கை பற்றிய பெரும் நோக்கு மதங்களாகக் குறுகி, அவற்றின் வெறும் குறியீடுகளாகிவிட்டோம் நாம். வெறும் குறியீடுகள் அவர்கள் கணிப்பில் மதத்துக்கான, நாட்டுக்கான குறியீடுகள். அதில் அகப்பட்டுக்கொள்ளக்கூடாது. இந்த யுத்தத்தில் உங்கள் களம் அதுதான். அடையாளங்களால், விளக்கங்களால், குறுக்கப்படாத களம்."

"எங்கள் ஆயுதம் எது காலா? எதுதான் எங்கள் ஆயுதம்?"

"இதுதான்" என்று விட்டு, தோல் சுருங்கி, வரிகள் ஓடிய, சருகுகள் போன்ற இரு அகங்கைகளையும் அவர்கள் கன்னங்களில் வைத்தார் நர்கீஸ்காலா. சிரித்தாள்.

"ஆன்ட்டி, உள்ளே வரலாமா?"

நெடுநெடுவென்று உயரம் இரு சிறுவர்களும். கூட ஒரு சிறுமி. மூவரும் விரைவாகச் செயல்பட்டனர். இடையில் ஓய்வெடுத்தபோது, 'போலே சூடியா'வும் 'ஷாபா ஷாபாவும்' ஆடினார்கள். மீண்டும் வேலையில் ஈடுபட்டார்கள். எல்லாம் ஹிரித்திக் ரோஷனுக்காக.

பையன் சொன்னான்: எங்க பாபா சொன்னார்; அமீர்கான் முஸ்லிம். அமீர்கான் படம் பார்க்கக்கூடாது. கோகாகோலாவும் குடிக்கக்கூடாது.

"அப்பிடியா? ஹிரித்திக் ரோஷன் மனைவி முஸ்லிம். அமீர்கான் மனைவி இந்து. கோகாகோலா, பெப்ஸி ரெண்டையும் குடிக்காதே. பல் சொத்தை ஆயிடும். பாபாகிட்டே சொல்லு."

"சொல்றேன்" என்றான் தயக்கத்துடன். பணம் கைக்கு வராதோ என்ற தவிப்பு.

பணத்தைத் தந்ததும் "தண்டா மத்லப் கோகாகோலா" என்று கத்திக்கொண்டே ஓட்டம்.

○

இரவு இங்கு. சைபர் மையம் ஒன்றில் அமர்ந்து இதை எழுதுகிறேன். சைபர் மையத்தில் ஏன் என்பதைப் பின்னால் கூறுகிறேன்.

முதலில் ஒரு முக்கியமான தகவல். ஸகீனா இறந்து போய்விட்டாள். இக்பால் மாமுவின் பதினேழு அடுக்கு

வீட்டின் மொட்டை மாடியிலிருந்து விழுந்து இறந்து விட்டாள். கழுத்து முறிந்துபோய். எவ்வளவு விபத்துகள் நம் வாழ்வில்! தமாலின் குண்டு வீச்சு மரணம், பின்பு கார் மோதி ராமு மரணம், இப்போது ஸகீனாவின் துர்மரணம். இது வன்முறைக் காலம். நம் வாழ்க்கைத் தேர்வுகள் அதற்குள் புகாமல் மீள முடியாது.

ஸகீனாவின் மரணம் இன்னும் நெஞ்சைக் குத்துகிறது. அன்றைய தினம் மாலை வரை என்னுடன் இருந்தாள். சற்றுச் சோர்வுடன் இருந்தாள். நர்கிஸ்காலா வீட்டுக்குப் போய் வருகிறேன் என்று போனவள் ஏன் மனம் மாறி இக்பால்மாமுவின் வீட்டுக்குப் போனாள் என்று தெரியாமல் தவித்தேன். பள்ளி நாட்கள் முதல் என் தோழியாய் இருந்தவள். நட்புடன் கழிக்க வேண்டிய ஆண்டுகள் இன்னும் பல இருக்கும்போது ஏன் தற்கொலை செய்துகொண்டாள் என்று தெரியாமல் துடித்தேன். அதைத் தற்கொலை என்று ஏற்க முடியவில்லை. போகும் முன் சாருவை வழியனுப்ப விமான தளம் போகலாம் என்று கூறியிருந்தாள். ஐந்து மணியிலிருந்து அவள் விழுந்தது வரை என்ன நடந்திருக்கும் என்று நான் பல வகைகளில் யோசித்து, அவள் சென்ற பாதையைத் திரும்பத்திரும்பப் போட்டுப் பார்த்தேன். சில விளக்கங்கள் கிடைத்தன.

அதற்கு முந்தைய இரவுதான் இரண்டாம் முறை அகமதாபாத் போய்விட்டுத் திரும்பியிருந்தாள். என்னுடன் தொலைபேசியில் தொடர்புகொண்டபோது அவள் குரல் சரியாக இருக்கவில்லை. "நீ உடனே என் வீட்டுக்கு வா. உன் குரலே சரியாக இல்லை. அங்கே ஒன்றும் சாப்பிட்டிருக்க மாட்டாய் சரியாக" என்று வற்புறுத்தினேன். வந்தாள். அவளுக்குப் பிடித்த மெத்தென்ற ரொட்டியும், உருளைக் கிழங்கு, குடைமிளகாய் ஸப்ஜியும் செய்து தந்தேன். சாப்பிட்டாள். இருவரும் படுத்துக்கொண்டு பேசிக் கொண் டிருந்தபோது முதல்நாள் இரவு நடந்த ஒரு சம்பவத்தைச் சொன்னாள். அகதிகள் முகாமருகே இவள் போனபோது சற்று நேரமாகிவிட்டதாம். எதிரே ஒரு முஸ்லிம் இளம்பெண் இடுப்பில் ஒரு குழந்தையும், கையைப் பிடித்தபடி ஒரு குழந்தையுமாய் வந்துகொண்டிருந்தாளாம். குழந்தைகளையும் சமாளித்தபடி ஒரு கையில் பையையும் வைத்துக்கொண்டு வந்தவள், விரலிடுக்கில் மூவர்ணக் கொடி ஒன்றைப் பிடித்துக்கொண்டு அதை எதிரே நீட்டியபடி வந்து கொண் டிருந்தாளாம். ஒரு தற்காப்பு ஆயுதம் மாதிரி. நானும் இந்தத் தேசத்தின் பிரஜைதான் என்று முறையிடுவது போல்.

"நான் கேவிக்கேவி அழுதேன், செல்வி, அதைப் பார்த்து. அப்படி நிரூபிக்க வேண்டிய கட்டாயம் ஏன் சிலருக்கு மட்டும்? என் காலா சுதந்திரப் போராளி. என் மாமு இந்த நகரத்தின் பல தர்மஸ்தாபனங்களின் தலைவர். என் அம்மி ஒரு பள்ளி நிர்வாகியாக இருந்து ஓய்வு பெற்றவள். கருகிச் செத்தவள். என் அப்பா உயர் அதிகாரியாக இருந்தவர். இதோ நான் பாம்புக் கழுத்துடன் நடமாடுகிறேன். அந்தப் பெண்ணுக்கும் அப்படி ஒரு குடும்பம் இருக்கலாம் இல்லை, இந்தியாவில் உள்ள எத்தனையோ ஏழைப் பெண்களில் ஒருத்தியாய் அவள் இருக்கலாம். குழந்தைகள், பை, மூவர்ணக் கொடி என்று அவள் தடுமாறிக்கொண்டு நடந்ததைத் தாங்க முடியவில்லை..." என்று கூறிவிட்டு வெகுநேரம் அழுதாள். "என் காலா இப்படி, என் அம்மி இப்படி என்று நான் வரிசைப்படுத்த வேண்டிய காலம் வந்துவிட்டதே..." என்று சொல்லிச்சொல்லிப் பொங்கினாள்.

அவள் குடும்பத்தினர் இயல்பாகச் செய்தவைகளை நிரூபணங்களாகப் பார்க்கவேண்டி வந்துவிட்டதே என்று மாய்ந்து போனாள். "செல்வி, சாரு கூறுவாளே நினைவிருக் கிறதா? பறவை இறக்கத் தீர்மானித்ததும் ஏகப்பட்ட சிறு கற்களை விழுங்கிவிட்டு மேலே பறந்து, கற்களின் கனத்தால் பறக்க முடியாமல் தரையில் மோதி விழுந்து இறந்துவிடும் என்று? நிறையக் கற்களை விழுங்கி விட்டது போல் கனக்கிறது மனது" என்றாள்.

"தூங்கு நீ" என்று தட்டித் தந்தேன். குழந்தைபோல் உறங்கிப் போனாள்.

ஆனால் மறுநாள் காலையிலும் அவள் முகத்தில் சுரத் தில்லை. பிறகு வெயிலில் ஹு தாத்மா சதுக்கத்தில் இருந்தோம். உண்ணாவிரதம் வேறு. முதலில் நர்கிஸ்காலா வீட்டுக்குத்தான் போக அவள் நினைத்திருக்க வேண்டும். பிறகு இன்னும் சில நாட்களில் 'ஜாக்ருதி' அலுவலகத்தைக் காலி செய்ய வேண்டும் என்ற நினைவு வந்து, இந்தப் பக்கம் வந்திருக்கும் போதே, மாமுவின் வீட்டில் உள்ள கோப்பை எடுத்துக் கொண்டு விடலாம் என்று நினைத்திருக்கலாம். அவள் தேநீர் பருகும்போது மாமுவிடம் பேசியதை அவரிடம் பலமுறை நினைவுபடுத்திக்கொள்ளச் செய்து, அவர் கூறியதை வைத்து, இதையெல்லாம் கணிக்கிறேன். மாமுவின் வீட்டுக்குப் போக டாக்ஸியை நிறுத்த இவள் நின்றபோது, நந்தினியைப் பார்த்திருக்கிறாள். எந்தப் பக்கம் போகிறாள் என்று விசாரித் திருக்கிறாள். நந்தினி அவளிடம், "ஸகீனா மௌஸி, உங்களிடம்

ஒரு விஷயம் சொல்ல வேண்டும். தப்பாக நினைக்காதீர்கள். அம்மாவையும் என்னையும் விட்டுக் கொஞ்சம் விலகியே இருங்கள் தயவுசெய்து. நான் பொறுப்பான பதவியில் இருக்கிறேன். எந்தப் பிரச்னையிலும் நான் அகப்பட்டுக் கொள்ள விரும்பவில்லை..." என்றிருக்கிறாள். நீயும் ஸகீனாவும் வளர்த்த பெண் அவள். சிறுமியாக இருந்த போது ஸகீனாவின் அம்மியையும், காலாவையும் தன் பாட்டிகளாக நினைத்தவள்.

ஏற்கனவே கற்களை விழுங்கிய பறவை ஸகீனா. அவளைப் பாறாங்கல்லை விழுங்க வைத்திருக்கிறாள் நந்தினி. அவளைத் தட்டிதந்திருக்கிறாள் ஸகீனா. பிறகு மாமு வீட்டுக்குப் போனதும் புத்தக அலமாரியைத் திறந்திருக்கிறாள். மாமுவின் வீட்டுக்குப்போய் அவள் செய்ததை எல்லாம் செய்து பார்த்தேன். இதுதான் நடந்திருக்க வேண்டும். அவள் புத்தக அலமாரியைத் திறந்ததும் உள்ளே அம்மியின் புகைப்படம், நந்தினியைப் பிடித்தபடி. ஸகீனா உணர்ச்சிவசப்பட்டிருப்பாள். ரத்தக் கொதிப்புக்கான மாத்திரையை அவள் அன்று சாப்பிட்டிருக்க வில்லை என்று நினைக்கிறேன். தலை சுற்றியிருக்கும். மொட்டைமாடிக் கதவைத் திறந்து வெளியே வந்து, நீண்ட மூச்சு விட்டுக் காற்றைச் சுவாசித்திருப்பாள். அப்போது அந்தப் பறவைச் செடியின் ஞாபகம் வந்திருக்கலாம். கைப் பிடிச்சுவரைப் பிடித்தபடி சற்று எம்பிக் கீழே பார்த்திருப்பாள். காலி வயிறு. பதினேழாம் மாடி. திடீரென்று கால் நழுவி யிருக்கலாம். அப்படித்தான் நான் நினைக்கிறேன். பறவைச் செடி மீது மோதி, பின்பு கீழே விழுந்திருக்கிறாள். இப்படித் தான் நம் ஸகீனா முடிந்துபோனாள்.

இப்போது இத்துடன் வைத்திருக்கும் இணைப்பைப் படித்துவிடு. பின்பு கடிதத்தைப் படிக்கலாம். ஸகீனா வீட்டில் வேலை செய்த பெண்ணுக்குக் குழந்தை பிறந்த போது, சுதந்திரம் கிடைத்த ஐம்பதாம் ஆண்டு. அப்போது ஸகீனா எழுதியது. கோப்பில் கிடைத்தது இது. அவள் அப்போதே நமக்காக எழுதிய கடிதம் என்று நினைத்துக் கொள்கிறேன்.

இணைப்பு : ரோஷ்னிக்கு ஒரு விடிகாலைப் பாட்டு.

சில வாரங்களுக்கு முன்னால் உன் அம்மா உனக்கொரு பெயர் தந்து, நான் அதை உன் காதில் ஓத வேண்டும் என்றாள். உட்காரவே இடம் இல்லாத அந்தச் சிறிய குடிசை வீட்டில், நூறு ரூபாய்க்கு வாங்கிய ஒரு தொட்டிலைக் கட்டியிருந்தாள். அறையெங்கும் பூக்களைத் தொங்க விட்டிருந்தாள் சரம் சரமாய். ஒரு புது கவுன் வாங்கியிருந்தாள் உனக்கு. இரண்டு

மாதங்களுக்கு முன்பு உன்னை ஆஸ்பத்திரியில், நீ பிறந்த மூன்றே மணி நேரத்திற்குள் பார்த்திருந்தேன். உரிக்கப்பட்ட பழம்போல் இருந்தாய் அப்போது. இப்போது முகத்தில் கண்ணும் மூக்குமாய்க் களை கட்டி இருந்தது. நான் உன் செவியில், 'நீ ரோஷ்னி, நீ ஒளி' என்று ரகசியம்போல் கூறியபோது கண்களை என் பக்கம் சுழற்றிப் பார்த்தாய்.

கிராமத்தில் தன் பங்கு நிலத்தை எழுதிக்கொடுத்து விட்டு, இங்குப் பிழைக்க வந்து, கடற்கரையில் உள்ள இந்தக் குடிசைப் பகுதியில் நான்கு பெண்களை வளர்த்த உன் பாட்டி, உன்னைத் தாலாட்டி உறங்க வைப்பாள் ஒவ்வொரு இரவும். நீ வளர்கையில், அலை ஓசைப் பின்னணியில், இரவு உனக்குக் கதைகள் சொல்லி உறங்கவைப்பாள். ராஜா ராணி கதைகள், சாத்தான் பற்றிய கதைகள், வீர அன்னையர் கதைகள், பதிவிரதை கதைகள். மசூதியிலிருந்து விடிகாலையில் அஜான் கூறித் தொழுகைக்கு எல்லோரையும் துயில் எழுப்புவார்கள். கோவில்களில் கூட, திருப்பள்ளி யெழுச்சி பாடுவார்களாம், கடவுளை எழுப்ப. கேள்விப் பட்டிருக்கிறேன். ரோஷ்னி, இது உனக்கான என் அஜான்; என் விடிகாலைப் பாட்டு. உன்னைக் கண்விழிக்கச் செய்ய, விழிப்புடன் இருக்கச் செய்ய. இது என் தலைமுறையின் பாட்டு; இந்த ஐம்பது ஆண்டுகள் வாழ்ந்திருக்கும் தலைமுறை. பல கதை களைப் பல குரல்களில் சொல்ல நினைக்கும் தலை முறை. இதில் பல ராகங்கள் உனக்குக் கேட்கும். சுருதிபேதங்கள் இருக்கும். ஏனென்றால் பல ஆண்டு களைக் கடந்து போகிறது இது. பல வாழ்க்கைகளைத் தொட்டுப் போகிறது. ஒரே வகையாகவும், வேறுபட்டும் இருக்கும் வாழ்க்கை. ஆனால் இதை நீ கேட்க வேண்டும்.

இந்த ஆண்டுகளில் வளர்வதும், வாழ்வதும், வாழ்க்கை, கல்வி மற்றும் வேலை பற்றிய தேர்வுகள் செய்வதும் எளிதாக இருக்கவில்லை. இன்னமும், எங்களில் பலர், செய்த தேர்வுகளை மாற்றி வருகிறோம். நீரோட்டத்தை எதிர்த்து, சுழல்களில் சிக்காமல் எதிர்நீச்சல் போட வேண்டி வந்தது எங்களுக்கு. பல கதைகளை எங்களுக்கும் கூறினார்கள். பெண்ணுக்குத் திருமணம்தான் வாழ்க்கை லட்சியம் என்றார்கள். ஆனால் ஸூஃபி சந்தியாசினி ருபையா பற்றியும், மீரா பற்றியும் எங்களுக்குத் தெரியும்.

ஆனால் எங்களில் பலர் நாஸ்திகர்கள் அல்லது சடங்கு களை மறுப்பவர்கள் அல்லது ஒரே ஒரு மதத்தைப் பற்றிக்கொள்ளாதவர்கள். இப்போதும் அப்படித்தான்.

சிறுவயதிலேயே சுதந்திர இயக்கமும் அதன் லட்சியங் களும் எங்கள் வாழ்க்கையில் கலந்து விட்டன. அதில் பங்குபெற்ற பெண்களும் ஆண்களும்தான் எங்கள் ஆதர்சமாக இருந்தார்கள். அவர்களில் பலர் எங்க ளிடையே வாழ்ந்து கொண்டிருந்தார்கள். எங்கள் பள்ளிகளுக்கு வந்து பேசினார்கள். புன்னகைக்கும் காந்தியின் படம் இல்லாத வீடே இல்லை எனலாம். "ஸு~னோ, ஸு~னோ ஏ துனியாவாலோ பாபுஜிகி அமர் கஹானி" என்ற காந்திஜியின் வாழ்க்கைச் சரிதப் பாடலை நாங்கள் எல்லோரும் பள்ளிப் பருவத்தில் கற்றுக் கொண்டோம். நாங்கள் பள்ளியில் படிக்கும் போது 'ஜாக்ருதி' படம் வந்தது. அதில் ஓர் ஆசிரியர் தன் மாணவர்களை இந்தியா முழுவதும் கூட்டிப்போய், "இந்த மண்ணை எடுத்துத் திலகமிட்டுக் கொள். இது தியாகபூமி" என்று பாடுவார். எங்கள் தலைமுறைக்கு இது ஒரு தேசியப் பாடலாக இருந்தது. "புயலிலிருந்து படகை மீட்டு வந்திருக்கிறோம்; குழந்தைகளே, இந்தத் தேசத்தைப் பத்திரமாக வைத்துக் கொள்ளுங்கள்" போன்ற இந்திப் பாடல்கள் எங்களை உணர்ச்சிவசப் படுத்தின. அழ வைத்தன. பாரதியார் என்ற கவிஞரின் கவிதைகளைப் படித்து வளர்ந்தவர்களும் எங்களிடையே உண்டு. கவிஞர் இக்பாலின் "ஸாரே ஜஹான்ஸே அச்சா" பாடல் எல்லாப் பள்ளிகளிலும் ஒலித்தது. தாகூரின் "ஏக்லா சலோ", "அமார் ஜன்மபூமி" பாடல் களை மொழி பேதம் இல்லாமல் கற்றுக் கொண்டோம். 'காபூலிவாலா' படத்தில் தன் நாட்டை நினைத்துப் பாடுவான் ஒரு காபூலிவாலா. 'என் அருமை நாடே, உனக்கு என் இதயம் சமர்ப்பணம். நீதான் என் இச்சை. நீதான் என் கௌரவம். உன் திக்கிலிருந்து வரும் காற்றுக்கு என் சலாம். உன் உதயம்தான் எனக்கு அருமை. உன் மாலைகள்தான் எனக்கு வண்ணமயம்.' இந்தப் பாடலை நம் நாட்டுக்குப் பொருத்தி அழு திருக்கிறோம். மராட்டியர், கன்னடியர், தமிழர், தெலுங்கர், பஞ்சாபியர், அஸ்ஸாமியர் போன்ற அடையாளங்களும் எங்களுக்கு இருந்தன. ஆனால் சுதந்திரத்துக்குப் பின்பு வந்த ஆண்டுகளில் வளர்ந்த எங்கள் தலைமுறைக்கு நாடு என்பது ஒரு பெரிய விஷயமாக இருந்தது.

பாடல்கள் மட்டுமல்ல. வேறு ஒலிகளும் கேட்டன. பழமொழிகளாக, உரையாடல்களாக, அன்றாட வாழ்க்கை ஒலிகளாக. இந்த ஒலிகளும் பல மொழிகளில் செவியை நிறைத்தன. கேளேன் சிலவற்றை. மகளும் குப்பையும் வேகமாக வளரும்; பெண்ணும் பசுவும் இழுத்த இடம் போகும்; பெண்ணும் மண்ணும் அடிக்க அடிக்கச் செழிக்கும்; பெண் பெற்றுக் கற்பாள், ஆண் விற்றுக் கற்பான்; தலையில் ஒரு கூடை பாம்புபோல் மகள்; ஒழுகும் வீட்டையும் சண்டை போடும் மனைவியையும் விட்டுவிடு; பெண்ணின் ஒழுக்கம் கண்ணாடிப் பாத்திரம்போல; கணவன் அடித்தாலும், மழை அடித்தாலும் யாரிடம் புகார் சொல்ல?; எந்த மண்ணிலும் உட்காரலாம், எந்தப் பெண்ணுடனும் படுக்கலாம். சில சமயம், வீட்டில் வயதான பெண்கள் அல்லது வழிப் பயணத்தில் பயணிகள் சில பாடல்களைப் பாடுவார்கள். உழைப்பாளியின் பாடல்கள், ஒப்பாரிகள், தாலாட்டுகள். இவற்றில் பெண்கள் தங்கள் வாழ்க்கை அவலங்களைக் கூறுவார்கள். லட்சிய விண்ணில் பறந்த எங்களை இந்த ஒலிகள் மண்ணில் நிறுத்தின. சில பாடல்களை நான் புத்தகங்களில் படித்தேன். ஒரு பாடல் நினைவில் இருக்கிறது. ஒரு விதவை, அவள் பெண்ணாகப் பிறக்காமல், மரத்தில் ஒரு பூவாக மலர்ந்திருந்தால், சமூகத்துக்கு உபயோகமாக இருந்திருப்பாள் என்று கூறும் பாடல். அந்தப் பாடலின் உருவகம் என் மனத்தை விட்டு அகல மறுக்கிறது. தேசியப் பண்பாடு என்று வேறு ஒன்று இருந்தது. அதன் மையம் அன்னைதான். ஜீஜா மாதா போன்ற அன்னை. வீரப்பால் ஊட்டும் அன்னை, எங்களுக்கு முன்னால் பெண்கள் நாட்டுக்காக வீட்டைவிட்டு வெளியே வந்து உழைத்தாகிவிட்டது. அசாதாரணச் செயல்களைச் செய்தாகிவிட்டது. அதன்பின் வந்த நாங்கள் வீட்டைப் பேண வேண்டும். எங்கள் கடமை எங்கள் முந்தைய தலைமுறைப் பெண்களின் உழைப்பின் பலனை அனுபவிப்பது, வாயைத் திறக்காமல் சொல்வதைக் கேட்பது, எந்தக் கேள்வியும் எழுப்பாமல் இருப்பது என்று எங்களுக்குப் போதிக்கப்பட்டது. எங்கள் பொறுப்பு வீட்டை உருவாக்குவது, நல்ல குடும்பத்தை அமைப்பது, சமூகத்துக்கு உதவும் படிப்பைப் படிப்பது. எங்களுக்கான அறிவுரை தெளிவானது. அமைதியாக அமர்ந்திரு. இல்லாவிட்டால் படகு ஆட்டம் கண்டுவிடும்.

எங்கள் உடல் கனத்துப்போனது. நாங்கள் சுமக்க விரும்பாத கற்களை நாங்கள் பொதி சுமந்தோம். இதையெல்லாம் நான் பின்னோக்கிப் பார்க்கும்போது ஏற்படும் தெளிவில் கூறுகிறேன், ரோஷனி. ஆனால் அந்த வயதில் தெளிவும், குழப்பமுமாய்த்தான் இருந் தோம். ஆனால் நாங்கள் மௌனமாக இருக்கவில்லை. ஒரு பெங்காலிப் பழமொழி உண்டு தெரியுமா, பெண்ணின் நாக்கை யாரும் கட்டுப்படுத்த முடியா தென்று? அதன்படி நாங்கள் பேசுவதை நிறுத்தவில்லை. கவிதை, கதை, அரசியல், கட்டுரை, இசை, நடனம், ஓவியம் என்று பல வழிகளில் பேசினோம். உயர்கல்வி எங்களில் பலருக்கு இலக்காக இருந்தது. பல குடும்பப் புகைப்படங்களைப் பார்த்தால் பட்டமளிப்பு உடையில் கையில் பட்டத்தைச் சுருட்டி வைத்துக்கொண்டு ஒரு பெண் நிற்கும் புகைப்படம் இருக்கும். முகத்தில் திருப்தி இருக்கும். முகம் நிமிர்ந்து இருக்கும். கண்களில் நோக்கு இருக்கும். என்னுடையதும் அப்படி ஒரு புகைப்படம் உண்டு. இந்தப் புகைப்படம் எடுத்தவுடன், பட்டமளிப்பு உடையைக் கழற்றிவிட்டு, பிள்ளை வீட்டாருக்குக் காட்டவென்று இரண்டாம் புகைப்படம் எடுத்துக் கொள்வதும் உண்டு. நான் முன்பே கூறினேன் இல்லையா, பலவகை நிர்ப்பந்தங்கள் இருந்தன என்று? எளிதானவை அல்ல எதிர்கொள்ள. சுபத்ரா கத்ரே என்றொரு பெண், 'பெண்மையை ஒரு பாதுகாப்புப் பெட்டகத்தில் பூட்டிவிட்டு வெளி உலகில் உலவினால் எவ்வளவு நன்றாக இருக்கும்' என்று சொல்லிருக்கிறாள். அப்போதைய இஞ்சினியர் அவள். 'ஒரு தட்டெழுத்தாள ராக இருந்தேன் என்றால் வேலை கிடைப்பது சுலபமாக இருந்திருக்கும். இஞ்சினியர் ஆனதும் ஆண்களுக்கே உரிய இடத்தை நான் ஆக்கிரமிக்க முயலுவதுபோல் என்னைப் பார்த்தார்கள்' என்கிறாள் அவள்.

அறுபதுகளின் இறுதிவரை வீட்டிலும், எங்களைச் சுற்றி இருந்த குறுகிய சூழலிலும்தான் நாங்கள் சண்டை போட்டோம். எங்கள் வாழ்க்கையை மற்றவர் செலுத்தாத படி இருப்பதற்கான சண்டை. 1961இல் வரதட்சிணை எதிர்ப்புச் சட்டம் வந்தாயிற்று. பள்ளியிலும் கல்லூரி களிலும் இதுபற்றி விவாதித்தோம். அரசியல் கட்சிகளில் இருந்த பெண்மணிகளும் உண்டு. ஆனால் எழுபதுகளில் தான் பலதரப்பட்ட பெண்கள் கருத்தரங்குகளிலும், பயிலரங்குகளிலும், ஊர்வலங்களிலும், உரையாடல்

களிலும் இணைந்தோம். எங்கள் இயக்கத்துக்கான பாட்டுகளை எழுதினோம். பாடினோம். விலைவாசி உயர்வு, வரதட்சிணை, பலாத்காரம், குடும்ப வன்முறை, குடி, சுற்றுச் சூழல் துர்ப்பிரயோகம் இவற்றை எதிர்த்துக் குரலெழுப்பினோம். சேர்ந்தும் தனியாகவும் வேலை செய்தோம். வெற்றி பெற்றோம். தோல்வி கண்டோம். களப் பணியாளர்கள், கல்வியாளர்கள் என்று பிரிந்தோம் சில சமயம். ஆனால் ஒன்று எங்களுக்கு தெளிவாகத் தெரிந்தது. ஒரே உடற்கூறு இருப்பவர்கள் என்பதால் எங்கள் சிந்தனைகளும் ஒன்று போல இருக்க வேண்டும் என்று அவசியமில்லை. அரசியல் சூழல் எங்களில் சிலரை இந்த இயக்கப் பாதையில் ஏமாற்றமடைய விட்டது. சிலர் விலகிக்கொண்டனர். எங்களில் சிலர் தனிமைப்பட்டுப் போயினர். உரையாடல் தவிர்த்த ஓட்டுக்குள் அடைந்து கொண்டனர். ஒன்றை உணர்ந்து கொண்டோம். அடக்கம் பயில வேண்டும் என்பதை. உடன் பிறப்பு உணர்வு, அன்பு இவற்றை நாங்கள் கொண்டாடினாலும் எங்களுக்குள்ளும் பொறாமை, போட்டி, கர்வம், அலட்சியம், வெறுப்பு என்ற பல சாத்தான்கள் இருந்தன. சிலர் இதிலிருந்து அதீத சக்தியுடன் எழும்பி வந்தனர். யாரும் எந்தக் காட்டுக்கும் துரத்த முடியாத சீதைகளாய். தன் வாழ்வின் பாட்டைப் பாடியபடி தனிவழி நடக்கும் ருபையாக்களாய்.

ரோஷனி, ஒளியே, உனக்காக ஐம்பது ஆண்டுகளின் ஐயங்கள், கலகங்கள், சமர்கள், போராட்டங்கள் இவற்றைக் கோர்த்துத் தந்திருக்கிறேன். இது ஒரு பாடல்தான். உனக்காக ஒரு காவியம் எழுதும்போது — எழுதுவேன், ஒரு நாள் — எல்லாவற்றையும் விரிவாகக் கூறுவேன். இந்தப் பாட்டு முடிவடைந்துவிட்டது என்று நினைக்காதே. இனக் கலவரங்கள், சாதிச் சண்டைகள், மனிதர் இழிவு இவை எங்களைச் சோர்வடையச் செய்வது உண்மை. ஆனால் எங்கள் யுத்தம் தொடர்கிறது. நதிகள், மரங்கள், மிருகங்கள் இவற்றைக் காப்பாற்றக் குரல் எழுப்பியபடி இருக்கிறோம். முக்கியமாக மனிதர் களை. இந்தப் பாட்டில் எங்கள் மகிழ்ச்சி, பரிதவிப்பு, ஏமாற்றம், உற்சாகம் இவற்றின் எதிரொலிகள் உனக்குக் கேட்கும்.

கண்ணுறங்கு ரோஷனி. எழும்போது எங்கள் பாடலைக் கேட்டபடி எழு. நீயும், நானும் இன்னும் பலரும் இந்தப் பாட்டை முடிக்க வேண்டும்.

ஒரு பாட்டை ஆரம்பித்த பிறகு அதை முடிக்கவும் வேண்டும் என்று நாங்கள் நம்புகிறோம்.

இனி கடிதத்தைப் படி.

ஸுகீனாவின் மரணம் எப்படி நேர்ந்திருக்கும் என்று கணித்த உடனேயே வீட்டுக்குப் போனேன். நந்தினிக்காகக் காத்திருந்தேன். அவள் வந்ததும் செய்த விசாரணையில் அவள் என்ன பேசினாள் என்ற உண்மை வெளிப்பட்டது. உடனே வேலை செய்யும் பெண்களுக்கான தங்கு விடுதி நடத்தும் ஸுஸியுடன் தொலைபேசியில் தொடர்பு கொண்டேன். அங்கே தொடர்ந்து தங்க ஏற்பாடு செய்யும் வரை தங்க ஒரு விருந்தாளிகள் அறையை ஏற்பாடு செய்தேன். நந்தினியை ஒரு பெட்டியில் அவளுக்கான சில துணிமணிகளை எடுத்துக்கொள்ளச் சொன்னேன். மற்றவற்றை அவளுக்கு அனுப்ப ஏற்பாடு செய்வேன் என்றேன். வீட்டைவிட்டு வெளியேறச் சொன்னேன். அதிர்ச்சி அடைந்தாள். நான் வெளியேற ஏற்பாடு செய்து கொள்கிறேன் என்று நினைத்து, நாடகம் கலந்த ஒரு விடைபெறலுக்குத் தயாராக இருந்தாள் என்று நினைக்கிறேன். ஆத்திரம் கொண்டாள். "என் அப்பா வீட்டில் எனக்கு உரிமை இல்லையா?" என்றாள்.

"வீடு என் பெயரிலிருக்கிறது. உனக்கு எல்லா உரிமையும் எனக்குப் பிறகுதான்" என்றேன்.

போகும்போது, "உடம்பு முடியாமல்போய்ப் படுத்துக் கிடந்தால் நான் வருவேன் என்று எதிர்பார்க்காதே" என்றாள்.

"தனியாக வாழவும் தெரியும். தனியாகச் சாகவும் தெரியும். நீ போகலாம்" என்றேன்.

"நீயெல்லாம் ஒரு தாயா?" என்றாள்.

"நான்தான் சரியான தாய். மற்றவர்கள் தாய் என்ற பிரமையில் இருப்பவர்கள்" என்று சொல்லிக் கதவை மூடினேன்.

அவள் சாமான்களை அனுப்பிவிட்டேன் கணினி உட்பட. அதனால்தான் இங்கிருந்து உனக்குக் கடிதம்.

'ஜாக்ருதி' அலுவலகச் சாமான்களை இக்பால் மாமுவின் நண்பர் ஒருவரின் தொழிற்சாலைக் கிடங்கில் போட்டிருக்கிறேன். சன்னலே இல்லாத கிடங்கு. சூரிய ஒளியே படாத கிடங்கு. ரோஷ்னிபோல் நாம் படிப்பித்த சிறுமிகளில் ஒருத்தி, அடுத்த தலைமுறையில், கிடங்கைத் திறந்து

சூரியனின் கிரணங்களை அதில் பாய்ச்சலாம். காத்திருப்போம். அதுவரை வேறு வேலைகள் பெருங்கடலில் சேரும் சிறு துளிகளாய்.

அங்கே, அமேதியான ஒருபொழுதில் எனக்காக ஒரு பாட்டுப்பாடு. அடி ஆழம்வரைத் தாகம் என்று. எனக்குக் கேட்கும். இங்கிருந்து உனக்கு அனுப்புகிறேன் சில கண்ணீர்த் துளிகளை இத்துடன், பெற்றுக்கொள், வந்து சேர்ந்த விவரம் தெரிவி. செல்வி.

அனுப்பு என்று உத்தரவிட்டு, அனுப்பியாகிவிட்டது என்ற தகவல் வந்ததும் தகவல் வலைத் தொடர்பைத் துண்டித்தாள். எழுந்து ஸைபர் மையம் நடத்துபவரிடம் கட்டணம் செலுத்தினாள். கண்ணாடிக் கதவின் வெளியே சிறு மழை பெய்ய ஆரம்பித்திருந்தது.

"ஜுன் மாத முதல் மழை மேடம்" என்றார் ஸைபர் மைய ஆசாமி.

"ஆமாம்" என்றாள்.

வெளியே வந்து, வானை நோக்கி முகம் நிமிர்த்தி, தண்ணென்ற மழைத்துளிகளை முகத்தில் ஏற்றுக்கொண்டாள். அந்தக் கணத்தில் காலம் உறைந்து நின்றது.

காலச்சுவடு, ஜுலை - ஆகஸ்ட் 2002

பயணம் 4

பேருந்து கிளம்ப இன்னும் நேரமிருந்தது. ஒரு பொட்டலம் வேர்க்கடலை சாப்பிட்டாகிவிட்டது. அது செரிக்க இஞ்சி முரப்பாவும். ஓட்டுனர் வந்த பாடில்லை. மூன்று பேர் அமரும் இருக்கையில் பக்கத்தில் ஒரு கர்ப்பிணிப் பெண். ஐந்தாறு மாதம் இருக்கும்போலிருந்தது. கைகொள்ளா வளையல்கள். சிவப்பும், பச்சையும், மஞ்சளும், கருநீலமுமாய். கழுத்து நிறையச் சங்கிலி, தாலி, மாங்கா மாலை வகையறா. பக்கத்தில் ஒரு நடுத்தர வயதுப் பெண்மணி — அவள் தாயாக இருக்கலாம் — ஒரு சின்னத் துண்டினால் அவள் நெற்றி, தோள்பட்டை, கழுத்து மேலிருந்த வேர்வையைத் துடைத்துவிட்டபடி இருந்தாள். பறவையைத் தொடுவது போல் மென்மையாகத் தொட்டாள் பெண்ணை.

"இப்பிடி ஊத்துதே. வண்டி கெளம்பினாலும் காத்து அடிக்கும்" என்றபடி கையிலிருந்த தினசரியால் விசிறிவிட்டாள் பெண்ணுக்கு. கர்ப்பிணிப் பெண் எல்லா உபசாரங்களையும் ஏற்றுக்கொண்டாள் பெரு மிதத்துடன். கீழே நின்ற ஓர் ஆணையும் பார்த்துக் கொண்டாள். அடிக்கடி அவன் பங்குக்கு அவன் இளநீர், கடலை மிட்டாய், முறுக்கு, பழம் என்று கீழே நின்றபடி தந்தவாறிருந்தான்.

"வெரசா வந்துவிடு. நிக்க வேண்டாம்" என்று சொல்லியபடி கீழே நின்றான். கரணைகரணையாய் கையும் காலும். கல் மாதிரி உடம்பு.

"பாக்கியத்தண்ணி கிட்ட சொல்லியிருக்கேன் சாப்பாடு அனுப்பச்சொல்லி. சாப்பிட்டுக்கிடணும். வெய்யில்ல அலையாதய்யா. உனக்கு ஆவாது" என்று அவளும் அடிக்கடி சொன்னாள்.

ஒரு பத்து தடவைகளாவது இந்த உரையாடல் நடந்தது தொனி மாறாமல். ஆனால் ஒவ்வொரு தடவையும் வேறு வேறு அர்த்தங்களைப் பொதிந்துகொண்டு வந்தது போல் பட்டது. புளகம், செல்ல மிரட்டல், கொஞ்சல், சிரிப்பு, குழைவு, ஏக்கம், பிரிவுத்துயர் என்று பல வகைகளில் முக பாவங்கள் மாறியபடி இருந்தன.

"தம்பிய வேணா போகச் சொல்லேன். வெய்யில்ல நிக்குதே" என்று இடையிடையே தாயார்க்காரி சொன்னாள்.

ஓட்டுனர் உள்ளே குதித்து அமர்ந்தார். புறப்படுவதற்கான ஒலிகள் பிறந்தன. திடீரென்று கீழே நின்றவன் அழத் தொடங்கினான்.

"பத்திரமா போயிட்டு வா. உன்னைத் தேடும் எனக்கு" என்று கூறி விட்டு ஹக்ஹக்கென்று விக்கியபடி பெரிதாக அழுதான். முகத்தைத் திருப்பிச் சட்டையின் கையில் துடைத்தான்.

பெண் பதறினாள். "அழுவாதே. வந்திடுவேன். நான் வந்திடுவேன்" என்று பதட்டத்துடன் கூறினாள். அவன் மேலும் அழுதான். "வீடெல்லாம் வெறிச்சோன்னுட்டு..." என்று உடைந்து வந்தன சொற்கள். பெண் எழுந்து நின்று கொண்டாள்.

"ஆயா, நான் இங்கியே நின்னுக்கிடவா? நீ போயிட்டு வாரியா? இது இப்பிடிக் கலங்குதே..." என்று பரிதவித்தாள். கண்ணீரைத் துடைத்தபடி, "இல்லல்ல. ஓங்க சொந்தக்காரங்க வீட்டுக் கல்யாணம். நீ போயிட்டு வா. வெரசா வந்துடு" என்றான் அவன்.

பேருந்து நகர ஆரம்பித்தது. பெண் எம்பியபடி கைகளை வெளியே நீட்டினாள். அவனைத் தொடுவது போல. அவன் அவள் விரல்களைத் தொட்டுவிட்டு கைகளைத் தன் கன்னத்தில் மேல் வைத்துக்கொண்டான்.

"பத்திரமா போ கமலம்" என்று விட்டு உடைந்தான் மீண்டும்.

வண்டி வேகம் எடுத்துவிட்டது. 'பத்திரம்' 'வெய்யில்' 'சாப்பாடு' என்ற சொற்கள் காற்றில் கலந்து போயின. வண்டி நிறுத்தத்தை விட்டு பிரதான வீதிக்கு வந்ததும் தலையைத் திருப்பிப் பேருந்து நிறுத்தத்தின் பக்கம் பார்வையைச் செலுத்தியபோது அவன் நின்ற இடத்திலேயே நின்றுகொண்டு குலுங்கிக்கொண்டிருப்பது தோள்கள் உயர்ந்து தாழும் ஒலியில்லா உடலசைவாகத் தெரிந்தது. அந்தப் பெண்ணும் அதைப் பார்த்திருக்க வேண்டும்.

"அழுவது" என்று அறிவித்தாள்.

"பச்சப் புள்ள மாதிரிக்கா அது. பசி கூடத் தெரியாது அதுக்கு" என்றாள்.

"ஆமாமாம். கட்டி ஒரு வருசம் கூட ஆவலை. உன்னைக் கட்டறதுக்கு முன்னால பட்டினியாத்தான் கெடந்தானா? அவங்கப்பாவுக்கு ஒரே பையன். வீட்டு மனுசி போன பெறகு அவருதானே வளத்துவிட்டிருக்காரு. என்னவோ சொல்லுறா" என்று தாயார்க்காரி நொடித்துக் கொண்டாள்.

"உனக்கு ஒண்ணும் தெரியாது ஆயா. மாமனாருதான் மவனைக்கட்டி வெச்ச நாலாம் மாசமே தேசாடனம் போயிட்டாரே. அது தனியாத்தான் இருக்கும் வீட்டுலே. வீட்டுக் குள்ளற எது எப்பிடின்னுட்டு கட்டினவளுக்குத்தான் தெரியும்" என்று கண்கலங்கினாள் பெண்.

"ஆமா. ஊரில இல்லாத அதிசய புருசனாக்கும். நானும் நாலு பெத்தவதான். எனக்கே சொல்றியா?"

"அதிசய புருசன்தான்னுட்டு வெச்சிக்கயேன். தாலி கட்டுறதுக்கு முன்னால இன்னும் அரைப் பவுன் போடு, மோட்டார் சைக்கிள் குடுன்னு கேட்டாரே நீ என் தலையில கட்டப் பாத்த மாப்பிள்ள, அவனை விட இது ஒசத்திதான்."

"பழய கதைய ஏன் எடுக்கற இப்ப? ஒறங்கு நீ" என்று அவளை ஆசுவாசப்படுத்திவிட்டு அவள் தலையைத் தன் தோள் மேல் சாய்த்துக்கொண்டாள் பெண்ணின் தாய்.

சற்றே மேடிட்ட வயிற்றுடன், மஞ்சள் கட்டமிட்ட பச்சைக் கைத்தறிப் புடவையை வாகாக இடுப்பில் செருகிய படி, அடிக்கடி அசையும் போது வளையல்கள் எழுப்பிய சிலுஞ்சிலுங் ஓசையுடன் பெண் தாயின் தோளில் நன்றாகச் சாய்ந்தபடி உறங்கினாள்.

நாகர்கோவிலில் வண்டி நின்றதும் தாயையும் பெண்ணையும் வரவேற்க என்று சிலர் வந்திருந்தனர். ரோஜா வண்ணப் பாவாடையுடன், தலையின் இருபுறமும் பல நிறக்கற்கள் பொருத்திய பட்டாம்பூச்சி வடிவப் பில்லைகளைச் செருகிக் கொண்ட சின்னஞ்சிறு சிறுமி ஒன்று பெண்ணை "அத்தே" என்று கட்டிக் கொண்டது. கை வளையல்களைப் பார்த்து, "எனக்கும் வேணும்" என்றது. அப்போதுதான் முழு நிஜார் அணியத் தொடங்கியவன் போல் தோன்றிய பையன் ஒருவன் பெண்ணின் அருகில் வந்து நின்றுகொண்டான். எல்லோர் முகத்திலும் பரிவும், அன்பும், நிறைவும்.

O

நாகர்கோவில் வேலை முடிந்ததும் கன்னியாகுமரி பார்க்காமல் போகக்கூடாது என்று சொல்லி விட்டார் நண்பர். கன்னியாகுமரியில் திமிங்கிலம் திமிங்கிலமாய் அலைகள். காலை வந்து தொடும்போது மெத்தென்று பூனைக்குட்டியின் நக்கல்போல். ஆரஞ்சு வண்ணத்தைக் குழைத்துப் பூசிக்கொண்டு சூரியன். முழுக் கடலையும் தலையைத் திருப்பியபடியே பார்த்த போது, பார்வையின் வட்டத்தினுள் அவள் வந்தாள். பேருந்தில் வந்த கர்ப்பிணிப் பெண். உறவினர்களிடமிருந்து சற்றுத் தள்ளி அலையருகே நின்றுகொண்டிருந்தாள். கையில் மூடி போட்ட வட்டப் பாத்திரம் ஒன்று. கடலையே வெறித்தபடி நின்றவள் முகத்தில் ஒரு நெகிழ்ச்சி தெரிந்தது. பிள்ளையைப் பார்க்கும் தாயைப் போல். "ஜகதோத்தாரண ஆடிஸிதளு யசோதா" என்ற பாடலுக்கு ஆடும்போது பாலசரஸ்வதி தொட்டிலினுள் இருக்கும் மகவு கிருஷ்ணனைப் பார்ப்பது போல் செய்யும் பாவனையின் கனிவு முகமெல்லாம். கடலைப் பார்க்கிறாளா, ஏதாவது உருவெளித்தோற்றத்தைப் பார்க்கிறாளா அல்லது இரண்டையும் இணைத்துப் பார்க்கிறாளா என்று நினைக்கத்தோன்றியது. அவளைப் பார்த்துக் கொண்டிருக்கும் போதே 'சட்'டென்று தலையை இப்புறம் திருப்பிப் பார்த்து

ஒரு வினாடிக்குப் பின் அடையாளம் கண்டுகொண்டாள். சிரித்தபடி இப்புறம் வர ஆரம்பித்தாள்.

"கடலைப் பாக்கிறியா?"

"ஆமா. நான் பாத்ததில்ல இதுக்கு முன்னால. அலை என்னமா அடிக்குது! பாத்துட்டே இருக்கலாம் போல இருக்குது."

"கல்யாணம் எல்லாம் நல்லபடி நடந்துச்சா?"

"ம். எல்லாருமா இங்க வந்தோம். கௌம்பிடுவம் இப்போ."

"சீக்கிரம் போயிடுவ இல்லியா? பாவம், கண் கலங்கிட்டாரே உன் புருசன்..."

சிரித்தாள்.

"ஆமா, அழுதிட்டுது அது. பஞ்சு மாதிரி மனசுக்கா அதுக்கு" என்று சொல்லி நிறுத்திவிட்டு, மீண்டும் "பஞ்சு மனசு" என்றாள். கடலைப் பார்த்தாள்.

"வேற மாப்பிள்ளய பாத்தாங்க வீட்டுல. சர்க்கார் ஆபீசுல வேலை பாக்கறவரு. நல்லாத்தான் இருந்தாரு. ஐவுளி எடுக்கப்போகச் சொல்ல 'அவ பொடவை ரெண்டாயிரம். என் வேட்டி எட்டு நூறு தானா? ரெண்டு வேட்டி வேணும்' னாரு. 'என்னயிது, பச்சப்புள்ளயாட்டம் பேசறாரே'ன்னு எங்க ஊருலே சிரிச்சாங்க எல்லாம். அப்புறமா பாத்தா கதையே மாறிப்போச்சுது. தாலி கட்டறதுக்கு முன்னால, மோட்டார் பைக்கு இன்னும் ஒரு மாசத்துக்குள்ள வேணும், நகையில அரைப் பவுன் குறையுது அது இப்பவே போடணும் னுட்டு ஏகக் கலாட்டா. 'என் கழுத்துல இருக்குற சங்கிலியைக் களட்டித் தரவா'னுட்டு எங்கக்கா அத்தாேனாட தாவாங் கட்டையப் பிடிச்சுட்டுக் கெஞ்சுரா. எனக்கு ஒரு வெறி போல வந்திச்சுக்கா. விடுவிடுன்னுட்டு வெளில வெரசா வந்தேன். 'இந்த மாப்பிள்ள எனக்கு வேணாம். கட்ட மாட்டேன். நான் இப்ப இருக்கிறபடியே என்னிய கட்ட இங்க யாராவது ஆம்பிள்ள இருந்தா வாங்க' அப்பிடின்னு சொன்னேன். கொரலெல்லாம் நடுங்குது. தொண்டக்குழியில குத்துது. அசந்துட்டாங்க எல்லாம். 'என்ன திமிரு இப்படி பேச'ன்னுட்டு அவங்க ஒரு பக்கம், 'இப்படிச் சொல்ல

ஒரேயடியா கொட்டிட்டாளேன்னுட்டு எங்க வீட்டுக்காரங்க ஒரு பக்கம், 'இப்பவே இப்படி பேசுற பொண்ண யாரு கட்டுவாங்க?'ன்னுட்டு ஊர்க்காரங்க ஒரு பக்கம். அப்ப இதோட அய்யா இதைத் தோளுல கை போட்டு கூட்டிட்டு வந்தாருக்கா. பால் வடியுற மாதிரி மொகம். திம்முனு ஓடம்பு. லேசா சிரிச்சுட்டு வருது.

'என் மவன் இவன். படிச்சிருக்கான். என் தோட்டம் துரவு எல்லாம் இவன் மேற்பார்வையிலதான். வீட்டுல மனுசி இல்ல. நானா வளத்த பையன். பொண்ண கட்டிக்கச் சம்மதம். பொண்ணு விருப்பத்தக் கேளுங்க'ன்னாரு. மலச்சுப் போயி நிக்குறேன். எங்கய்யாவைப பாத்து சரின்னுட்டுத் தலைய ஆட்டுனேன். எந்திரிச்சுப்போன அந்த மாப்பிள்ள வீட்டுக்காரங்கள 'இருந்து சாப்பிட்டுட்டுத்தான் போவணும்'னு கும்பிட்டுச் சொன்னேன். அப்பிடி ஏறின தாலிக்கா இது. அப்பிடி ஒரு நல்ல மனசு அதுக்கு. புள்ள மனசு."

நிறுத்திவிட்டு, கடலைப் பார்த்தாள். பிறகு மெல்லச் சொன்னாள் கடலிடம் பேசுவது போல். "குழந்தைங்கன்னா உசுரு அதுக்கு. ஊர்ப்பிள்ளைக எல்லாம் இது கிட்டத்தான் வரும் எல்லாத்துக்கும். பட்டம் விட, பந்தாட, நாடகம் போட, கிரிக்கெட் விளையாட்டு பாக்கக் கூட்டிட்டுப்போவன்னுட்டு. அதுக்குப் போய் புள்ள பெறக்க வழியில்லேன்னுட்டாரு ஒரு பெரிய டாக்டரு. சின்னப்போ பொன்னுக்கு வீங்கி வந்தப்போ கவனமா இருக்காம போனதுல வளப்பம் இல்லாம போயிடுச்சாம். அதுக்குத் தெரியாது இது. தெரிஞ்சா செத்துடும்."

சற்று நேரம் பேருந்தில் சேர்ந்து பயணித்ததால் தன்னையே பிட்டுக் காட்டும் அவளுடைய சற்றே மேடிட்ட வயிற்றைப் பார்த்த போது, "இது அவங்க வீட்டுதுதான்" என்றாள்.

பல கோவில் குளங்களில் முங்கி எழும் ஒரு மனிதரின் உருவம் மனத்தில் எழும்பியது.

"அது கடலைப் பாத்ததில்ல. இந்தப் பாத்திரத்துல பிடிச்சுட்டுப் போனா, அங்க போய் அதுக்குக் காட்டுற மட்டும் அலை அடிக்குமா அக்கா?"

சிறு வட்டப் பாத்திரத்தில் ஓங்கி ஓங்கி எழும் அலைகளைப் பற்றிய கற்பனை தோன்றியது. அந்த மாலை ஒளியில் கடலுக்கருகே நின்று கொண்டிருந்த அவளும் கடலும் ஒன்றித் தெரிந்தனர்.

அவளை மெல்லத் தொட்டு, "ம்ஹூம், கடல் தண்ணிய பிடிச்சு வெச்சா அலை அடிக்காது" என்று மட்டும்தான் சொல்ல முடிந்தது.

உயிர்மை, ஜனவரி 2004

பயணம் 5

கடலை ஓட்டி ஓடும் ஒரு நல்ல பாதை சென்னையி லிருந்து பாண்டிச்சேரி வரை போடப்பட்டுள்ளது என்று கேட்டதுமே பாண்டிச்சேரி போகும் ஆசை வந்து விட்டது. பாரீஸில் வசிக்கும் இலங்கைத் தோழியும் உடனிருந்தாள். பிரெஞ்சு காலனி ஆதிக்கத்திலிருந்த பிரதேசம், அதைப் பார்க்கவேண்டும் என்றாள். பாண்டிச்சேரி என்னவோ தூர தேசம் போலவும் அங்கு போனவுடன் சிறகுகளைப் பூட்டிக்கொண்டு பறக்கலாம் என்பது போலவும் ஒரு பிரமை. பாண்டிச்சேரி போய் என்ன செய்ய வேண்டும் என்பதைப் பற்றிய திட்டங்கள் உருவாயின.

இலங்கைத் தோழி இலக்கியப் ப்ரியை. அதனால் அங்கு நடக்கவிருக்கும் இலக்கியக் கூட்டமொன்றுக்குப் போகலாம் என்றாள். காலையில் இலக்கியக் கூட்டம். அதன் பிறகு ஊர் சுற்றல். மாலை கடல். அதன் பின் ...

பின் மாலையில் என்ன செய்ய வேண்டும் என்பது பற்றி அதீத உற்சாகத்துடன் திட்டம் திட்டப்பட்டது. பாண்டிச்சேரி பிரெஞ்சுக்காரர்கள் இருந்த இடம். அங்கு கட்டாயம் 'பார்'கள் இருக்கும். அங்குள்ள பெண்களும் கட்டாயம் மதுவை ரசிப்பவர்களாக இருப்பார்கள். அங்கும் சுண்டல் தருவார்களா பெங்களூரில் உள்ள மதுக்கடைகள் போல என்று ஒரு கேள்வியை எழுப்பியதும் இலங்கைத் தோழி நெஞ்சைப் பிடித்துக் கொண்டாள், இதயத்தில் அதிர்ச்சி ஏற்பட்டவள் மாதிரி. சுண்டலா, சுண்டல் சாப்பிடவா

பாண்டிச்சேரி போகிறோம், சுண்டல் புத்தி இவளை விட்டுப் போகாதா, மீன், நண்டு, ரத்தப் பொறியல் என்றெல்லாம் நினைக்கத் தோன்றாதா என்று இலங்கைத் தமிழில் இவளை வசை பாடினாள். அவளைச் சாந்தப்படுத்தி பாண்டிச்சேரி யின் பின்மாலைக்கு இழுத்து வர வேண்டியிருந்தது. சாமி வந்து அடங்கியவள் போல் அவள் பெருமூச்சு விட்டபடி, கோபத்தை அடக்கிக்கொண்ட பின்னர் திட்டங்கள் வெகுவாக விஸ்தரிக்கப்பட்டன.

திட்ட அளவில் பாண்டிச்சேரி பயணம் பிரமாதமாக அமைந்துவிட்டது. அங்குள்ள 'பார்' ஒன்றில் அமர்ந்து வோட்கா பருகுவது போலவும், மாலை ஏறஏற உரையாடல், வாழ்க்கையில் ஏற்பட்ட இடறல்கள், காதல்கள், அதில் என்றும் உறைந்துள்ள இசை, இனிமை கூட்டும் தோழிகள், இலக்கியம் என்று விரிவது போலவும் பல கற்பனைகள். பாண்டிச்சேரி போவதற்கு முன்பே அங்கிருப்பது போல் ஓர் எண்ணம் மனத்தினுள்.

பாண்டிச்சேரி செல்ல ஏற்பாடு செய்த வாடகை வண்டி ஓட்டுனர் இலங்கைத் தோழிக்கும் அவளுக்கும் தமிழ் நாட்டின் கலாசாரத்தை அறிமுகப்படுத்தும் நல்லெண்ணமும் உற்சாகமும் பூண்டவராயிருந்தார். பெருமூச்சு, சிணுங்கல், சீட்டி இவற்றுடன் ஹிந்தியிலும் ஆங்கிலத்திலும் எழுதப்பட்ட இனிய தமிழ்ப் பாட்டு ஒலிப்பதிவுகளைப் போட ஆரம்பித்தார். பயணம் தொடங்கிய உடனேயே. இலங்கைத் தோழியும் அவளும் பராசக்தி, மனோகரா போன்றவற்றுடன் பள்ளிப் பருவத்தைக் கடந்தவர்கள். வீட்டிலுள்ள குழந்தைகளுக்கு "கண்ணே கண்மணியே" தாலாட்டை உருகியுருகிப் பாடியவர்கள். ஏ.எம். ராஜாவின் குரலிலும், "சிற்பி செதுக்காத பொற்சிலையே..." போன்ற பாடல் சோகங்களிலும் முங்கி எழுந்தவர்கள். ஓட்டுனரின் உற்சாகத்தைச் சற்றுத் தணித்துவிட்டு, கைப் பையில் எடுத்துச் சென்றிருந்த தெள்ளுத் தமிழ்ப் பாடல் களைப் போடுமாறு பணித்தபோது, ஓட்டுனரின் உற்சாகம் முற்றிலும் வடிந்துபோயிற்று. நீங்கள் பயணிகள், நான் உங்கள் ஓட்டுனர், அது மட்டுமே என்ற விரக்தி அவர் முகத்தில் கவிந்து கொண்டது. இடையிடையே எதிர் கண்ணாடியில் அவர்களைக் கற்கால மனுஷிகளைப் போல் பார்த்தபடி வண்டியை ஓட்டினார். பாட்டுடன் கூடிய இவர்களின் ஆனந்தப் பிளிறல்கள்கூட அவரை அசைக்கவில்லை. அந்தப் பாடல்களிலும் அவை உருவாக்கும் பிம்பங்களிலும் உள்ள மயக்கும் தன்மை பற்றி பேசியபடி, பாடியபடி, உரக்கச் சிரித்தபடி, ஆ ஓவென்று கூவியபடி வந்த அவர்களைப்

அம்பை ❈ 51 ❈

பாண்டிச்சேரியின் ஒரு பயணிகள் விடுதியில் இறக்கியபோது ஓட்டுனரின் முகத்தில் முற்றும் துறந்த ஞான ஒளி ஏறியிருந்தது.

இலக்கியக் கூட்டம் பல ஆண்டுகளுக்கு முன் மறைந்து போன ஒரு மாமேதை எழுத்தாளரை அலசுவதற்கான கூட்டம். அவர் எழுத்தின் ரகசியங்களைப் பற்றிப் பலர் பேசினர். உயர்ந்த எழுத்தை எழுதிய அவர், கெட்ட வார்த்தைகளை அடிக்கடி உதிர்த்தவண்ணம் இருப்பாரென்றும் பெண்கள் உள்ள கூட்டத்தில் அவற்றைக் கூற முடியாதென்றும் கூறினர். அந்தக் கெட்ட வார்த்தைகள் அந்தக் கூட்டத்தில் நடைபெற்ற பேச்சுக்களைப் பதிவு செய்த ஒலிநாடாவில் இடம் பெறாமல் போனது எவ்வளவு பெரிய சரித்திர இழப்பு என்றாள் இலங்கைத் தோழி.

மாலையில் கடலைப் பார்த்தபடி அமர்ந்திருந்தபோது, அவர்கள் ஊரைச் சுற்றிப் போனபோது 'பார்' எதுவும் கண்ணில் படவில்லையே என்ற பேச்சு எழுந்தது. வெகு நாளாகச் சந்திக்காத ஒரு பேராசிரிய நண்பர் அந்த ஊரில் இருப்பது நினைவுக்கு வந்தது. தொலைபேசியில் தொடர்பு கொண்டதும், அவர்களுடன் மாலையைக் கழிக்க மகிழ்ச்சியுடன் ஒப்புக்கொண்டார். அவர் வந்ததும், அங்கே கொஞ்ச நேரம் அமர்ந்து குடிக்க வசதியான "பார்" எங்கே இருக்கிறது என்று விசாரித்ததும் சற்றுப் பின்வாங்கினார். "நான் அங் கெல்லாம் போயி நிறைய நாளாயிட்டது. இப்ப நான் கெட்ட பழக்கங்கள்..." என்று சொல்ல ஆரம்பித்தவர் அவர்களைப் பார்த்துவிட்டு, "இப்ப நான் குடிக்கறதில்ல" என்று முடித்தார். அவர்களுடன் அமர்வதில் எந்த ஆட்சே பணையும் இல்லை என்றார். இடம் பற்றித்தான் விசாரிக்க வேண்டும் என்றார். விசாரிக்கலாம் என்று உறுதி அளித்தார். தெரு ஓரத்தில் நின்றுகொண்டிருந்த ஆட்டோக்காரரிடம் தன் விசாரிப்பைத் தொடங்கினார்.

"ஏம்பா, மரியாதப்பட்ட பொண்ணுங்க போற "பார்" எங்கேன்னு தெரியுமா?" என்றார் தணிந்த குரலில்.

மரியாதைப்பட்ட இவர்களைப் பார்த்த ஆட்டோக்காரர் உடனடியாக அவர்களை அழைத்துச் செல்லத் தயாரானார்.

ஆட்டோவில் ஏறியதும், "வெளியூரா?" என்றார்.

"நான் உள்ளூர்தான்" என்றார் பேராசிரியர்.

"நல்ல "பார்" இருக்கு சார். வெளியூர்ப் பொண்ணுங்க தான் சார் அங்க" என்றுவிட்டு அவர்களைப் பார்த்து நட்புடன் புன்னகைத்தார்.

சற்று இருண்டு கிடந்த வீதியில் இருந்த ஹோட்டல் ஒன்றின் முன் நிறுத்தினார்.

விசாரித்து வர அவள் இறங்கி உள்ளே போனதும் ஹோட்டல் சொந்தக்காரர் நட்புடன் வரவேற்றார்.

"வாங்கம்மா. வெளியூரா?" என்றார்.

தலையை ஆட்டிவிட்டு, "இங்க "பார்" இருக்கா?" என்று கேட்டாள்.

"இருக்கும்மா" என்றார்.

"உக்காந்து குடிக்க இடம் இருக்குல்ல?"

"இல்லாமயா? எத்தினி 'அவரு'ம்மா? ஒன் அவரா இல்ல டீ அவரா? ஒரு 'அவரு'க்கு இத்தினின்னு கணக்கும்மா. இப்ப காலியாயிடும் ரூம். கிராக்கி எங்கம்மா? ஆட்டோலயே விட்டுட்டு வந்திட்டீங்களா? அவரும் வெளியூரா?"

மடமடவென்று வெளியே வந்து, "போகலாம். இது "பார்" இல்ல. வேற மாதிரியான இடம்" என்றாள்.

"அய்யய்யோ" என்றார் பேராசிரியர். "இந்த மாதிரி இடத்துக்கு எல்லாம் வந்து எனக்குப் பழக்கமில்ல."

"ஏதோ நாங்க தினம் வர மாதிரி பேசறீங்களே?"

அந்தப் பக்கம் வந்த ஓர் இளைஞன் அவரைப் பார்த்து, "குட் ஈவினிங் சார்" என்றான்.

"குட் ஈவினிங், குட் ஈவினிங். தெரிஞ்சவங்க இவங்க. நான் வீட்டுக்குப் போயிட்டே இருக்கேன்" என்ற தவித்தார் பேராசிரியர். ஆட்டோவில் பாய்ந்து அமர்ந்து, "கிளம்புப்பா" என்றார். வேறு ஆட்டோ பிடித்து பயண விடுதிக்கு வந்ததும் இலங்கைத் தோழி பேராசிரியரை, மாமேதை எழுத்தாளர் உபயோகித்த கெட்ட வார்த்தைகள் பதிவு செய்யப்படாமல் போய்விட்டதால், அவளுக்குத் தெரிந்த கெட்ட வார்த்தை களில் திட்டினாள்.

அம்பை

இரவு சீக்கிரம் சாப்பிட்டுவிட்டு காலையில் போய்ச் சேரலாம் என்று தீர்மானித்து வெளியே வந்ததும் அவர் கண்ணில் பட்டார். இலக்கியக் கூட்டத்தில் ஓர் ஓரமாக அமைதியாக அமர்ந்திருந்த ஒரு பெரியவர். டீ குடிக்கும் போதும், சாப்பிடும்போதும் அவர்களைப் பார்த்துப் புன்னகைத்து இரண்டொரு வார்த்தைகள் பேசியவர். அவர்களைப் பார்த்து வணக்கம் கூறினார்.

"சாப்பிடப் போறீங்களா?" என்று அவர் விசாரித்ததும் தான் தாமதம் இருவரும் பாண்டிசேரி கனவுகள் சிதைந்ததைக் கூற ஆரம்பித்தனர்.

"அடடா. என் கிட்ட ஒரு வார்த்தை கேட்டிருக்கலாமே? வாங்க. நம்ம வீட்டுக்குப் போகலாம்" என்றுவிட்டு ஆட்டோ ஒன்றை நிறுத்தி அவர்களுடன் ஏறிக்கொண்டார்.

வீட்டை அடைந்ததும் அறுபத்தைந்து வயது மதிக்கத்தக்க ஓர் அம்மாள் கதவைத் திறந்து முகம் மலர்ந்து வரவேற்றாள். "கோமதி அம்மாள். என் கிநேகிதி" என்று அறிமுகப்படுத்தினார். "டிரிங்க்ஸ் எடுக்கணுமாம். ஊர் புதிசு. அலைஞ்சிருக்காங்க" என்றார்.

"உக்காருங்க. வைன் குடிப்பீங்களா? இப்பத்தான் என் மக பாரீசுலேருந்து கொண்டிட்டு வந்தது. வேற ஏதாவது வேணுமா? வோட்கா இருக்கு" என்று கேட்டாள் கோமதி அம்மாள்.

அவள் வைனும் இலங்கைத் தோழி வோட்காவும் என்று தீர்மானித்தவுடன், உள்ளே போய் இரண்டு உருண்டை வடிவ வைன் கண்ணாடிக் கோப்பைகளையும், ஒரு நீள் கிளாஸையும் எடுத்து வந்து முக்காலியில் வைத்தாள். இன்னொரு சிறிய கிளாஸ் ஒன்றையும் வைத்துவிட்டு, "அவரு குடிக்க மாட்டாரு" என்று அறிவித்தாள். "இன்னிக்கு வீட்டுல நண்டுப் பொறியல் ஆக்கியிருக்கேன். மீன் குழம்பு. சோறு இருக்கு. இங்கயே சாப்பிட்டுட்டுப் போகலாம்" என்றாள்.

பெரியவர் வறுத்த கடலை, வறுவல் இவற்றைத் தட்டில் கொண்டு வந்தார். கோமதி அம்மாளின் சாயல் கொண்ட பெண்கள், பிள்ளை, அவர்கள் கையில் சிறு குழந்தைகள் என்று வரவேற்பறையில் பல புகைப்படங்கள் இருந்தன. மாலை போட்ட ஒரு பெரியவரின் படமும் இருந்தது.

கோமதி அம்மாள் வைன் புட்டியை லாவகமாகத் திறந்து கோப்பைகளில் ஊற்றினாள். வோட்காவை அளந்து கிளாஸில் ஊற்றி, ஆரஞ்சுச் சாற்றையும் ஊற்றி, ஐஸ் துண்டு களை அதில் போட்டுக் கலக்கி, இலங்கைத் தோழிக்குத் தந்தாள். வைன் கோப்பை ஒன்றை அவளுக்குத் தந்து தானும் ஒன்றை எடுத்துக்கொண்டாள். வெறும் பழச்சாறு இருந்த கிளாஸைப் பெரியவரிடம் நீட்டினாள்.

கோப்பைகளை உயர்த்தி இந்த இனிய, வித்தியாசமான மாலையை வரவேற்றனர். வைன் தொண்டையில் இதமாக இறங்கியது. கோமதி அம்மாளைப் பார்த்து "சிநேகிதினுட்டுச் சொன்னாரே?" என்று ஆரம்பித்தாள்.

"ஆமா. இவரு எங்க கிராமத்தைச் சேர்ந்தவரு. எங்க வீட்டுலதான் எப்பவும் வரது போறதுன்னுட்டு இருந்தாரு. பக்கத்துப்பக்கத்துத் தெருவுல வீடு. ரெண்டு பேரும் ஒரே பள்ளிக்கூடத்துலதான் படிச்சோம். அவரு ரெண்டு வகுப்பு மேல" என்று கோமதி அம்மாள் கூறினாள். அவரைப் பார்த்துப் பிரியத்துடன் சிரித்தாள்.

"இவங்களுக்காகத்தான் சிகரெட்டு, குடி, இறைச்சி எல்லாத்தையும் விட்டது. இவங்கென்னவோ மாறிப்போயிட் டாங்க. நான் மாற முடியுமா?" என்றுவிட்டு, பெரியவர் சிரித்தார்.

"ஆமா. புதிர் போடுங்க. அவங்களுக்கு எப்படிப் புரியும்?" என்றாள் கோமதி அம்மாள்.

நாற்காலியைச் சற்று முன்னே தள்ளி, சௌகரியமாக அமர்ந்து கொண்டு கூறலானார் பெரியவர்.

"சின்னக் கிராமம் எங்களுது. திருநெல்வேலி பக்கம். அவங்க வீட்டுக்கும் எங்க வீட்டுக்கும் நல்ல போக்குவரத்து உண்டு. பள்ளிக்கூடத்துக்கு நாங்க அஞ்சாறு பேருதான் சேர்ந்து போவோம். எப்பன்னுட்டுத் தெரியல. ஒரு பிரியம் விழுந்து போச்சு. ஒரு நாள் மத்த பசங்க கூட என்ன பெட்டிக்கடை வாசல்ல பாத்துட்டு, சிகரெட்டு பிடிக்கத்தான் நிக்கறேன்னு நெனச்சுக்கிட்டு மூணு நாள் பேசல. இல்லன்னா நம்பல. சிகரெட்டு பிடிக்க மாட்டேன்னு சத்தியம் பண்ணினேன். 'அதுக்கும் மேல போய் குடிக்க மாட்டேன், இறைச்சி சாப்பிட மாட்டேன்னு கூடுதலா சத்தியம் செய்துட்டேன். பத்தொம்பது வயது வேகத்துல. இன்னிவரிக்கும் சாப்பிடல.'

"ஆசைப்பட்டோம். ஆனா எணைய முடியல. வேறவேற சாதி. வசதியும் அவங்களுக்குப் பத்தாது. எங்க வீட்டுலதான் அவரைப் படிக்க வெச்சிட்டிருந்தாங்க. எனக்கு மாப்பிள்ள பாக்க ஆரம்பிச்சபோது அவருகிட்ட போயி கெஞ்சினேன் ஓடிப்போகலாமின்னுட்டு. 'ரெண்டு பேத்துக்கும் வயசு பத்தாது. எங்க போயி எப்பிடி வாழறது'ன்னுட்டு கேட்டாரு. அழுதோம். அப்பிடி அழுதோம். என் கல்யாணம் நடந்தது. அவரும் எங்க ஊர்ப்பொண்ணு, என் வகுப்புல, என்னோடு படிச்ச பொண்ணையே கட்டினாரு. ஒரு நாளு கெழமை, விசேஷம்னா பாத்துப்போம். பேசிக்குவோம்."

மீண்டும் வைன் கோப்பைகளை நிரப்பினாள். வோட்கா இன்னொரு முறை ஊற்றி சாற்றுடன் கலந்து தந்தாள்.

"மூணு வருஷத்துக்கு முன்னால எங்க வீட்டுக்காரர் போய்ச் சேர்ந்துட்டார். பிள்ளங்க எல்லாம் வெளிநாட்டுல. இவரும், இவங்க வீட்டம்மாவும் வந்திருந்தாங்க சாவு விசாரிக்க. ஒரு மாசம் பொறுத்து நான் இவருக்கு எழுதினேன் — "நீங்க சொன்னத மதிச்சு வாழ்ந்துட்டேன். இப்பவாவது என்னிய சேர்த்துக்குங்"ன்னுட்டு. வந்தாரு. மாசத்துக்கு ரெண்டு தடவை வருவாரு. போவாரு. அவங்க வீட்டுலயும் ஏன் போறீங்க, என்னான்னுட்டு கேக்கறதில்ல. என்னப் பாக்குறபோதும் கேக்கறதில்ல. என்ன இருந்தாலும் என் கூடப் படிச்ச மனுசி இல்லியா அவ? என் சிநேகிதி இல்லயா?"

கோமதி அம்மாளின் கண்கள் சற்றுக் கலங்கின.

"எனஞ்சுட்டம் இல்ல? ஏன் கலங்குற?" என்று பெரியவர் எழுந்து வந்து கோமதி அம்மாளின் தோளில் தட்டித்தந்தார். தன் தோளில் இருந்த அவர் கை மீது தலையைச் சாய்த்துக் கன்னத்தை வைத்துக்கொண்டாள் கோமதி அம்மாள்.

"சாப்பிடலாமா?" என்றார்.

"நல்ல வேளை இவங்க வந்தாங்க, எனக்குத் தொணையா மீன் சாப்பிட" என்றாள் கோமதி அம்மாள்.

"என்ன செய்யறது? வாக்குக் குடுத்துட்டன் இல்ல?" என்றுவிட்டுச் சிரித்தார்.

மீன் குழம்பு, நண்டு, அவரைக்காய் குழம்பு, வெண்டைக் காய் பொறியல், அப்பளம், வடகம், கோமதி அம்மாள் அவசரமாகச் செய்த சேமியா பாயசம் என்று சாப்பாடு நடந்தது.

பெரியவர் பயண விடுதியில் இவர்களைக் கொண்டு விட்டார்.

விளக்கை அணைத்துவிட்டுப் படுக்கப்போன போது, நரம்புகள் புடைத்த, முதுமை ஏறிய ஒரு கை மீது வைக்கப் பட்ட ஒரு சுருக்கம் விழுந்த கன்னம் மனத்தின் மேல் தளத்தில் இருந்தது இருவருக்கும். திரும்ப வரும்போது வண்டியில் பாட்டு எதுவும் போடவில்லை. மனத்தில் ஒரு பாட்டு இருந்தது. ஜிக்கியின் சன்னமான, கீச்சுக் குரலில்.

உயிர்மை, ஜனவரி 2004

கூடத்தில் துள்ளிய கன்றுக்குட்டி

தண்ணென்றிருந்தது. எச்சில் முத்தம் போல...

O

அமெரிக்காவில் கதிருடன் தொடர்பு கொள்வது அவ்வளவு கடினமாக இருக்கவில்லை. கடந்த ஆண்டு தான் உதயனின் அகால மரணத்துக்குப்பின் அவன் ஒரு நீண்ட கடிதம் எழுதியிருந்தான் அவளுக்கு. இருபத்து நாலு ஆண்டுகளுக்குப் பின். அவன் மரணத்தோடு தனக்குள்ளும் ஏதோ ஒன்று மரித்துவிட்டதாக எழுதி யிருந்தான்.

உதயனின் எல்லா செயல்களிலும் ஒருவித வெறுப்பு இழையோடும். நவரசங்களில் பீபத்ஸ ரசத்தின் நாயகன் அவன் என்று அவள் கேலி செய்ததுண்டு அவனை. அவன் தம்பி ஒருவன் எந்தவிதக் காரணமும் கூறாமல் தன்னை மாய்த்துக் கொண்டான். உதயனுடன் பல ஆண்டுகளாக அவனுக்குப் பேச்சுவார்த்தை இல்லை. ஏதோ ஓர் இடுக்குச் சந்தில் ஒற்றை அறையில் இன்னும் நாலுபேர்களுடன் இருந்தான் அவன். தூக்குப் போட்டுக் கொள்ள கயிறு கூட இல்லை வீட்டில். கூரையும் உயரமில்லை. தம்பியோ ஆறடி இரண்டங்குல உயரம். வேட்டியால் கழுத்தை இறுக்கிக்கொண்டு மிகவும் சிரமப்பட்டு மரித்திருந்தான். அது பற்றி உதயன் கதிருக்கு எழுதியது பற்றி நினைவுகூர்ந்திருந்தான்

கதிர் அந்தக் கடிதத்தில். "குடும்பத்தை விட்டு விலகியே இருந்த தம்பியின் உடலைப் பெற்று வர குடும்பம் என்னை அனுப்பியது. கிளம்பும் முன் என் தங்கை, 'போன மாசம்தான் திடீர்னு வந்து என்கிட்ட கடன் கேட்டான். காஸ் அடுப்பு வாங்கணும்னான். அந்த காஸ் அடுப்பு அங்க ரூம்ல இருந்தா எடுத்துட்டு வா' என்றாள் என்னிடம். தம்பியின் உடலையும், மறக்காமல் காஸ் அடுப்பையும் ஒரு டாக்ஸியில் கொண்டு வந்து சேர்த்தேன். என் தங்கைக்கு அது ஒரு குதூகல தினமாக இருந்திருக்கும் என்று நம்புகிறேன்." என்று எழுதியிருந்தான் உதயன்.

முற்றிலும் அந்நியப்பட்டுப்போனவன் உதயன் என்று எழுதியிருந்தான் கதிர். அந்நியப்படுதல் நம் வாழ்க்கையில் வேண்டுமானால் ஒரு கட்டம். ஆனால் உதயனின் வாழ்க்கையே அது என்று எழுதியிருந்தான்.

கதிருடன் தொடர்பு கொண்டபோது அந்தக் கடிதம் தான் நினைவுக்கு வந்தது. கையால் எழுதிய கடிதம். அதில் குறிப்பிட்டிருந்த தொலைபேசி எண்ணுடன் தொடர்புகொண்ட போது, கதிர்தான் மறுமுனையில் பேசினான். வாயிலிருந்து வெளிப்பட்ட முதல் வாக்கியமே உதயன் பற்றியதாக இருந்தது. ஓராண்டு கடந்துவிட்டது என்ற நினைவே இல்லை. "உதயன் நெனப்பு வந்துட்டே இருக்கு கதிர்" என்றாள். "எனக்கும்" என்றான். "நாம் எல்லோரும் சேர்ந்து இருந்த ஆண்டுகளின் மிக நீண்ட இழை ஒன்று அவன் கையில் இருந்தது. அவன் சாவு அதைப் பட்டென்று முறித்துவிட்டது. திடீரென்று வேகமாக இழுபட்டு அந்த ஆண்டுகளின் மேல் போய் விழுந்தேன்" என்றான் ஆங்கிலத்தில். அதன்பின் மௌனம்.

அமெரிக்காவில் தொலைபேசியில் மௌனம் சாதிக்க முடியாது. ஆனால் இருபத்தைந்து ஆண்டுகளுக்குப் பின் பேச நிறைய மௌனம் தேவைப்பட்டது அந்த ஆரம்ப உரையாடலுக்குப் பின். நினைவுகூரலின் வேகம் அதிகம். சொல்லுக்கு அந்த வேகம் இல்லை.

ஒரு வங்கியின் உயர் அதிகாரிக்கு காலத்தை உறையவிட நேரம் இருக்காது.

"அப்புறம்? அப்புறம்?" என்று அவசரப்படுத்தினான்.

அதன் பிறகு சந்திப்பதற்கான நேரம், காலம் குறிக்கப்பட்டது.

○

எழுபதுகளின் ஆரம்பம். மளமளவென்று சில உறவுகள் முறிந்த காலம். ஓர் உறவு ஆறாண்டு உறவு. திருமணமானவர். மனைவியின் உடல்நிலை சரியில்லை, அவர் அறிவுஜீவித் தாகம் அவரை வாட்டுகிறது, தனிமையின் சோகம் என்று அவர் விரித்த கதைவலையில் சுலபமாக விழுந்தாள். ஆறாண்டாயிற்று வலையைக் கிழிக்க. கிழித்தது ஒரு குட்டி எலி. வலையையே அறியாமல் மயங்கிக் கிடந்த அவளை, வெளியே கொண்டுவந்த சாதுர்யமான எலி. ஒல்லியான தேகமும், நீண்ட முகமும் கொண்ட அவனை எலி என்றுதான் கூப்பிட்டாள். "நான் எலி என்றால் நீ பூனை. என்னை வாயில் கவ்வியபடி அலையும் பூனை" என்பான். எலியை விழுங்க முடியவில்லை. அது விழுங்க விடவில்லை. ஒரு நாள் வாயைத் திறந்ததும் பாய்ந்தோடியது தன் வளைக்கு.

சேதம் ஏற்படுத்தாத உறவுகள். ஆறாண்டு உறவில் சங்கீதத்தின் பல இறக்கைகள் விரிந்தன. பேகம் அக்தரின் கஜல்கள் ஈர்க்கத் துவங்கின. ஒற்றை வரியை வைத்துக் கொண்டு உலகத்தையே உருவாக்கும் பீம்சென் ஜோஷி அவள் வீட்டில் நிரந்தரமாகக் குடிபுகுந்தார். ஆழ்வார்களும் சிவனடியார்களும் மனத்தினுள் சப்பணமிட்டு அமர்ந்து கொண்டனர். ஈராண்டு உறவு வேறுவகைப்பட்டது. ஜாஸ் இசை, பீட்டில்ஸ், ஜோன் பேயஸ், பாப் டிலன் இவர்களின் உலகத்தைச் சேர்ந்த உறவு. கஞ்சாவை அறிமுகப்படுத்திய உறவு. கஞ்சாவின் இதமான மயக்கத்தில் இரவு இரண்டு மணிக்கு லூயி ஆர்ம்ஸ்ட்ராங்கின் ட்ரம்பெட் இசை வெள்ளைப் புகையாய் எழுந்து மேலே கவிவதுபோல் உணர்ந்தது அதன் உச்சகட்ட அனுபவம்.

ஒரு பயிற்சிக்காக ஓராண்டு ஜம்ஷெட்பூரிலிருந்து சென்னை வந்திருந்தாள். பூந்தமல்லித் தெருவில் இருந்த வேலை பார்க்கும் பெண்கள் விடுதிக்குப் போகும் முன் ஒரு நண்பர் வீட்டில் தங்கியிருந்தாள். காலையில்தான் வந்திருந்தாள். அன்று மாலையே உதயனைச் சந்தித்து விட்டாள். அழைப்பு மணி அடித்ததும் இவள்தான் கதவைத் திறந்தாள். வெளியே ஒரு கையில் ஒரு பெரிய புடலங்காயைத் தொங்கவிட்டபடி நின்றான் உதயன். புடலங்காயை உயர்த்திப் பிடித்து இடமும் வலமும் ஆட்டியபடி, "இன்றைக்கு இந்த வீட்டில் லிங்க பூசைச் சமையல்" என்று ஆங்கிலத்தில் உரக்க அறிவித்தான். நண்பரும் மனைவியும் சிரித்தபடி, அவன் பேச்சைப் பொருட்படுத்த வேண்டாம் என்றனர்.

மறுநாள் தி.நகரில் உள்ள தன் அறைக்குச் சாப்பிட வரச் சொன்னான்.

ஒரு பெரிய வீட்டின் பின்னால் ஒரு சின்னஞ் சிறிய, ஓடு வேய்ந்த அறை. நிறையப் புத்தகங்கள். அவன் ஒரு குறிப்பிட்ட வேலையில் இல்லை. வேலையும் செய்தான் செய்யாமலும் இருந்தான். சாம்பார், பொறியல், அப்பளம் என்று விருந்து. முடிந்ததும், "நானும் என் நண்பர்களுமா ஒரு பத்திரிகை ஆரம்பிச்சிருக்கோம். அவங்களைச் சந்திக்கப் போகணும்" என்றான்.

"நானும் வரவா?" என்றாள்.

அவள் அணிந்திருந்த கையில்லா ரவிக்கையை அப்போது தான் பார்ப்பதுபோல் பார்த்தான். "பார்க்கலாம். அவங்க வீட்டுலே பெரியவங்க கொஞ்சம் அந்தக் காலப் பேர்வழிங்க. உன்னை உள்ளே விடுவாங்களான்னு தெரியலை. நண்பர் களும் என்ன சொல்லுவாங்களோ? பார்க்கலாம்" என்றான்.

வீட்டு மதிலுக்கு வெளியே அவளை நிற்க வைத்துவிட்டு உள்ளே போனான். அது கதிரின் வீடு.

கதிர் உடனே வெளியே வந்து அவளை உள்ளே அழைத்தான்.

உதயனைக் கடிந்து கொண்டான்.

முன்வாசல் அறை கதிருடையது. பத்திரிகை அட்டையின் பலவகை வடிவமைப்புகள் மேசையின் மேல் கிடந்தன. பத்திரிகையின் பெயர் 'தேடல்' என்பது சிரமப்பட்டுத்தான் தெரிந்துகொள்ள முடிந்தது. எழுத்துக்கள் அங்கும் இங்குமாய் அலைந்தபடி இருந்தன.

"எப்பிடி இருக்கு?" என்று கேட்டான் கதிர்.

"குடிச்சுட்டுத் தள்ளாடறது போல இருக்கு" என்றாள்.

"எங்கேயிருந்து இவளைக் கூட்டிட்டு வந்தே?" என்று உதயனிடம் கதிர் கேட்க, சிரிப்பு.

○

காஞ்சிபுரத்தில் அன்று இரவு அமுதன் வீட்டுத் திண்ணையில் வெகு நேரம் அமர்ந்திருந்தனர். அரங்கண்ணல் அவன் வீட்டுக்குப் போய்விட்டான். மற்ற வீடுகளில் விளக்கணைத் தாயிற்று. வீடுகளிலிருந்து எழும் சில ஒலிகள், எப்போதாவது ஒலிக்கும் வாகன ஒலிகள் மட்டும் அவ்வப்போது கேட்டது.

'தேடல்' வருவது நின்று போய் சிலகாலம் ஆகியிருந்தது. முறிந்தும் முறியாமலும், கட்டியும் கட்டாமலும், ஒழுங்காகவும் ஒழுங்கில்லாமலும், எந்தவகையிலும் விளக்க முடியாத ஒரு கையறு நிலை. எத்தனை முறை சொற்களில் கோர்த் தாலும் மீண்டும்மீண்டும் சிதறிவிடும் உணர்வுகள். அவரவர் மௌனத்தில் அவரவர் கரைந்தபடி இருந்தனர்.

O

அவள் தங்கியிருந்த இடத்துக்கு வந்தான் கதிர் அவளை அழைத்துப் போக. முகம் சற்று இறுகிப்போனது போல் தோன்றியது. கண்கள் வறண்டிருந்தன. அதில் பழைய கவிதை ஈரத்தைக் காண முயன்றாள்.

"என்ன பார்க்கறே?"

"நீ மாறிட்டயான்னு பார்க்கறேன்."

"மாறியிருக்கனா?"

"அப்படித்தான் தோணுது."

"இது எலி ஓட்ட வாழ்க்கை. மாறாம முடியாது. மேற் போக்கான மாற்றம்தான். பயப்படாதே."

"எங்க போறோம் சாப்பிட?"

"வீட்டுக்குத்தான்."

"அதுல சிரமம் எதுவும் இல்லையே?"

"என்ன சிரமம்? ஏற்கனவே பதப்படுத்தின உணவை மைக்ரோவேவ் அவன்ல சுடப்படுத்தித் தரணும். அவ்வளவு தான்."

"சமைக்கறதில்லையா?"

"சனி, ஞாயிறுலதான் சமையல். நேரம் இருக்கறதில்ல."

"ஷர்லிக்கு ஆபீஸ் உண்டா இன்னிக்கு?"

"ஷர்லி இல்ல. ஆபீஸ் வேலயா கலிபோர்னியா போயிருக்கிறா."

"பசங்க?"

"அவங்க இல்லாமயா? அப்பாவோட தோழியப் பார்க்க ஆவலா இருக்காங்க." சிரித்தான்.

"ஏன்?"

"பசங்கன்னியே, அதுக்கு. பையனுக்கு இருபது வயசு. சிரக்யூஸ்ல படிக்கறான். இங்க ஒரு வாரம் வந்திருக்கான். என் தோஸ்து அவன். பொண்ணுக்குப் பதினெட்டு வயசு. இங்கயே காலேஜுக்குப் போறா."

"தமிழ் பேசறாங்களா?"

"எங்க தமிழ் பேச முடியும்? ஷர்லியோட தமிழ் பேச முடியாது. இங்லீஷ்தான். அமெரிக்க இங்லீஷ்."

"நீ யாரோட பின்ன தமிழ் பேசுறே?"

"கனவுல தமிழ் வருது. போன வருஷம் திடீர்னு சில கவிதைகள் எழுதினேன்."

"கவிதைகளா? நீயா?"

சிரித்தாள்.

அவனும் சிரித்தான்.

O

ஆரம்பத்தில் மைக்ரோஸ்கோப்பில் வைத்துப் பார்ப்பது போல் அவள் ஒவ்வொரு சொல்லையும், செயலையும் உன்னிப்பாகப் பார்த்து விமர்சித்தனர். உதயனின் நக்கல்கள் ஒரு பக்கம். கதிரின் பகுப்பாய்வு இன்னொரு பக்கம். இன்னும் இருவர் இருந்தனர். காஞ்சிபுரத்துக்காரர்கள். மார்க்ஸீய-லெனினிய கோட்பாடுகளைக் கரைத்துக் குடித்தவர்கள். 'தேடலி'ன் கோட்பாட்டுத் தளத்தை ஒருபுறம் தாங்கி நின்றவர்கள். தங்கள் உண்மைப் பெயர்களைத் தவிர்த்து, அரங்கண்ணல், அமுதன் என்று தங்களுக்குப் பெயர் சூட்டிக்கொண்டவர்கள். நால்வரையும் புத்தகங்கள் பிணைத்துப் போட்டிருந்தன. ரங்கநாதன் தெரு நெரிசலிலும் ஏதோ தனித் தீவில் நடப்பதுபோல் நடந்தபடி, காமு, ஸார்த்ர, பாப்லோ நெருடா என்று பேச்சு நடக்கும். தி.ஜானகி ராமன், இந்திரா பார்த்தசாரதி, மௌனி, அசோகமித்திரன் என்று விவாதங்கள் நடைபெறும். இலக்கியச் சுற்றுப் பயணிகளாகத் தங்களைக் கூறிக்கொண்டார்கள். மதுரை, திருவனந்தபுரம், திருநெல்வேலி, நாகர்கோவில், தில்லி என்று இலக்கிய க்ஷேத்ராடனம் செல்லும் இலக்கிய உபாசகர்கள் இல்லை தாங்கள் என்று சொல்லிக்கொள்வார்கள். சென்னையின் இலக்கிய திவ்ய ஸ்தலங்களையும் மூலவர்

களையும் நேரில் சென்று தண்டனிடாமல், அவர்கள் உற்சவ மூர்த்திகளாய் வளையவரும்போது மட்டுமே எதிர்கொள்பவர்கள். தன் அனுபவங்களையும் சிந்தனைகளையும் தாராளமாக இவர்களுடன் பகிர்ந்துகொண்டு இவர்களை அரவணைத்துக்கொண்ட கோயமுத்தூர் குமாரசாமி மட்டுமே இவர்கள் மதிப்பைப் பெற்றவராக இருந்தார். 'தேடலி'ன் பல பகுதிகள் அவருடைய வலுவான கரம் பட்ட பின்பே உருவாயின.

அவருடன்தான் பேச்சு, சண்டை, சமாதானம் எல்லாம். அவருடன் ஆழமான நட்பு பூணவேண்டுமென்றால் அது அவருடன் பேசாமல் இருந்தால்தான் சாத்தியம் என்று கிண்டல் செய்வான் கதிர்.

அத்தனைபேருமாக பகுத்தாய்வு செய்வதுபோல் இவள் நடவடிக்கைகள், உடை, பேச்சு, நோக்கு, பார்வை எல்லாவற்றையும் பியத்துப்பியத்துப் போட்டனர். தாங்க முடியவில்லை அவளால். ஒருமுறை பயிற்சியின் இன்னொரு பகுதிக்காக பெங்களூர் சென்றதும் அவர்களுக்குக் கடிதம் எழுதினாள். "என்னை நீங்கள் ஒரு வினோத ஐந்துவைப் பார்ப்பதுபோல் பார்க்கிறீர்கள். அது என்னை உறுத்துகிறது. நாம் பேசலாம். படிக்கலாம். விவாதிக்கலாம். உங்களில் ஒருத்தியாக நான் இருந்தால்தான் இதெல்லாம் நடக்கும். இல்லாவிட்டால் நான் ஒரு வெளியாளாக, ஒரு பார்வையாளராக மட்டும்தான் இருக்க முடியும்."

கடிதத்துக்குப் பலன் இருந்தது. பெங்களூரிலிருந்து திரும்பிய தினம் ரயிலடியில் இருந்தனர் கதிரும் உதயனும். கையில் மலர்கள். முகத்தில் சிரிப்பு. பூந்தமல்லி வரை உடன் வந்தனர். அவள் குளித்துத் தயாராகும்வரை வெளியே காத்திருந்து, அவளை ஓட்டலுக்கு அழைத்துச் சென்றனர் சிற்றுண்டி உண்ண.

"என்ன விஷயம் அருமைத் தோழர்களே?" என்றாள்.

"இனிமேல் பனிப்போர் கிடையாது, நல்லுறவுதான்" என்றான் கதிர்.

அந்த நல்லுறவு அவள் ஒவ்வொரு முறை வரும்போதும் நீடித்தது.

○

திண்ணையின் இருட்டில் நிழல் கோடுகளாய்த் தெரிந்தனர் எல்லோரும். தமிழ் இளைஞர்களைப் பொறுத்தவரை

எழுபதுகளின் சின்னம் ஓர் அந்நியப்படுத்தப்பட்ட நடுத்தர வர்க்க இளைஞன்தான் என்று ஆரம்பித்தாள் அவள். 'தேடலு'க்கு வந்த ஒவ்வொரு கதையிலும் கவிதையிலும் அவன் இருந்தான். வேலையில்லாமல், வீட்டாரால் எள்ளப் பட்ட, ஒவ்வொரு இரவும் நேரம் கழித்து வீடு திரும்பி சமையலறை மூலையில் வைக்கப்பட்டிருக்கும் மோர் சாதத்தையும் எலுமிச்சை ஊறுகாயையும் உண்டு, இருத்தல் பற்றிய சோகங்களுடன் ஜீவிக்கும் இளைஞன். அல்லது மனம் ஏற்காத நிரந்தர வேலையின் மெல்ல உயிர் பறிக்கும் கணங்களிலும், நடைமுறை வாழ்க்கையின் வறட்சியிலும் சிக்கிக் கொண்டவன். அவன் உண்டான். வேலைக்கு ஓடினான். திரும்பினான். ஞாயிறன்று சட்டைத் துணிகளை சோப்புப் போட்டு ஊற வைத்துத் தோய்த்தான். திருமணம்கூடச் செய்துகொண்டான். உடனே ஒரு புத்தகத்தை வெளியிட்டு, "சமீபத்தில் திருமணமான இவருக்குப் பிடித்த நிறம் காவி" என்று எழுதித் தன் பற்றற்ற நிலையையும் பிரகடனம் செய்தான். வீட்டாருடன் முறித்துக்கொள்ளவும் முடியாமல், அவர்களுடன் வாழவும் முடியாமல் தவிக்கும் இளைஞன். கழுத்தைச் சுற்றி இன்னும் தொப்புள் கொடி. இலக்கியப் பித்து வேறு. அதிலும் கவிதைப் பித்து.

○

அன்றைய சாப்பாட்டுக்குப் பின் இன்னொரு முறை கதிரைச் சந்திக்க முடியும் என்று தோன்றவில்லை. பிடிபடாத உரையாடலாக இருந்தது. இலக்கியம், அரசியல், பண்பாடு என்று பல தளங்களுக்குப் போய், ஆழத்துக்குப் போவதுபோல் போக்குக் காட்டிவிட்டு, பிசிபிசுத்துப் போனது. புள்ளிகள் போடும் முன்னரே கலைந்து போயின. அவன் மகனும் மகளும் மிக்க மரியாதையுடன் நடந்துகொண்டனர். சாப்பாடு, உபசாரம், பேச்சு எதிலும் குறைகாண முடியவில்லை.

இருந்தாலும் ஏதோ பிசிறடித்தது. ஆரோகணம் அவரோ கணம் எல்லாம் கச்சிதமாக இருந்தும் ராகம் உருவாக மறுத்தது. குளிர் வேறு.

விடைபெற்றுக்கொண்ட பின் காரில் அமர்ந்து வீடு திரும்பும்வரை ஏதோ நுனிப்புல் உரையாடல். அவள் இறங்கிய பின் சட்டென்று அவள் பின்னால் வந்து ஒரு கனத்த சால்வையைத் தோளைச் சுற்றிப் போத்தினான். ஆச்சரியத் துடன் அவள் அவனைப் பார்த்தபோது, அவன் முகத்தில் அன்று முழுவதும் அவள் காணாத ஒரு புன்னகை மலர்ந்தது.

அம்பை ✹ 65 ✹

இரவு அவள் படுக்கையில் கம்பளியின் இதத்தில் நுழைந்துகொண்டபோது அவள் கட்டிலருகே இருந்த தொலைபேசி ஒலித்தது. யார் அந்த நேரத்தில் கூப்பிட முடியும் என்று நினைத்தபடி எடுத்தபோது கதிர் பேசினான் மறுமுனையில்.

"படுத்தாச்சா?"

"இப்பத்தான் படுத்தேன்."

"சாயங்கால ப்ரோக்ராம் உனக்கு ஒட்டலை இல்லையா?"

மௌனித்தாள்.

"ஏய், இருபத்தஞ்சு வருஷம் ஒரு பெரிய இடைவெளி இல்லியா?"

"ஆமாம்" என்றபோது தொண்டையை அடைத்தது.

"பனி உருகுற மாதிரி உருகிடுவே நீ. அதுதான் உன் பலம். எல்லாமே சுலபம் உனக்கு. எனக்கு நேரம் பிடிக்கும். எங்க எல்லாமோ புகுந்து புறப்பட்டுத்தான் நான் வர முடியும். உனக்குத் தெரியாதா? நல்லாத் தூங்கு."

"நீயும் நல்லாத் தூங்கு."

"கொஞ்சம் வேலை பாக்கி இருக்கு. முடிச்சிட்டுத்தான் தூக்கம். உனக்குத் தூக்கம் வரலையின்னா எந்த நேரத்திலேயும் என்னைக் கூப்பிடலாம். சரியா? நான் இருக்கேன். எங்கயும் போயிடலை."

விளக்கை அணைத்த பின் நன்றாக உறக்கம் வந்தது.

○

ஒவ்வொரு முறை சென்னை வரும்போதும் வேலை முடிந்ததும் நேராக அவர்கள் வேலை செய்யும் வங்கிக்குப் போய்விடுவாள். கடற்கரை ஸ்டேஷனில் மின்வண்டியைப் பிடித்து மாம்பலம் வரும் வரை பேச்சும் சிரிப்பும் கிண்டலும் கூக்குரலுமாய் நேரம் கழியும். கதிர் வீட்டை அடையும்போது உதயன் அங்கே காத்திருப்பான். அரங்கண்ணலும் அமுதனும் அவர்கள் வசிக்கும் அறைக்குப் போய்விட்டு வருவார்கள். ஒரு வீட்டின் மொட்டைமாடியில் உள்ள கூரை வேய்ந்த அறை.

நகரத்து மொட்டைமாடிக் குடிசைகள் என்பான் அரங்கண்ணல். கதிர் வீட்டை எட்டியதும் முதல் வேலையாகத்

தபாலைப் பார்க்க ஆரம்பிப்பார்கள். கதிரின் அன்னை ஒரு நிறுவனத்தில் வேலை பார்ப்பவர். இவர்கள் வருவதற்குச் சற்று முன்பு வந்திருப்பார். கதிர் வேட்டிக்குள் புகுந்து கொண்டதும் "வந்து டீ எடுத்திட்டுப் போ" என்று அழைப்பு வரும் உள்ளேயிருந்து. கதிர் போய் எடுத்து வருவான்.

கதிரின் தந்தை அலுவகத்திலிருந்து வருவதற்கும் அரங்கண்ணலும் அமுதனும் வருவதற்கும் சரியாக இருக்கும். மொட்டைமாடிக்குப் போய்விடுவார்கள். கூரைவேய்ந்த பகுதியில் அமர்ந்து மும்முரமாக வேலை நடக்கும். இடையிடையே உதயனின் மொட்டை விமர்சனங்கள். ஒரு முறை அரங்கண்ணல் மொழிபெயர்த்த கவிதை ஒன்று மொழியையே பெயர்த்தது என்று அவள் கூறி அதை உரக்கப் படிக்கத் துவங்கியதும் அவன் அதைப் பறிக்க முயல, அவள் ஓட, மற்றவர்கள் சிரிக்க கதிரின் அன்னையின் வார்த்தைகளில், "மாம்பலமே அந்த ஒழுங்கீனத்தைப் பார்த்துத் திகைத்துப் போனது."

பல ஆண்டுகளுக்கு முன் கோடி வீட்டு புவனா காதல் திருமணம் செய்துகொண்டபோது திகைத்த மாம்பலம், இப்போது மீண்டும் அந்த நிலைக்குக் கொண்டுவரப் பட்டுள்ளதாக இணை ஆதாரங்களையும் தந்தார் கதிரின் அன்னை. கதிரின் தந்தையின் செவிகளை இது எட்டும்போது அவன் அன்னையின் ஒழுக்கம் பற்றிய கோட்பாடுகளும் அதில் கலந்தன. இலக்கியம், இசை, ஓவியம், நடனம் இவை எல்லாவற்றுடனும் ஒழுக்கமின்மை இணைந்து வந்தது என்பதில் அவருக்குச் சிறிதும் ஐயம் இருக்கவில்லை. அவள் ஒழுக்கம் அல்லது ஒழுக்கமின்மை பற்றி கதிரின் தந்தைக்கு எந்த அக்கறையும் இருக்கவில்லை. ஆனால் "பையன் கெட்டுவான்" என்ற வாதம் அவரைத் தாக்கியது. கதிரைச் சற்று அடக்கி வாசிக்கச் சொன்னார். ஒரு நீண்ட அறிவுரையும் தொடர்ந்தது என்றான் கதிர்.

அதன் பின் சில நாட்கள் அரங்கண்ணலின் அறையில் சந்தித்தார்கள்.

அல்லது உதயனின் அறையில். கதிரின் தெருக்காரர்கள் ஆட்டம் கண்டுவிட்ட அவரவர் வீட்டு ஒழுக்கத் தூணகளை உறுதியாக்கிய பின் மீண்டும் கதிரின் வாசல் அறைக்கே வந்தார்கள்.

૦

ஒலிகள் அடங்கிப்போன இரவு வேளையில் பேச்சுத் தொடர்ந்தது.

இருத்தல் இருத்தலின்மை பற்றிய கேள்விகள் பெண்களைப் பாதிக்கவில்லையா என்ன என்று கேட்டார்கள் உதயனும் கதிரும்.

பெண்ணும் காமுவைப் படிக்கிறாள். சார்தரைப் படிக்கிறாள். திருமந்திரத்தையும் அக்க மகாதேவியையும் ஸூஃபி கவிஞர்களையும் அவளும் படிக்கிறாள். ஆனால் ஒட்டுமொத்தக் குடும்பமும் வீட்டின் நாயகனான ஆண் உருவாக்குவதில் முனைந்திருக்கும்போது, அதன் இண்டு இடுக்குகளில் புகுந்து தன் இருத்தலையே ஆதாரமாக்கி அவள் தன்னை உருவாக்கிக் கொள்ள வேண்டியிருக்கிறது. இருத்தல் பற்றிய வேதாந்தபூர்வமான கேள்விகளை அவள் எழுப்பிக்கொண்டே இருப்பதால்தான் அன்றாட வாழ்க்கைப் புதைகுழியிலிருந்து அவள் மீண்டு, மீண்டு வர முடிகிறது. குறியீடுகள் சூழ்ந்த உலகில் அவள் வாழ்கிறாள். "சன்னல் பக்கம் என்ன வேலை?" என்ற கேள்விதான் அவள் வாழ்க்கையின் அடித்தளம். சன்னல், புற உலகின் குறியீடு. சன்னலுக்கு வெளியேதான் அவள் சுதந்திரம். ஓடும் ஆறும், தேங்கிய கிணறும் கூட அவளுக்குக் குறியீடுகள்தான். சாவின் குறியீடுகள். "ஆற்றிலோ கிணத்திலோ விழுந்து சாவேன்" போன்ற சொற்கள் அவள் மொழி உலகின் ஒலிகள். "தேவிடியா முண்டை" தான் அவளுக்கான முடிவான கண்டனம்.

"சரிதான். இதெல்லாம் மாரடிப்பு. பெண் பலியாடுங் கறியா? 'பெண்ணாகப் பிறந்தாலே உலகில் எந்நாளும் துயர்தானே' மாதிரி பாட்டுக்கள் பின்னணியிலே கேக்குது எனக்கு" என்றான் உதயன்.

அவள் மறுத்தாள். இருத்தலின் கனம், கனமின்மை இரண்டையும் உணர்ந்தவள் பெண் என்றாள். இருத்த லின்மையே சில சமயம் அவள் இருத்தலாகிப் போகிறது என்றாள். இல்லாமலே சில சமயம் அவள் இருக்கிறாள். இருந்துகொண்டே சில சமயம் இல்லாமல் போகிறாள்.

○

கதிர் தந்த சால்வை அமெரிக்கக் குளிருக்குச் சுகமாக இருந்தது. தினமும் இரவு தொலைபேசி ஒலித்தது. கதிர் பேசினான். குரலில் கணப்புச் சூட்டின் இதம் கூடி வந்தது. அவள் கூறியபோது, எதுவுமே நிரந்தரமாகத் தொலைவ தில்லை என்றான்.

அமெரிக்கா சென்றது ஒரு நீண்ட கார்ப் பயணம் போல் தோன்றியது. கதிருடன் பல கார்ப் பயணங்கள். ஷர்லியும் வந்தாள் சில சமயம்.

சில சமயம் பேச்சு இருபத்தைந்து ஆண்டுகளின் சில நிகழ்வுகளைப் பற்றியதாக இருக்கும். முடிவே இல்லை என்பதுபோல் நீண்ட ஒரு விரைவுப் பாதையில் ஒரு முறை கேட்டான்.

"அம்மா எழுதியிருந்தாங்க. நயோமி பிறந்து, அவளுக்கு ஒரு வயசாகிறபோது, நீ வந்தேன்னுட்டு. அம்மா இங்க வரதா இருந்துது. ஒரு பட்டுப் பாவாடை வாங்கிட்டு வந்தேன்னாங்க."

"ஆமாம். நான் சென்னைக்கு ஒரு வேலையா வந்திருந்தேன். உதயன்தான் தகவல் தந்தான். நல்லிக்குப் போய் பட்டுப் பாவாடை வாங்கினேன். கொண்டுபோய் குடுத்தேன். அவங்க குழந்தைக்குப் பட்டுத் துணி உடுப்பு எல்லாம் போட மாட்டாங்கன்னு திருப்பிக் குடுத்திட்டாங்க."

"அவங்க சொன்னது சரிதான். நாங்க போடறதில்ல."

"கையில பாவாடைத்துணியோட வெளில வந்தேன். நல்ல வெயில். உங்கம்மா உள்ள போயிட்டாங்க. உங்க வீட்டு முன்னடியில ஒரு மாமரம் இருக்குமே அதை வெட்டி யிருந்தாங்க. அடிமரம் மட்டும்தான் இருந்துது. அதுமேல போய் உக்காந்தேன். நல்ல வெயில் அடிச்சா பளீர்னு ஒரு வெள்ளை அடிக்குமே அந்த மாதிரி ஒரு வெள்ளை கண் முன்னால அடிச்சுது. மரத்துக்குப் பக்கம் பம்புக் குழாய் போட்டிருந்தாங்க. அதை அடிச்சு முகம் கழுவினேன். உடையெல்லாம் நனைய தண்ணி குடிச்சேன். அத்தனை பெரிய சென்னையில நான் போய் தட்ட ஒரு கதவு கூட இல்லன்னு தோணிச்சு, கதிர். உதயன் எங்கியோ தாம்பரத்துல இருந்தான். அரங்கண்ணலும் அமுதனும் தொடர்பே வெச்சுக் கிடலை. தொடர்ந்து நான் எல்லாத்தையும் படிச்சுட்டுத்தான் இருந்தேன். ஆனா, திடீர்னு போய் ஏதாவது எழுத்தாளர் வீட்டுக் கதவைத் தட்டி 'இலக்கியம் பேச வந்தேன்'னுட்டு நான் சொல்ல முடியாது. எல்லாமே ஒரு வரையறை, வரைமுறைக்குள்ள இருந்துது. என்னைத் தவிர."

"அப்புறம்?"

"வெளில வந்து ஒரு பெட்டிக் கடைக்குப் போய் ஒரு சோடா குடிச்சேன். அங்க தொங்கிட்டிருந்த தினசரியப் பாத்து, எந்த ஏ.சி. தியேட்டர்ல எந்தப் படம் ஓடறதுன்னுட்டுப்

பாத்தேன். ஒரு நல்ல ஏ.சி. தியேட்டருக்குப் போய் பால்கனி டிக்கெட் எடுத்தேன். படத்தோட டைட்டில்ஸ் வரப்பவே தூங்கிட்டேன்."

சிரித்தாள்.

"பட்டுத் துணிய என்ன செய்த?"

"சொன்னா நம்ப மாட்ட."

"சொல்லு, சொல்லு."

"நான் தங்கியிருந்த ஓட்டலுக்கு நடந்தே போனேன் படம் முடிஞ்சதும். வழியில ஒரு நடைபாதைக் கோயில். பத்ரகாளி அம்மனோ, எசக்கி அம்மனோ ஏதோ ஒரு அம்மன். கல்லும் குங்குமமுமா. அது மேல போத்தினேன் பட்டுத்துணிய."

"என்ன கலர் துணி?"

"கரு நீலம். நட்சத்திரம் போட்டது."

O

கதிருடன் ஒரு சுகமான நெருக்கம் மிகவும் இயல்பாக ஏற்பட்டுப் போயிற்று. ஒரு முறை சென்னை வந்திருந்தபோது, ஒரு மாலை, சோர்வு உடலை அசத்தியது. வங்கிக்குப் போய் அங்கிருந்து எல்லோருடனும் வர முடியவில்லை. விடுதிக்குப் போகவும் மனதில்லை.

கதிரின் முன் வாசல் அறைதானே 'தேடல்' அலுவலகம், அங்கு போகலாம் என்று சென்றாள். உதயன் அச்சுப்படி களைத் திருத்திக் கொண்டிருந்தான். போனவுடன் ஒரு பாயை விரித்துப் படுத்தாள்.

"ஏய், என்ன ஆச்சு?" என்றான் உதயன்.

"உதயன், ப்ளீஸ் ரெண்டு கப் சூடா டீயும் ஒரு பராஸ்கனும் வாங்கிட்டு வாயேன்."

"உடம்புக்கு என்ன?" என்றான்.

"ஒன்னுமில்ல. வயத்து வலி. மாசா மாசம் வர வலி."

உதயன் ப்ளாஸ்கை எடுத்துக்கொண்டு ஓடினான்.

அவன் வாங்கி வந்த டீயுடன் பராஸ்கனையும் சாப்பிட்டுச் சுருண்டு படுத்தாள்.

கதிரும் மற்றவர்களும் வரும்போது, வலியும் டீயுமாக வயிற்றைக் கலக்கியது. அறையை ஒட்டியிருந்த கழிவறைக்குச் சென்று வாந்தியெடுத்தாள். அதன் பிறகுதான் உடம்பு ஒரு நிலைக்கு வந்தது.

முகம் கழுவிக்கொண்டபின், மயிலாப்பூர் கிளம்பினர் அச்சுக்கூடத்துக்கு. அங்கே உட்கார்ந்திருந்தபோது கதிர் அவளைப் பார்த்தபடி இருந்தான்.

அன்று விடுதியில் அவளைக் கொண்டுவிட வந்தபோது, "ரொம்ப வலிக்குதா?" என்று கேட்டான்.

"இல்ல. இப்ப அவ்வளவு இல்ல" என்றாள்.

"நாளைக்கு வருவியா?"

"வருவேன்."

"என்ன தெரியுமா, நீ ஒவ்வொரு சாயங்காலமும் வரது பழகிப் போச்சு இல்ல, இன்னிக்கு வராம போகவே திக்குன்னு போயிட்டுது. வீட்டுக்கு வந்தா நீ சுருண்டு கிடக்கிறே. பகீர்னுது."

அவன் புறம் தன் கையை நீட்டி, "பிடிச்சுக்கயேன்" என்றாள்.

ஒரு வினாடி தயக்கத்துக்குப் பின் அவள் கையைப் பிடித்துக்கொண்டான்.

மெல்ல இறுக்கினான் பிடியை.

○

காஞ்சீபுரத்து வானில் நட்சத்திரங்கள் கொத்துக் கொத்தாகக் கிடந்தன. வானமோ பாரதி பாடிய பட்டுக் கருநீலம். ஆரம்ப கட்ட உரையாடலுக்குப் பின் சிறிது நேரம் மௌனமாக இருந்தார்கள். பிறகு உதயன் மெல்லக் கூறினான்.

"எதுவுமே தெளிவா இல்லதான். எதையும் பிடிக்க முடியல கையில. சுதந்திரப் போராட்டக் காலத்தில கூட பத்திரிகைகள் திடமா இருந்திருக்கு. எழுத்து, மணிக்கொடின்னுட்டு, வலுவான பேரு பத்திரிகைகளுக்கு. இப்பப் பாத்தா, வானம்பாடி, வைகை, யாத்ரா, காற்று, படிகள், சுவடு, அஃ அப்படென்னுட்டு இலக்கே இல்லாம..."

"பொத்தாம் பொதுவாச் சொல்லாதே. விச்வரூபம் இருக்கு. அப்புறும் கொல்லிப்பாவை. தர்சனம், ஞானரதம்..." என்றான் கதிர்.

"எதுலயாவது பேர்ல வலு இருக்கா என்ன? விச்வரூபம், தர்சனம், ஞானரதம்னுட்டு ... வெத்து மனசோட கற்பனை. நாம மட்டும் என்ன? தேடல் என்ன தேடல்?"

"சரி, உதயன் நிந்தா ஸ்துதி தொடங்கியாச்சா?"

"உதயன் நக்கல், தஞ்சாவூர் ஸ்டைல்" என்றாள் அவள்.

"ஆமாம். நான் நக்கறேன். நீ பிறாண்டு."

"இது நல்லாயிருக்கு" என்றான் அமுதன். "நக்கலும் பிறாண்டலும். விமர்சனம் செய்யறவங்களும் எழுத்தாளர்களும் மோதிக்கறதை அப்படிச் சொல்லலாம்."

முதல் முறையாக அன்றிரவு உறைபனி உருகும் உணர்வு ஏற்பட்டது.

○

இன்னொரு கார்ப் பயணத்தின் போது அவள் குடும்பம் பற்றி விசாரித்தான்.

"உதயன் உனக்கு எழுதலியா எதுவும்?"

"நெனவில்ல. எழுதியிருப்பான்."

"நம்ம எல்லாம் ஒரோரு திக்கா போன பிறகு நான் சென்னைக்கு அதிகம் வரலை. ஜம்ஷெட்பூர்லதான் வேலையா இருந்தேன். ரெண்டாம் வருஷம் அப்பா போயிட்டார். என் தம்பி முகுந்த் நெனவிருக்கா? அவன் வேலை கிடைச்ச உடனேயே அவனோட படிச்ச பொண்ணத்தான் கல்யாணம் பண்ணுவேன், அதுவும் உடனேன்னு குதிச்சான். ரொம்ப நல்ல பொண்ணு. ரெண்டு பேரும் ஒரு நாள் ஸ்கூட்டர்ல போறபோது ட்ரக் மோதி அவ அங்கயே ஆன் த ஸ்பாட் இறந்துட்டா. முகுந்துக்கு முதுகு எலும்புல நல்ல அடி. இடுப்புக்கு கீழ உணர்வே வரலை. இப்ப வீல் சேர்லதான் வளைய வரான். ஏதோ சின்ன பிசினெஸ் பண்றான் வீட்டோட இருந்து. சின்னவ கீதாதான் இங்க இருக்கா. நீ பாத்தியே நேத்து. பேசினாளே உன்கிட்ட?"

"அது கீதாவா? அடையாளமே தெரியலை."

"நீ எப்பவோ பாத்தது. நான் கான்பரன்ஸுக்கு வரேன்னதும் அவ கூட இருக்கணம்னுட்டு ஒரே பிடிவாதம்."

"அம்மா வரல்லியா?"

"அம்மா இல்ல இப்போ."

"முகுந்தனாலதான் நீ இப்படி தனியாளா இருக்கியா?"

"அதுவும் ஒரு காரணம். ஆனா அது மட்டுமில்ல. அப்பா ஆரம்பிச்ச கம்பனியை நான்தான் நடத்துறேன். பெரிய வீடு ஜம்ஷெட்பூர்ல. அதை எல்லாம் விட முடியல. நல்ல நண்பர்கள் நிறைய பேர் இருக்காங்க. தனியாளா இருக்கறது ஒரு பெரிய குறையா தெரியல. கீதாவோட ரெண்டாவது பொண்ணு என்னோடதான் இருந்து படிக்கிறா."

"காதல் தேவையில்லையா வாழ்க்கைக்கு?"

"ஏன் இல்லாம? ஆனா அது எப்பவும் நிலையா இல்ல. வரதும் போறதுமான ஒரு விஷயம் அது. சில சமயம் அது வரபோது மகிழ்ச்சி. சில சமயம் அது போறபோது மகிழ்ச்சி. அது இருந்தாலும் சில சமயம் சோகம். இல்லாவிட்டாலும் சோகம். நான் சோகப்படலைன்னுட்டு நினைக்காதே, கதிர். சோகத்துல அமிழ்ந்துஅமிழ்ந்து போயிடறேன் சில சமயம். அதுவும் ஒரு சுகம். ஒரு மாதிரி சலுகைன்னு வெச்சுக்கயேன்."

"உதயன் சொல்வான் நினைவிருக்கா? நிறைவேறாத காதல்னா என்ன, என்ன நிறைவேறணும்பான்."

"ஆமாம். ஒரு தடவை அவனோட நண்பன் ஒருத்தன் தனக்குப் பிடிச்ச பொண்ணைக் கல்யாணம் செய்துட்ட போது, 'பாவம், அவன் காதல் நிறைவேறலை' அப்படீன்னான்."

"வேடிக்கையாவே சில சமயம் ஆழத்துக்குப் போயிடுவான் அவன். ஒரு தடவை பஸ்ஸுல போயிட்டிருந்தோம். திடீர்னு என் பக்கம் திரும்பி, 'காதல் மட்டும் இல்லன்னா யாரும் மரணத்தைப் பத்தி நினைச்சிருக்க முடியாது'ன்னான்."

"கடைசில அவன் என்ன நினைச்சான் மரணத்தப் பத்தின்னுட்டுச் சொல்லாம போயிட்டான்."

"எப்படி இப்படி ஒரு முடிவுக்கு வந்தான்னு புரியல."

அவரவர் நினைவுகளில் ஆழ்ந்து போயினர்.

கார் ஓடிக்கொண்டிருந்தது.

○

ஒரு நாள் மாலை தி. நகர் பேருந்து நிலையத்தருகே கூட்டம் நெருக்கித் தள்ளியது. கூட்டத்தின் ஒரு பகுதியில் இவர்களும்

நின்றுகொண்டிருந்தனர். பெரியார் சிலை திறப்பு விழா. சிலையை மூடி வைத்திருந்தனர். சிலையை ஒட்டி ஒரு மேடை உயரத்தில் எழுப்பப்பட்டிருந்தது. சிறிது நாழிகையில் கி. வீரமணி வந்தார். சிலையை மூடிய துணி அகற்றப்பட்டதும் கூட்டம் ஆரவாரித்தது. அன்று செய்த சொற்பொழிவில் வீரமணி, ஒவ்வொரு சொல்லையும் அழுத்திஅழுத்தி, காயத்ரி மந்திரத்தைச் சொல்லி, இப்படிச் சொல்பவர்கள்தான் பார்ப்பனர்கள், அவர்களை எதிர்த்தவர்தான் பெரியார் என்று முழக்கமிட்டார். கை தட்டலும், சீழ்க்கை ஒலியும், 'சரியாச் சொன்னாரு' போன்ற உற்சாக விமர்சனங்களும் சொற்பொழிவினூடே கேட்டபடி இருந்தன. பெரியார் பேசி அவள் கேட்டதில்லை. புத்தக வாயிலாக அறிந்துதான். இப்படிப்பட்ட சொற்பொழிவையும் அவள் கேட்டதில்லை. ஒரு சரித்திர நிகழ்வில் பங்கெடுப்பது போல் தோன்றியது. இவளும் உற்சாகமாகக் கை தட்டினாள். கூச்சல் போட்டாள். மேடைக்கு அருகேதான் அவர்கள் நின்று கொண்டிருந்தனர். குரலெடுத்துக் கூவிய ஒரு மந்திர கணத்தில் பெரியார் சிலை உயிர் பெற்று அவளை உறுத்துப் பார்ப்பது போல் தோன்றியது. கதிரின் தோள் மேல் தலையைச் சாய்த்துக் கொண்டாள்.

கூட்டம் கலைந்ததும் அவர்கள் எல்லோருக்கும் தாங்கள் சரித்திரத்தின் சாட்சிகள் என்று தோன்றியது. ஒருவரோடு ஒருவர் கை கோர்த்துக்கொண்டு நடந்தனர். அன்று நேரமாகி விட்டதால், எல்லோருமே மொட்டைமாடியில் படுத்துக் கொண்டனர். அன்று கதிர் வீட்டில் யாரும் இல்லை. உயரே எழும்பிய மாமரக் கிளைகளையும், நிலவையும், வானையும் பார்த்தபடி பேசினர் நிறைய நேரம். சுயமரியாதை இயக்கம் பற்றியும் அதன் தற்போதைய கோட்பாட்டுத் தேக்கம் பற்றியும். அன்று தி.நகரில் எழுப்பப்பட்ட பெரியார் சிலை பகுத்தறிவுச் சின்னமா அல்லது புனிதமாக்கப்பட்ட இன்னொரு தெய்வ வடிவமா என்று விவாதம் செய்தனர்.

உறங்கி வெகு நேரம் ஆனபின், இரவின் ஒரு கட்டத்தில், கதிரின் கை அவள் மேல் பட்டது. எச்சில் ஊறிய அந்த முதல் முத்தம் முடிய வெகு நேரமாகியது. ஒருவரோடொருவர் இதழ்களைக் கவ்வியபடிக் கிடந்தனர். முதலில் குளிர்ச்சியாய் இருந்த அவன் உதடு போகப்போகத் தகிக்கத் தொடங்கியது. 'ஹம்மா' என்றற்றினான் இடையே.

○

வற்றும் ஏரியின் மீன்கள்

பேசி முடித்துவிட்டு உள்ளே நுழைந்தபோது கூடத்தின் ஒரு மூலையில் கன்றுக்குட்டி நின்றுகொண்டிருந்தது. மாலையில் அவர்கள் வரும்போதே சினை மாடு ஈன்றுவிட்டிருந்தது. கன்றுக்குட்டி கால்கள் நடுங்க நின்றுகொண்டிருந்தது. ஈரமான பெரிய கண்களுடன் கன்றுக்குட்டி வெள்ளை மான் குட்டி போல் நின்றுகொண்டிருந்தது.

அவள் தொட்டதும் சிலிர்த்துக் கொண்டது. இரவுச் சாப்பாடு முடிந்து அவர்கள் திண்ணைக்குப் போகும் முன் அமுதனின் அன்னை, "கன்னுக் குட்டிய கூடத்துல விட்டிருக்கேன். ராத்திரி அது கொஞ்சம் துள்ளும். அந்தப் பொண்ணுகிட்டச் சொல்லி வையுங்க. பயப்படப் போவுது" என்று கூறியிருந்தாள். அமுதன் அதை அணைத்துக்கொண்டு தடவித் தந்தான் சிறிது நேரம். கொல்லைப்புறக் கொட்டகையிலிருந்து தாய்ப் பசு கன்றுக்காக ம்மா என்று கத்தியது. "அது அப்பிடித்தான் கத்தும். கன்னுக்குட்டியப் பக்கத்துல விட்டா ஒரேயடியா தோலுரியுற மாதிரி நக்கிடும்" என்றான். கன்று அவனுடன் ஒண்டிக்கொண்டது.

○

ஸிரக்யூஸ் போகவேண்டியிருந்தது கதிருக்கு ஒரு வேலையாக. மகனையும் பார்க்கலாம் என்று திட்டமிட்டான். அவளுக்கும் ஸிரக்யூஸில் சில உறவினர்கள் இருந்தார்கள். காரிலேயே பயணம் செய்யத் தீர்மானித்தனர். அதற்குப் பிறகு நியூயார்க் போய் அவள் இந்தியா திரும்புவதாக ஏற்பாடு.

அவளை வழியனுப்பும் பயணம் அது. கதிர் அதிகம் பேசவில்லை. சிறிது நேரம் பொறுத்து வண்டி அதன் பாதையில் ஒரு கதியில் ஓடத் துவங்கியதும், அவள் பேசத் துவங்கினாள்.

"கதிர், உன் கிட்ட ஒண்ணு சொல்லணும்."

"சொல்லேன்."

"பத்து வருஷம் உதயனும் நானும் சேர்ந்து இருந்தோம். அதுக்கப்புறம்தான் அவன் செத்தது."

சட்டென்று அவளைத் திரும்பிப் பார்த்தான்.

"அதை உன் கிட்டச் சொல்லறதை அவன் என்னவோ விரும்பலை. எதேச்சையாத்தான் அது நடந்தது. இந்த வேலை அந்த வேலைன்னுட்டு எதையாவது செய்திட்டிருந்தான். என்னென்னவோ ஆரம்பிச்சான். முடிக்கலை. ஒரு தடவை என் கிட்ட, 'சாயங்கால வேலையா இருந்தா நல்லாயிருக்கும்.

நாள்பூரா புத்தகம் படிச்சிட்டு சாயங்காலம் வேலை பார்க்க லாம்' அப்படென்னுட்டுச் சொன்னான். என் கம்பனிலியே அப்பிடி ஒரு வேலை வாங்கித் தந்தேன். தங்க இடம் ஏற்பாடு பண்ணினேன். ரெண்டு மாசம் பொறுத்து, 'சாயங்கால வேலை பிடிக்கலை. எனக்கு நட்சத்திரங்களப் பார்க்க முடியல்' அப்படென்னான். சரின்னுட்டு காலை வேலை தந்தேன். அதுவும் சலித்துப் போயிட்டுது. முகுந்துக்கு ரொம்ப நெருங்கிய தோழனாயிட்டான். தினம் சாயங்காலம் வந்து அவனோட ரொம்ப நேரம் பேசுவான். எங்களோட சாப்பிடுவான். போயிடுவான். சாயங்காலம் முகுந்தும் நானும் அவனை ஆவலா எதிர்பார்ப்போம். ஒரு நாள் அவன் ரூமுக்குப் போய் எங்களோட இருக்க அவனை நானே அழைச்சிட்டு வந்தேன். எந்தப் பிகுவும் செய்யாம வந்தான். பல காலம் என்னோடவே இருந்தவன் மாதிரி எங்க வீட்டுல இருக்க ஆரம்பிச்சான்."

"அரங்கண்ணலுக்கும் அமுதனுக்கும் இது தெரியுமா?"

"தெரிஞ்சிருக்கும்னுதான் நினைக்கறேன். உதயன் சென்னைக்குப் போய்வந்தபடிதான் இருந்தான். சொல்லி யிருக்கலாம் அவங்க கிட்ட. அவங்க என்னோட தொடர்பை முறிச்சிட்டதுனால எனக்குத் தெரியாது. உன்கிட்டச் சொல்லத்தான் அவனுக்கு விருப்பம் இல்ல."

கதிர் மௌனமாய் இருந்தான். சற்றுத் தூரம் போனதும், ஒரு பெட்ரோல் பம்ப் அருகே காரை நிறுத்தி, குளிரக்குளிர இரண்டு ஐஸ்க்ரீம் கோப்பைகளை வாங்கி வந்தான். காரில் உட்கார்ந்தபடி சாப்பிட்டனர். அவன் வேகமாகச் சாப்பிட்டு விட்டு வண்டியை ஓட்ட ஆரம்பித்தான்.

ஐஸ்க்ரீம் சாப்பிட்டபடி அவனைத் திரும்பிப் பார்த்தாள். முடியை ஓட்ட வெட்டியிருந்தான். பின் தலையில் நரைத் திருந்தது. கழுத்து மிக நீண்டு தெரிந்தது. மெல்ல அவன் பின் கழுத்தை வருடினாள்.

○

ஒரு முறை அவள் சென்னை வந்து திரும்பும் போது கதிரும் உதயனும் ஜம்ஷெட்பூர் வந்தார்கள். மூவருமாகப் பல ஊர்களைச் சுற்றிப் பார்க்கப் போனார்கள். மீண்டும் சென்னைக்குச் சேர்ந்தே வந்தார்கள். கதிரும் அவளும் அவர்கள் நட்பின் மிகத் தீவிரமான கட்டம் ஒன்றில் இருந்தார்கள். எப்போதும் கூடவே ஒட்டிக்கொண்டு இருக்க நினைக்கும் கட்டம். அதனால் மிகவும் பாதிக்கப்பட்டது

அவன் பெற்றோர்தான். அவன் வீட்டில் ஓர் இறுக்கமான சூழ்நிலை உருவாகியது. வாக்குவாதங்கள் தினமும் நடந்தன. உதயனும் மற்றவர்களும் இவர்கள் இருவரையும் மனச்சோர்வு ஏற்படாத வண்ணம் அரவணைத்துக் கொண்டனர். கதிரின் வீட்டாரின் விடாப்பிடியான எதிர்ப்பு அவளைச் சுட்டது. கதிர் அவர்களிடம் இடிபடுவதும் வதைத்தது. 'தேடல்' பத்திரிகைக்காக கதைகள் கவிதைகள் பொறுக்கியது, மயிலாப்பூர் சந்தில் இருந்த அச்சகத்தின் படிகளில் அச்சுப்படிகளை எதிர்பார்த்து அமர்ந்தது, சூரிய உதயம் பார்க்க விடிகாலை எழுந்து ஓடியது, மாலை மின்வண்டிப் பயணம் செய்தது, சினிமா விமர்சனம் செய்ய ஒரு படத்தை ஏழெட்டு முறை பார்த்தது, இலக்கியக் கூட்டங்களுக்கு ஒரு குழுவாய்ப் போனது இவை எல்லாம் செய்த கவலையற்ற நாட்கள் திரும்பி வரக் கூடாதா என்றிருந்தது.

அந்த முறை அவள் ஜம்ஷெட்பூர் செல்லும் போது கதிர் ரயிலடியில் முகத்தைத் தூக்கி வைத்துக்கொண்டான். "போகத்தான் வேணுமா?" என்றான். ரயில் கிளம்பத் துவங்கியதும், அவள் கையுடன் தன் கையைக் கோர்த்து, "சீக்கிரமா வந்துடு" என்றான். ஜம்ஷெட்பூர் சென்றதும் அவனுக்கு ஒரு நீண்ட கடிதம் எழுதினாள். ஒரு பெரிய விபரீதத்துக்கு அது வித்தாயிற்று. கதிர் எழுதிய கடிதத்தில் அவள் கடிதத்தைப் பற்றி அவன் குறிப்பிடவில்லை. ஒரு நாள் மாலை வீடு திரும்பிய அப்பா, "கதிருக்கு ஏதாவது லெட்டர் போட்டியா?" என்று கேட்டார்.

"ஆமாம்பா. ஏன்?"

"அதை அவங்க வீட்டுல பிரிச்சிருக்காங்க. இங்க ஜம்ஷெட்பூர்ல அவங்க உறவுக்காரர் இருக்கார் போல. அடுத்த தெருவுல தான் இருக்கார். அவர்கிட்ட அனுப்பிச்சிருக்காங்க உன் லெட்டர. அவர் இன்னிக்கு ஆபீஸ் வந்து எல்லார் எதிர்லயும் சத்தம் போட்டார்மா."

அவள் முகம் ஜிவ்வென்று சிவந்தது.

"ஸாரிப்பா. அந்த லெட்டர அவர்கிட்ட இருந்து வாங்கிட்டீங்களா?"

"தரமாட்டேன்னுட்டாரு."

ஜம்ஷெட்பூரில் இருந்த அனைவருக்கும் அந்த சாமி னாதனைத் தெரியும். ஜாதகம் பார்ப்பார். பலன் கூறுவார். பூசை, விழா, கொண்டாட்டம் எல்லாவற்றுக்கும் அவர்தான்

பொறுப்பு. வசூல், கணக்கு எல்லாம் அவர் கையில். அவருடைய தாய் இறந்ததும், முதலில் உடம்பில் இருந்த நகைகளைக் கழட்ட மனைவியை அனுப்பியவர் என்று அவரைப் பற்றி ஒரு கதை உண்டு.

ஒரு நாள் அவர் வீட்டுக்கே வந்துவிட்டார்.

நேரடித் தாக்குதல்.

"ஏம்மா, பொண்ணை ஒழுங்கா வளர்க்கத் தெரியாதா? அவன் பாவம் வெகுளிப் பையன். பிசாசு மாதிரி அவனைப் பிடிச்சுட்டு அலையறாளாம். தெருவே சிரிக்குதாம்" என்று அம்மாவைத் தாக்கினார்.

"உருப்படியா வாழற வழியப் பாரும்மா. அடுத்த வீட்டுப் பையன்கள கைக்குள்ள போட்டுக்கற வேலையெல்லாம் விட்டுடு. ஆமாம். இந்த ஊர்ல தலை நிமிர்ந்து நிக்க முடியாம பண்ணிடுவேன். தெரிஞ்சுக்க" என்றார்.

"நீங்க முதல்ல வெளில போங்க" என்று அம்மா அவரைத் துரத்தினாள்.

ஜம்ஷெட்பூரின் அத்தனைத் தமிழ்க் குடும்பங்களுக்கும் அந்தக் கடிதம் போயிற்று. கதிரைத் தவிர அத்தனை பேரையும் அது எட்டியது.

பிறகு ஜம்ஷெட்பூரின் ஏதோ ஒரு தமிழ்க் குடும்பத்தின் காகிதங்களில் கலந்து போயிருக்கும்.

கடிதத்தில் அவள் தன் ஐயங்களையும் மன உளைச்சல் களையும் வெளியிட்டிருந்தாள்.

"நீ, உன் நெருக்கம் எல்லாமே எனக்குத் தேவையாகத் தான் இருக்கிறது. அந்த மொட்டைமாடி முத்தம் இன்னும் உதடுகளில் ஊறியபடி இருக்கிறது. கன்னப்படி இருக்கும் என் உடலில் படும் உன் ஸ்பரிசம் தீயை மூட்டுகிறது. ஆனால் என்னைப் பொறுத்தவரை காலம் கடந்தும் உன் தரப்பில் காலத்துக்கு முன்னும் இந்தச் சந்திப்பு நேர்ந்திருக் கிறது என்று தோன்றுகிறது. நான் பல காதங்களைக் கடந்து வந்துவிட்டேன். நீ இன்னும் குடும்பத்தின் கர்ப்பத்தில் இருக்கிறாய். வெளியே வர உனக்குத் தெரியவில்லை. அதை விட்டு நீ முதலில் வெளியே வர வேண்டும். அந்த வெளி யேற்றத்துக்குப் பின்தான் உனக்கென்று ஒரு வாழ்க்கை உருவாக முடியும்.

கட்டிப்போட்டது போல் உணர்கிறேன்.

என் அகத்தேயும், தேகத்திலும் பொங்கும் உணர்வுகள் மிதந்து செல்லும் கணம் ஒன்றில் பொதியப்பட்டவையோ என்று தோன்றுகிறது சில சமயம்."

பூகம்பமே வெடித்து விட்டது போல் எல்லாம் வெடித்துச் சிதறியது. அவசர நிலைப் பிரகடனம் செய்யப்பட்டதிலிருந்து தீவிர அரசியல்தான் தன் பாதை என்று முடிவு செய்தான் அரங்கண்ணல். அமுதனின் வேலை மாறியது. கதிர் மாற்றல் கேட்டு சண்டிகர் போனான்.

அத்தனை அலையும் அடித்து ஓய்ந்த பின் வந்தது கதிரின் அமெரிக்கப் பயணம். பயணத்துக்கு முன் எல்லோரு மாகக் காஞ்சீபுரத்தில் அமுதனின் வீடு செல்லத் தீர்மானித்தனர்.

◯

பாய்களை விரித்துப் படுத்தனர். ஆரம்பத்தில் அமைதியாகத் தான் கழிந்தது இரவு. பசு மட்டும் இடையிடையே ம்மா என்று கத்தியது. பிறகு ஊஞ்சல் அசையும் சத்தம் கேட்டது. பிறகு அங்கும் இங்கும் ஓடும் சத்தம் தொடர்ந்து கேட்டது. பிறகு மீண்டும் அமைதி. கை எட்டும் தூரத்தில்தான் கதிர் படுத்திருந்தான். கைகள் இரண்டையும் மார்பின் குறுக்கே போட்டுப் படுத்திருந்தான். எட்டித் தொட வேண்டும் போலிருந்தது. இச்சையை அடக்கிக் கொண்டாள். அது முடிந்து போனதாகவே இருக்கட்டும். கண் அயர்ந்த போது தான் கன்னத்தில் ஈர உரசல். சிலீரென்றது. கண் விழித்த போது மிரண்ட விழிகளுடன் கன்றுக்குட்டி குனிந்து அவள் கன்னத்தை நக்கிக்கொண்டிருந்தது. அவளைச் சாந்தப்படுத்துவது போல். அதன் நாக்கு கன்னத்தில் பட்டது தண்ணென் றிருந்தது. எச்சில் முத்தம் போல ...

◯

கதிரின் கடிதம் அவள் திரும்பிய சில நாட்களுக்குப் பின் வந்தது.

"உதயன் என்னிடம் நீங்கள் சேர்ந்து இருப்பதைச் சொல்ல ஏன் தயங்கினான் என்று புரியவில்லை. அவன் பத்தாண்டுகள் உன்னுடன் இருந்தான் என்பது எனக்கு மிகுந்த நிறைவைத் தருகிறது. அவன் இழப்பை இன்னும் நான் உணர்ந்த வண்ணம் இருக்கிறேன். தான் வாழ்க்கையில் எதையும் சாதிக்கவில்லை என்று அவன் நினைத்திருக்கலாம். ஆனால் மற்றவர்கள் என்ன சாதித்துவிட்டார்கள் உயிருடன் இருக்கும் சாதனையைத் தவிர?

இந்த நாட்டின் அரசியல், கலாசாரம் இவற்றில் குறை கண்டபடியே இங்கே நான் இருக்கிறேன். திரும்பி வரவும் மனதில்லை. வழியுமில்லை. இந்தத் தத்தளிப்பு இறுதிவரை இருக்கும் என்றே நினைக்கிறேன்.

ஏதோ ஓர் இடத்தில் கால் ஊன்றி நீ நிற்கிறாய். என் கால்களில் கீழே வெறும் காற்று இருப்பது போல் உணர் கிறேன். பற்றிக்கொள்ளவும் முடியாமல் விழவும் முடியாமல் அந்தரத்தில் தொங்கும் சபிக்கப்பட்ட திரிசங்கு நான். ஆத்மாநாம் ஒரு கவிதையில் எழுதியிருந்தானே இருக்க இடம் வேண்டு மென்று? அது எனக்காகவே எழுதப்பட்டது என்று தோன்று கிறது. அல்லது என்னைப்போல், ஸ்தூலமான வேர்களைப் பதிக்க முடியாதவர்களுக்கு.

என்றாவது ஒரு கார்ப் பயணத்தின் போது அமெரிக்க விரைவுப் பாதை ஒன்றில் மரிப்பேன் என்று நினைக்கிறேன். உனக்குச் செய்தி வரலாம். வராமலும் போகலாம்.

கடைசிக் கார்ப் பயணத்தின் போது, ஐஸ்க்ரீம் கோப்பையைத் தொட்ட குளிர்ந்த விரல்களால் என் பின் கழுத்தை வருடினாய். நன்றி. எனக்குச் சிலிர்த்தது. அந்தத் தொடல் தண்ணென்றிருந்தது. எச்சில் முத்தம் போல..."

○

கதிரின் கடிதம் வரும் முன்னரே அவள் அவனுக்கு எழுதினாள் உதயன் பற்றி விவரமாக.

"அவன் ஏன் அப்படிப்பட்ட முடிவை எடுத்தான் என்று எனக்கு முழுவதும் தெரியவில்லை. ஆனால் யூகிக்க முடிகிறது. உதயனின் மறைவுக்கு ஒரு மாதம் முன்னால் முகுந்தின் உடல் நிலை மிகவும் மோசமாகிவிட்டது. படுத்த படுக்கை ஆகி விட்டான். உதயன்தான் அவன் கூடவே இருந்தான். மிகுந்த உடல் வேதனையில் ஓர் இரவு முகுந்த் உதயனிடம், "எனக்கு ஏதாவது ஆகிவிட்டால் அக்காவைத் தனியாக விட்டு விடாதே. அவளுடன் இரு" என்று சொல்லி இருக்கிறான். உதயன் அதிர்ந்து போய் விட்டான். "முகுந்த், நான் எந்தப் பொறுப்பையும் ஏற்க முடியாதவன். நான் வெறும் ஊர் சுற்றி. ப்ளீஸ், என்னை பயமுறுத்தாதே" என்று அழுதிருக்கிறான்.

எடுவார்ட் மூங்க்கின் அந்த ஓவியம் நினைவிருக்கிறதா உனக்கு? பீதி உறைந்த ஒரு முகம். அதை நான் உதயனின் முகத்தில் பார்த்தேன். மரணத்தை மிக அருகில் பார்த்துவிட்ட ஒரு பீதி அவன் முகத்தில் தெரிய ஆரம்பித்தது. ஒரு நாள்

நான் வேலையிலிருந்து திரும்பி வந்த போது சம்பத்தின் 'இடைவெளி'யைத் தேடிக்கொண்டிருந்தான்.

பெங்களூரில் அவன் தங்கை வீட்டுக்கு என்னை அழைத்துப் போனபோது கூட அவன் தீர்மானிக்கவில்லை என்றே நினைக்கிறேன்.

ஒரு வேளை யோசித்திருக்கலாம். அவன் நாட்குறிப்புப் புத்தகத்தில் திருமந்திரத்திலிருந்து எடுத்த ஒரு மேற்கோள் மட்டுமே இருந்தது. அது மட்டுமே இருந்தது.

> குயிற் குஞ்சு முட்டையைக்
> காக்கைதன் கூட்டிலிட்டால்
> அயிர்ப்பின்றிக் காக்கை
> வளர்க்கின்றது போல்
> இயக்கில்லை போக்கில்லை
> ஏனென்பதில்லை
> மயக்கத்தால் ஆக்கை
> வளர்க்கின்றவாறே

பெங்களூர் போன இரண்டாம் நாள் தங்கையின் பெரிய வீட்டின் பின்பக்கத் தோட்டத்திலிருந்த கிணற்றில் விழுந்தான். யாரோ கத்தி நான் போவதற்கு முன் எடுத்துப் போட்டாகிவிட்டது. அருகில் போய் ஈரம் சொட்டும் அவன் கையைக் கன்னத்தில் வைத்துக் கொண்டேன். உயிர் இருப்பது போலவே தோன்றியது. தண்ணென்றிருந்தது. எச்சில் முத்தம் போல ..."

உயிர்மை, நவம்பர் 2004

பயணம் 6

அவர்கள் வசிக்கும் இடம் மும்பையில் உள்ள ஒரு கட்டிடமா அல்லது ஒரு கோட்டையா என்று தோன்ற ஆரம்பித்துவிட்டது அந்தச் சில வாரங்களில், முகப்பில் இருந்த பெயர்ப் பலகைகள் அகற்றப்பட்டு விட்டன. மொட்டை மாடியில் உலாத்தப் போனபோது, அங்கு சோடா புட்டிகளும் உள்ளங்கையில் அடங்கக் கூடிய கூர்முனைக் கற்களும் இருந்தன. தற்காப்புக்காக என்றார்கள். கடந்த வாரம் ஓர் இரவு. கூச்சலும் முழக்கமுமாய் ஒரு கும்பல் கட்டிடத்தினுள் நுழைய முற்பட்டது. கையில் கம்பு, திரிசூலம், ஆரஞ்சுவண்ணக் கொடி இத்யாதி, கட்டிடத்திலுள்ள முஸ்லிம் குடும்பத் தினரைப் பெயரிட்டுக் கூப்பிட்டு, கீழே வரும்படிக் கூறினர். அவர்கள் கையில் ஒரு பட்டியல் இருந்தது. கட்டிடத்தின் நேபாளக் காவலாளிகள் நுழைகதவை மூட முயற்சி செய்தனர், போலீஸ் வாகனத்தின் ஒலி தூரத்தே கேட்டதும் கும்பல் பக்கத்துச் சந்தில் நுழைந்து ஓடியது. சோடாபுட்டிகளும், கற்களும் அந்த நிகழ்வின் விளைவுதான்.

கடல் பார்த்த கட்டிடத்தின் மதில்சுவரின் மேல் முள்கம்பிகள் எழுந்தன எல்லையை நிர்ணயிப்பது போல். முள்கம்பிகளின் கீறல்களை முகத்தில் தாங்கிய படி நிதமும் சூரிய அஸ்தமனம். எப்போதாவது கட்டி டத்தின் எந்தக் குழந்தை எறிந்தது என்று நிர்ணயிக்க முடியாத ஒரு ரப்பர் பந்து முள்வேலிகளைத் தாண்டி அடுத்து இருந்த கடற்கரை மணலில் விழுந்தது. சில வேகமான பந்துகள் உருண்டோடி கடலில் புகுந்தன.

கடல்கரையில் அங்கும் இங்குமாய் மணலைப் பூசிக்கொண்டு சிவப்பும், பச்சையும், நீலமுமாய்ப் பந்துகள். சில நீரில் அளைந்தபடி. பந்துகளைத் தேடி எந்தக் குழந்தையும் கீழே வரவில்லை. இந்தப் பந்து என்னுடையது என்று உரிமை கொண்டாடவில்லை. அனாதைப் பந்துகள்.

அந்தக் கொதிநிலை நாட்களில்தான் மும்தாஜ் கூப் பிட்டாள். அஸ்லம்கான் ஸாஹேபை வேறு இடத்துக்குக் கூட்டிச் செல்லவேண்டும் என்றாள். குடியரசு தினத்தன்று அமைதிக்காகவும் மதநல்லிணக்கத்துக்காகவும் ஊர்வலம் போன பிறகு உடம்பு சுகமில்லை என்றாள். என்ன உடம்புக்கு என்று கேட்டபோது தளர்ச்சி என்றாள். மீண்டும் கேமோ தெரபி செய்து கொள்ளவேண்டும் என்றாள். அன்று அவர் பேசியபோதும் தளர்ச்சி தெரியத்தான் செய்தது. கரிந்துபோன வீடுகளையும், கத்தரிக்காய் சுட்டாற்போல் நெருப்பில் எரிந்து நின்ற கார்களையும், நடுங்கும் கைகளால் அவரைத் தொட்டுப் பேச முயன்ற நபர்களையும் தாண்டி முச்சந்தில் வந்து நின்று, அவர் பேசுவார் என்று எதிர்பார்த்து நின்ற அவர்களை நோக்கியபோது அந்தத் தளர்ச்சி தெரிந்தது. "நான் என்ன பேச?" என்றார் ஹிந்தியில் "சொல்லுங்கள், நான் என்ன பேச?" என்றார் மீண்டும். "பலமுறை பேசிவிட்டேன். பலவாறு பேசிவிட்டேன். யார் காதிலும் விழவில்லை. இரண்டு கடிதங்கள் வந்தன நேற்று எனக்கு. 'குரான் அறியாத மதத் துரோகி நீ. உன் உடல் புழுத்து நீ சாவாய்' என்கிறது ஒரு கடிதம். 'இந்துகளின் எதிரி நீ. ஒரு புல்லுருவி நீ. உடல் வெந்து நீ சாக வேண்டும்; நாங்கள் பார்த்துக் களிக்க வேண்டும்' என்கிறது இன்னொரு கடிதம். யார் விருப்பம் நிறைவேறும் என்று தெரியவில்லை. யார் விரும்பி இவை யெல்லாம் நடக்கின்றன என்று தெரியவில்லை. மூன்று நபர்களுடன் ஒரு கார் நெருப்பில் கருக வேண்டும் என்பது யார் விருப்பம்? பெற்றோர்கள் கொல்லப்படுவதைக் குழந்தைகள் பார்க்கவேண்டும் என்பது யார் விருப்பம்? பெண் குலை வதைப் பெற்றோர்கள் காணவேண்டும் என்பது யார் விருப்பம்? சொல்லுங்கள் நண்பர்களே. எந்த இழையை நாம் பற்றிக் கொள்ளத் தவறிவிட்டோம் . . . ?"

ஒரு மணி நேரம் இவ்வாறு பேசினார். கட்டுண்டு கிடந்தது கூட்டம்.

ஆஸ்பத்திரி சிவாஜி பார்க் அருகில் இருந்ததால் அதன் அருகில் இருக்கும் நண்பர் வீட்டுக்குப் போய் ஒரு மாதம்

போல் இருப்பார்களாம். நண்பருக்குப் பெரிய பங்களா. பின் தோட்டத்தில் ஒரு சின்ன அவுட் ஹவுஸ். கட்டாயம் வரவேண்டும் என்று வற்புறுத்துகிறாராம். மத்தியானம் இரண்டு மணிக்கு நண்பர் கார் அனுப்புவாராம். அவள் உடன் வரவேண்டும் என்று கான்ஸாஹேப் விரும்புகிறார் என்றாள். அவளைப் பார்க்கவேண்டும் என்று சொல்லிக் கொண்டே இருக்கிறாராம். உடனே வர ஒப்புக்கொண்டதும் இன்னும் முக்கால் மணி நேரத்தில் ஜோகேஷ்வரி ரயிலடிக்கு வெளியே பக்கத்து வீட்டுப் பையன் அப்துல் காத்திருப்பான், அவனுடன் ஸ்கூட்டரில் வந்து விடலாம் என்றாள். பஸ் ஆட்டோ எதிலும் வரக்கூடாது என்றுவிட்டாள்.

ஜோகேஷ்வரி ரயிலடிக்கு வெளியே அப்துல் காத் திருந்தான். அவளை ஸ்கூட்டரில் அழைத்துச் சென்றான். அஸ்லம்கான் ஸாஹேபை மும்தாஜும் அவளுமாய்க் கைத்தாங்கலாய்க் காரில் உட்கார்த்தி காரை மிக மெதுவாக ஓட்டும்படி டிரைவரைப் பணித்தனர். அவர் கார் சன்னல் வெளியே பார்த்தபடியே வந்தார். பேசவில்லை. மும்தாஜின் கையை இறுகப் பற்றியிருந்தார். இவள் அவரது இன்னொரு கையைத் தன் கைகளால் பற்றிக் கொண்டதும் அவளைக் கனிவுடன் நோக்கினார். அவளுக்கு வீண் தொல்லை தருவ தாய்க் கூறினார். இவ்வளவு ஆண்டுகள் பழகியும் அவர் சம்பிரதாயமாக நடந்து கொள்வதாக அவள் கோபித்துக் கொண்டதும், சிரித்தார். சிவாஜி பார்க் வீட்டில் அவர்களுக்கு எல்லா வசதிகளையும் செய்து கொடுத்துவிட்டு தாதர் ரயிலடிக்கு விடுவிடுவென்று நடந்து வண்டி பிடிக்கும்போது ஐந்து மணி ஆகிவிட்டிருந்தது. வழக்கமாக அந்த நேரத்தில் ரயிலடியில் நெரிசல் தாங்காது. அதனால்தான் மும்தாஜ் ரயிலில் வரும்படி வற்புறத்தியது. கூட்டம் நெருக்கும். அணைத்துக் கொள்ளும். தள்ளும். காப்பாற்றும். கூட்டத்தைக் கம்பளி மாதிரி இதமாகப் போர்த்திக் கொள்ளலாம். அன்று அந்தக் கவசம் இல்லை. சனங்கள் இருந்தனர். ஆனால் ரயிலடி நிறைந்து வழியும் சனங்கள் இல்லை. வண்டி வந்ததும் பெண்கள் பெட்டியில் ஏறினாள். விரைவு வண்டி இரண்டாவது பிளாட்பாரத்தில்தான் நிற்கும். அங்கே கூட்டம் இருக்கும். வெளியே போகும் வழியை ஒட்டியிருந்த இருக்கையில் இடம் கிடைத்தது.

அந்தேரி ரயிலடியில் இறங்கி படிகளில் வேகமாக ஏறி, பாலத்தை எட்டியபோதுதான் கூச்சல் எழும்ப ஆரம்பித்தது.

பாலத்தின் மேல் இங்கும் அங்கும் ஓடிக் கொண்டிருந்தனர் சனங்கள்.

"மேற்கே மசூதிப் பக்கம் போக வேண்டாம்" என்று கூவியது ஒரு குரல்.

"கிழக்கே பஸ் ஸ்டாண்டு பக்கம் போகாதே" என்று அலறியது ஒரு குரல்.

தடதடவென்று காலடிச் சத்தம். கூட்டம் அங்கும் இங்கும் அலைக்கழித்தது. ஒன்றாம் பிளாட்பாரத்தின் பக்கம் தள்ளப்பட்டாள் அவள். பாலத்தின் மேலிருந்து கீழே ஒன்றாம் பிளாட்பாரம் தெரிந்தது. உடைந்த சோடா புட்டிகள் எங்கும் சிதறி இருந்தன. கற்களும். ஒரிடத்தில் உடைந்த சோடா புட்டி ஒன்று உருளாமல் நேரே நின்றது. அதன் உடைந்த முனையில் சிவப்பு தெரிந்தது. அதைச் சுற்றி மென் சிவப்பில் ரத்தம் சிந்தி இருந்தது. நகரா பொருட்களின் ஓவியம்போல் அது கண்ணை முட்டியது.

திடீரென்று ஒரு கூச்சல். ஒன்றாம் பிளாட்பாரத் தண்ட வாளத்தின் இடையே லுங்கி அணிந்த ஒரு தாடிக்காரப் பெரியவர் ஓடிக்கொண்டிருந்தார். அவரைப் பின் தொடர்ந்து நாலைந்து இளைஞர்கள். அவரை எட்டிப் பிடித்து அவர் லுங்கியை அவர் கெஞ்சலையும் மீறி இழுத்தனர். இடையின் கீழே நிர்வாணமாக நின்றவர் உடனே குந்தி அமர்ந்து கொண்டார். அவரைக் கீழே உருட்டித் தள்ளினர். கம்பு, சோடா புட்டி, சைக்கிள் செயின் பிடித்த கைகள் ஓங்கின.

பக்கத்தில் விம்மல் போல் ஒலி கேட்டுத் திரும்பியதும் ஐந்து வயது சிறுவன் கண்ணில் பட்டான்.

அவர்கள் கைகள் கீழே இறங்கும் முன், சிறுவனைத் தன்மேல் சாய்த்துக் கொண்டு, அவன் கண்களைக் கையால் பொத்தினாள்.

"பசாவ், பசாவ்" என்ற முதியவரின் குரல் வீரிட்டுக் கிளம்பி, நீண்ட ஓலமாய் ஒலித்த வண்ணம் இருந்தது.

சிறுவனின் செவிகளைப் பொத்த முடியவில்லை.

உன்னதம், மே - சூன் 2005

ஆயிரம் சொற்களும் ஒரு வாழ்க்கையும்

மூன்றாவது முறை கருவுற்றபோது காமாட்சி சற்று நிலை குலைந்துபோனாள். உணர்ச்சிப் பொங்கலின் எந்த உத்வேக கணத்தில் அந்த விதையை வாங்கிக் கொண்டாள் என்று தெரியவில்லை.

இரண்டாம் உலகப் போர் நேரம். கடும் ரேஷன். பம்பாய் வாழ்க்கையில் அதிக சேமிப்பில்லை. பைபை யாகக் கோதுமையைச் சுமந்துகொண்டு மூன்று மாடிகள் ஏறி அங்கே உள்ள பஞ்சாபிகளிடம் கொடுத்து அவர்களிடமிருந்து அரிசி வாங்கி நடத்தும் குடித்தனம். இருந்தாலும் பற்றாக்குறை இல்லாத வாழ்க்கை. ஆடம்பர மில்லாத வாழ்க்கை. வீட்டில் டாம்பீக பொருட்கள் ஏதும் இல்லை. இந்த மூன்றாவதே ஓர் ஆடம்பரத் தேவையோ என்று தோன்றியது.

அடுத்த இரு மாதங்கள் பப்பாளிக்காய், எள்ளுப் பொடி, மருதாணி கரைத்த நீர் என்று சில முயற்சிகள் செய்தாள். கல் போல் எதற்கும் அசையாமல் கிடந்தது கரு. பிறகு முயற்சிகளைக் கைவிட்டாள். சிதைக்கும் முயற்சிகளை முறித்த இந்தக் கரு எந்த ரூபத்தில் வெளி வரப் போகிறதோ என்று சற்று பயம் மன மூலையில்.

கோயமுத்தூரிலிருந்து அப்பா கடிதம் எழுதி யிருந்தார். அவளுக்குப் பூஞ்சை உடம்பாம். மூத்த இரு குழந்தைகளுடன் அதையும் சமாளிக்கச் சிரமப் படுவாளாம். அவள் ஆறாம் மாதமே கோயமுத்தூர்

வந்துவிட வேண்டுமாம். கணவர் அனுமதித்துவிட்டார். மூத்த பையன் பள்ளியில் கிறிஸ்மஸ் விடுமுறை வரும் நேரம். ஒரு மாதம் போல் பள்ளி வர முடியாவிட்டால் பரவாயில்லை என்று விட்டார்கள். இரண்டாம் பெண் வாயாடி. தன் டீச்சரிடம் போய், "எங்க அம்மாவுக்குப் பாப்பா பிறக்கப் போகிறது. நான் கோயமுத்தூர் போகிறேன் அம்மாவுடன்" என்று சொல்லிவிட்டு வந்துவிட்டது.

சென்னையிலிருந்து தங்கை கௌரியும் வந்திருந்தாள் கோயமுத்தூருக்கு. அவளுக்கும் மூன்றாவது. காமாட்சியின் அப்பா கோவில்பட்டியிலிருந்து அப்போதுதான் மாற்றலாகி வந்திருந்தார். ஆர்.எஸ். புரத்தில் வீடு. சுற்றுப்புறம் ஈ காக்காய் கிடையாது. சற்றுத் தள்ளி இன்னொரு வீடு.

கோயமுத்தூர் வந்ததும் அக்கடா என்று இருந்தது. மூத்த இரு குழந்தைகளும் தோட்டத்திலும், வீதியிலும் கௌரியின் குழந்தைகளோடு விளையாடியபடி பொழுதைக் கழித்தனர். காமாட்சிக்கும் கௌரிக்கும் கீழே எட்டு தம்பி தங்கைகள். கடைசித் தங்கைக்கே மூன்று வயதுதான். எல்லாக் குழந்தைகளுமாய் வீடு அமர்க்களப்பட்டது.

கௌரிக்கும் இவளுக்குமாய் ஏக உபசாரம் அம்மா செய்தாள். மெத்தென்று எண்ணெய் தடவி எண்ணெய் முழுக் காட்டல். காமாட்சியின் நீண்ட கூந்தலை சாம்பிராணிப் புகையின் மேல் கவிழ்க்கப்பட்ட கூடையின் மேல் பிரித்துப் போட்டு அவளைச் சாய்ந்து படுக்கவைப்பாள். கௌரிக்குக் குட்டைக் கூந்தல். அவளை உட்கார்த்தி ஆற்றுக்கட்டு போடுவாள். அந்தச் சிறு வயதிலும் அம்மாவின் வாய் முழுவதும் தேவாரம்தான். "காதலாகிக் கசிந்து கண்ணீர் மல்கி என்றோ "மந்திரமாவது நீறு" என்றோ முனகிக் கொண்டே இருப்பாள். சாம்பிராணிக் கூடையில் சாய்ந்தபடி உத்திரத்தில் ஊஞ்சலுக் காகத் தொங்கும் பெரும் வளையங்களைப் பார்த்தபடி காமாட்சி இருக்கும்போது வயிற்று பாரமே தெரியாது. புகை சூழும் உலகில் அப்சரஸ் போல் கிடப்பதாய்த் தோன்றும். பம்பாயும் அதன் கெடுபிடிகளும், கருவைக் கலைக்க அவள் உட்கொண்டிருந்த பொருட்களும் எங்கோ தூரத்தே வேறு உலகில் நடந்த விஷயங்களாய்த் தோன்றும். எதையாவது யோசித்தபடி கிடப்பாள்.

ஆஸ்பத்திரியில்தான் குழந்தை பிறக்கவேண்டும் என்று கணவர் அடித்துக் கூறி விட்டார். இரண்டு மாதங்களுக்கு முன் அருகே ஓர் இடத்தில் நடந்த நிகழ்ச்சிக்குப்பின் வீட்டில்

பார்க்கும் பிரசவம் பற்றிய பீதி ஏற்பட்டுப்போயிருந்தது. வீட்டிலுள்ள அனுபவமுள்ள பெண்களே பிரசவம் பார்த்து விடுவார்கள் வழக்கமாக. நாவிதன் மனைவி வந்து தொப்புள் கொடியை அறுத்துவிடுவாள். அல்லது வீட்டிலுள்ள பெண் களுக்கு அது தெரியும் என்றால் அதுவும் நடந்துவிடும். காமாட்சியின் அத்தைப்பாட்டி ராஜம்மாள் பல பிரசவங்கள் பார்த்தவள். எல்லோருக்கும் செய்வாள். ஒரு சிறு பித்தளைப் பெட்டியில் தன் கைவிட்டுப் பணம் போட்டுப் புதிய பிளேடுகள் வாங்கி வைத்திருப்பாள். பிரசவம் என்று வரும் போது யார் வீட்டுக்கும் எப்போது வேண்டுமானாலும் கூப்பிட்டவுடன் தன் பித்தளைப் பெட்டியுடன் கிளம்பி விடுவாள். எத்தனை சிக்கலான பிரசவமானாலும் பயப்பட மாட்டாள். ஒரு முறை குடிசைப் பகுதியில் ஒரு பெண்ணுக்குக் குழந்தை குறுக்காகக் கிடந்தது. ராஜம்மாள் கணம் கூடத் தாமதியாமல் கையை உள்ளே விட்டுக் குழந்தையைத் திருப்பி விட்டாள்.

தொப்புள்கொடியை அறுத்துவிட்டுக் கிளம்பிவிடுவாள். பிரசவித்த பெண்ணைக் குளிப்பாட்டும் வேலையை எல்லாம் வீட்டாரோ அல்லது சில வீடுகளில் வண்ணாத்தியோ பார்த்துக் கொள்வார்கள். "வெந்நீரை அடிச்சுஅடிச்சுக் குளிப்பாட்டணும்" என்று சொல்லிவிட்டு, வயிற்றில் துணியை இறுகக் கட்டச் சொல்லி ஞாபகப்படுத்திவிட்டு வந்துவிடுவாள். எந்தப் பெண்ணுக்குப் பிரசவம் பார்த்தாலும் வீட்டுக்கு வந்து குளித்துவிட்டு, பின் அவள் அவ்வப்போது செய்து வைக்கும் பிரசவ லேகியத்தை ஒரு பித்தளைச் சம்புடத்தில் வைத்துக் கொடுத்தனுப்பி விடுவாள். மருத்துவச்சி வந்து பிரசவம் பார்த்தாலும் லேகியத்துக்கு ராஜம்மாளிடம் வந்துவிடுவார்கள். வேடிக்கை என்னவென்றால் ராஜம்மாளுக்குக் குழந்தைகளே கிடையாது. அவள் கணவர் முகத்தில் சிரிப்பு வந்து யாரும் பார்த்ததில்லை. ராஜம்மாளைப் பேரிட்டு அழைக்க மாட்டார். "அந்த மலட்டுத் தேவிடியாளைக் கூப்பிடு" என்பார். ஒரே ஒரு முறை அவர் திண்ணையில் நண்பர் களுடன் சீட்டாடியபடி இப்படி உரக்கச் சொல்லி அனுப்பி யதும், கூஜா நிறைய காப்பியையும், நாலு வெள்ளி டம்ளர் களையும் கொண்டு வந்து திண்ணை மேல் வைத்துவிட்டு, அத்தனை பேர்கள் எதிரிலும், "மலடு நீரா நானாங்காணும்?" என்று ராஜம்மாள் நின்று கேட்டுவிட்டு விடுவிடுவென்று உள்ளே போனாள் என்பார்கள். அவள் கணவர் அதன்பின் அவளுடன் பேசுவதை நிறுத்திக் கொண்டாராம்.

காமாட்சியின் முதல் இரண்டு பிரசவங்களுக்கும் ராஜம்மாள் சத்யமங்கலத்திலிருந்து கோவில்பட்டி வந்தாள். இப்போது ராஜம்மாள் இல்லை. வழக்கம் போல் பிரசவம் பார்த்துவிட்டு, லேகியத்தைக் கொடுத்தனுப்பிவிட்டுக் கண் ணயர்ந்தவள் எழவில்லை. அவள் எடுத்துப்போட்ட பெண் குழந்தைக்கு அவள் நினைவாக ராஜம்மாள் என்று பெயரிட் டிருக்கிறார்களாம். அவள் தொட்ட குழந்தையெல்லாம் அவள் வம்சம். விதையைப் போட்டு ஒருவன் வம்சத்தை ஏற்படுத்தினால், இப்படித் தொடுத்தொடுத்து எத்தனை வம்சங்களை ஏற்படுத்திக் கொள்கிறாள் ஒருத்தி? விதை என்ற நேர்ப் பிணைப்பில்லாத வம்சம். சாதி, மதம், ரத்தம், அந்தஸ்து என்று குறுக்கப்படாத வம்சம். சத்யமங்கலத்தில் ராஜம்மாள் என்ற பெயருடன் ஒரு பெண் வளைய வந்து கொண்டிருப்பாள். அவளுக்கு ராஜம்மாளின் தொடல் நினைவிருக்குமா? பூமியில் விழும் முன் இரு கரங்கள் ஏற்படுத்திய தொடல். இதெல்லாம் நினைவிருக்குமா? சரித்திரத்தைப் படைக்கும் நிகழ்ச்சிகளில் எது நினைவிருக்கும், எது மறக்கும் என்று எப்படிச் சொல்ல? எத்தனையோ மௌனங்களால் பிணைக்கப்பட்டது சரித்திரம்.

சாம்பிராணிக் கூடை மேல் சாய்ந்தவாறு யோசித்தபடியே கண்கள் கிறங்கிவிடும். அம்மா எழுப்புவாள். "எண்ணெய் தேய்த்து குளித்துவிட்டுத் தூங்கக் கூடாது. தலை வலிக்கும்" என்பாள். எழுப்பி, கூந்தலைத் தளரப் பின்னிவிட்டு, ஒரு கிண்ணத்தில், பாலூற்றிச் செய்த ரவாகேசரியை சுடச்சுடத் தருவாள் நெய்யொழுக இரண்டு பேருக்கும். பின்பு வராந்தா வில் உள்ள திண்ணையில் உட்கார்ந்தபடி இவளும் கௌரியும் அரிசியில் கல் பொறுக்கியபடியோ, காய்கறி அரிந்தபடியோ பேசுவார்கள்.

ஆஸ்பத்திரியில்தான் பிள்ளை பெறல் என்ற தீர்மானத் துக்கு அவர்களை உட்பட வைத்த அந்தப் பயங்கரச் செய்தியை பல முறைகள் பேசினார்கள் இருவரும் அந்தச் சமயம்.

இவர்கள் அம்மாவும் அப்பாவும் கோயமுத்தூர் வந்த இரண்டொரு மாதங்களில் அந்தச் சம்பவம் பற்றித் தெரிய வந்தது. சற்றுத் தள்ளி இருந்த வீட்டில் இருந்த முதிய பெண் மணி அம்மாவிடம் கூறினார். பக்கத்து ஊரிலிருந்த அவர்கள் பெண் இரண்டாம் முறை கர்ப்பமுற்றபோது அவள் மாமி யாரும் இந்தப் பெண்மணியுமே பிரசவம் பார்த்தார்களாம்.

பெண்ணின் வயிற்றில் இரட்டைக் குழந்தைகள் இருப்பது இருவருக்கும் தெரியவில்லை. முதல் குழந்தை வெளியே வந்த சற்று நாழிகையான் பின்னரும் பெண் அவஸ்தைப் படுவதைப் பார்த்து ஒரு வேளை இன்னொரு குழந்தை உள்ளே இருக்கிறதோ என்ற சம்சயத்தை இந்தப் பெண்மணி எழுப்ப, "எங்க வம்சத்திலே இரட்டைப் பிள்ளை கிடையாது" என்று ஆணித்தரமாகச் சொல்லிவிட்டு, மாமியார் வயிற்றைக் கட்டிவிட்டாள் இறுக. உள்ளே குழந்தை இறந்த நஞ்சு பரவி பெண் உயிர்விட்டாள்.

"நாங்களே கொன்னுட்டோம்மா பொண்ணை. உள்ள ஒரு உசுரு வெளில வர முடியாம போயிடுச்சு. கீழ வர ஆரம்பிச்ச உசுர கட்டிப்போட்டுடோம். கட்டைத் தளத்தின் பெறகுதாம்மா புரிஞ்சுது. அப்புறமா ஆசுபத்திரி போய் தாயையும் புள்ளயையும் வேறாக்கறதுக்குள்ளயே ரெண்டு பேருமே இல்லம்மா." அந்தப் பெண்மணி இதே கதையைப் பல முறை அம்மாவிடம் சொல்லிக் கதறியிருக்கிறாள். அபூர்வமாக நடக்கும் தவறாக இருக்கலாம். இருந்தாலும் நினைத்தாலே அடி வயிறு சில்லிட்டுப்போயிற்று. ராஜம்மாள் அத்தைப் பாட்டியின் மென்சூட்டுக் கரங்களும் இல்லை தைரியமூட்ட. அதனால் ஆஸ்பத்திரிதான் என்று தீர்மான மாகிவிட்டது.

கௌரிக்கும் இவளுக்கும் கிட்டத்தட்ட ஒரே நேரம் ஆகும் என்று தோன்றியது. அப்பா ஊர் போயிருந்த நேரம் வரத் தீர்மானித்தது மூன்றாவது. இரவு சாப்பிட்டுக் கை கழுவி வெற்றிலை போட்டுக் கொண்டபின் பின்னிடுப்பில் சுரீர் என்று வலி. இரண்டாம் பெண்ணுக்கும் இதற்கும் இடையே ஆறு வருடங்கள். வலி மறந்து போயிருந்தது. ஒரு வினாடி திகைப்பிலாழ்த்தியது. புரிந்துகொண்டு அம்மாவைக் கூப்பிடும் முன் இன்னொரு சுரீர். அம்மா சற்றே பதைத்துப் போனாள். தோட்டக்கார வேலுச்சாமியைக் கூப்பிட்டு ரிக்ஷா அழைத்துவரச் சொன்னாள். அவன் மனைவி முத்தம்மா கௌரிக்குத் துணையாக இருப்பது என்று தீர்மானித்தாள். ரிக்ஷா வந்ததும் காமாட்சியைக் கைபிடித்து ஏற்றிவிட்டுத் தானும் ஏறிக்கொண்டாள். ரிக்ஷா ஓட்டி ஆஸ்பத்திரியை நோக்கி அதிகம் விரையாமல் மெல்ல ஓட்டினார். சக்கரத்தின் ஒவ்வொரு உருளலும் இடுப்பில் ஏறுவது போல் இருந்தது. மஞ்சள் வாசனையுடன் கூடிய அம்மாவின் ஒரு பக்கக் கன்னம் அவள் முகத்தருகே. தெருவில் நடமாட்டம் இல்லை. விளக்குகள் இங்கொன்றும் அங்கொன்றுமாய் இருந்தன.

அம்மாவின் தோளில் சாய்ந்து தலையை நிமிர்த்தியபோது வானத்தில் நிலவு தெரிந்தது துல்லியமாக. முடிவில்லாப் பயணம் போல் ஒரு பயணம். இந்தப் பயணம் அவள் மனத்தில் என்றென்றும் இருக்கும் என்று நினைத்தாள்.

ஆஸ்பத்திரியை எட்டியதும் அம்மா ரிக்ஷாவை சற்றுக் காத்திருக்கும்படிச் சொல்லிவிட்டு உள்ளே போனாள் இவளுடன். காமாட்சியை ஒரு படுக்கையில் படுக்க வைத்தனர். ஆஸ்பத்திரி ஒரே குப்பையும் கூளமுமாக இருந்தது. எங்கும் நிறைந்த கொசுக்கள். பரிசோதித்த டாக்டர் மறுநாள்தான் பிரசவம் ஆகும் என்றுவிட்டாள். அம்மாவை வீட்டுக்குப் போய்விடும்படிச் சொன்னாள் காமாட்சி. மறுநாள் காலை வந்தால் போதும் என்றாள். அம்மாவுக்கும் ஆஸ்பத்திரி பிடிக்கவில்லை. கிளம்பிவிட்டாள்.

விடிகாலை நான்கு மணிவாக்கில் வலி அதிகரித்தது. பிரசவ அறையில் இவளிடம் நர்ஸ் காரணமின்றிச் சிடு சிடுத்தாள். இவள் குரலைக்கூட எழுப்பியிருக்கவில்லை. வெறுமே முனகியதும், "என்னம்மா முனங்கல்?" என்று வள்ளென்று விழுந்தாள். நாலரை மணிக்கு இவள் கழுத்தை மடக்கிப் பின்னால் தலையைச் சாய்த்து, பலமாக முக்கிய போது, பின்புறமிருந்த சன்னல் வெளியே பார்வை போயிற்று. ஒரு நட்சத்திரம் கண்ணை நிரப்பியது. தொடை இடுக்கில் சூட்டுடன் வந்து விழுந்தது குழந்தை. "பெண்பிள்ள" என்றது வெகு தூரத்தே ஒலித்தது. கண நேரத்துக்குப்பின் குரலெடுத்து அழுகை. மயக்கம் வந்து கவிந்து கொண்டது.

சற்று முழிப்பு வந்ததும் பார்த்தபோது அவளையும் குழந்தையையும் இன்னொரு குழந்தை பீ வடித்த வெள்ளைத் துணியால் போர்த்தியிருந்தது தெரிந்தது. "நர்ஸ்" என்று மெல்லக் கூப்பிட்டு, அவள் வந்ததும், "போர்வையை மாத்துங்க" என்றாள். மீண்டும் ஒரு சோர்வு வந்து கப்பியது.

காலையில் அம்மா சுடச்சுட ரவைக் கஞ்சியுடன் வந்தாள். இவள் குடிக்கும்போது, குழந்தையைப் பார்த்தாள்.

"காமு, அப்பிடியே உன் நாத்தனார் நிறம்தான்."

"அத்தனை கறுப்பா?"

"உடம்பெல்லாம் மச்சம். பாரேன்."

"அம்மா, கை, கால், காது எல்லாம் சரியா இருக்கா பாரு."

"ஏன்?" என்ற அம்மா, முகம் கருக்க, "எதையாவது சாப்பிட்டுத் தொலைச்சியா?" என்றாள்.

காமாட்சி தலையை ஆட்டியதும், "பாவி..." என்று விட்டுக் குழந்தையின் கை விரல்கள், கால்கள், செவிகள், செவிமடல்கள் எல்லாவற்றையும் தடவித்தந்தாள். ஒரு குறையுமில்லை.

"ஒரு குறையுமில்லை காமு."

"சரிதான் போ. அந்த மட்டுமாவது இருக்கே. பொண்ணாகவும் இருந்து, குறையுமிருந்தா, நான் எங்க போய் முட்டிக்கறது?"

"குழந்தைக்கென்ன குறைச்சல்? இது தன் அம்மாவழிப் பாட்டி மாதிரி இருக்கப்போகிறது."

"உன் பெயரையே வெக்கறேன்" என்றாள் காமாட்சி.

"ரங்கநாயகி."

"இன்னிக்கு வெள்ளிக்கிழமை. நல்ல நாள். இவ மூலமா உனக்குப் பணம் கொட்டப்போகிறது" என்றாள் அம்மா. வெள்ளிக்கிழமை அதிருஷ்டத்தையும் பெயரில் சேர்த்தாள்.

ஸ்ரீரங்கநாயகி.

வீட்டுக்கு வரும் முன்னரே குழந்தையின் பெயர் நாயகி என்று சுருங்கியது. நாயகிக்கு அம்மாவின் பால் பிடிக்கவில்லை. குடிக்க மறுத்தாள் பிடிவாதமாக. மறுவாரமே கௌரிக்குப் பிறந்த ஆண் குழந்தை இரவெல்லாம் வீறிட்ட போது நாயகி மௌனமாகக் கிடந்தாள். புட்டிப்பால் தந்தால் குடித்தாள். தராவிட்டால் ஒரு சிறு முனகல் கூட இல்லை. முத்தம்மா சில சமயம் நாயகியை, தோட்டத்தின் பின்னாலிருக்கும் தன் வீட்டுக்குத் தூக்கிக்கொண்டு போவாள். முத்தம்மாவுக்கு இரண்டு மாதக் குழந்தை ஒன்று இருந்தது. அது என்னவோ முத்தம்மா கையில் எடுத்துக்கொண்டதும் நாயகிக்குப் பாலாசை ஏற்படும். அவள் முலைகள் பக்கம் திரும்பி, பாலுக்காக முனக ஆரம்பிப்பாள். சில சமயம், முத்தம்மா தன் குழந்தைக்கு ஒரு பக்க முலையைத் தந்து, காலைக் கையை உதைத்துக் கெஞ்சும் நாயகிக்கு இன்னொரு பக்க முலையைத் தருவாள். பாலைக் குடித்துவிட்டு, சிரிப்புடன் கிடப்பாள் நாயகி. ஒரு முறை பின் பக்கம் வந்து பார்த்த

காமாட்சி, "முத்தம்மா, அவளுக்கு என் பால் பிடிக்கலை. உன் பால்தான் பிடிக்கிறது" என்றாள். கோயமுத்தூரில் இருந்தவரை நிதம் ஒரு முறையாவது முத்தம்மா அவளுக்குப் பாலூட்டினாள்.

மூன்றாம் மாதம் பம்பாய்க்கு ரயிலேற்றிவிட்டார் அப்பா. அப்பளம், கருவடாம், பொடி என்று இருபத்தைந்து சாமான்கள். ஒரு ஸிங்கர் தையல் மெஷின். அம்மாவின் சீதன அன்பளிப்பு. ("பாட்டைத்தான் விட்டாகிவிட்டது. இதாவது இருக்கட்டும். மனசுல இருக்கறது ஏதாவது ரூபத்தில வெளில வரணும். இல்லன்னா பைத்தியம்தான் பிடிக்கும்.") அதை லக்கேஜில் போட்டார்கள். அரக்கோணம் வரை வந்து வண்டி மாற்றித் தந்துவிட்டுப்போனார் அப்பா. பம்பாய்க்குத் தந்தி அடித்தாகிவிட்டது.

வண்டி பம்பாயை எட்டியது. கணவர் முகம் தெரிய வில்லை. நெஞ்சை ஒரு பயம் கவ்வியது. இருந்தாலும் எப்படி வீடு போய்ச் சேர்வது என்று மனத்தில் வேகமாகத் திட்ட மிட்டாள். முதலில் பையனையும் பெண்ணையும் இறக்கினாள். பையன் கையில் மூன்று மாதக் குழந்தையைத் தந்து பத்திர மாகப் பிடித்துக் கொள்ளச் சொன்னாள். அவனை ஒட்டிய படி பெண்ணை நிற்க வைத்தாள். அவளும் தன் பங்குக்குக் குழந்தை மேல் கையை வைத்துக் கொண்டாள்.

கூலியின் உதவியுடன் இருபத்தைந்து சாமான்களை இறக்கினாள். பிறகு லக்கேஜ் வரை ஓடி தையல் மெஷினை இறக்கினாள்.

எல்லாவற்றுடனும் வெளியே வந்து இரண்டு விக்டோரியா வண்டிகளுக்குச் சத்தம் பேசினாள். பெரிய சாமான்களும், இரண்டாம் பெண்ணும், குழந்தையும் அவளுமாய் ஒரு வண்டியிலும், பையனும் மற்ற சாமான்களும் இன்னொன் றிலுமாக ஏறி வீடு வந்துசேர்ந்தாள். எட்டணாவும் எட்டணாவு மாய் ஒரு ரூபாய் வண்டிக்கு.

வீட்டை அடைந்ததும் பார்த்தால் கணவர் காரியாலயத் துக்குக் கிளம்பிக்கொண்டிருந்தார். தந்தியே கிடைக்கவில்லை யாம். வியப்படைந்துபோனார் அவள் வருகையால். சாமான்கள் எல்லாம் உள்ளே வந்தன.

நாயகியும் வந்தாள். ஒரு மூலையில் கிடத்தப்பட்டாள். கணவர் கையில் எடுக்கவில்லை. இரவு கூறினார், கறுப்பு,

புஷ்டியாக இல்லை, பெண் என்று. அவளைப் புகைப்படம் எடுக்க ஸ்டூடியோ போகவேண்டுமென்று கணவரும் சொல்லவில்லை. இவளும் நினைக்கவில்லை. போர்க்காலத் தட்டுப் பாட்டு வாழ்க்கைக்குத் திரும்பியதில் எதற்குமே நேரம் இல்லாமல் போய்விட்டது.

அவள் தம்பி பம்பாய் வந்தபோது நாயகிக்குக் கட்டை விரலை விடாது சப்பியபடியே நான்கு வயதாகிவிட்டது. அவளை ஸ்டூடியோவுக்குக் கூட்டிப்போய் புகைப்படம் எடுக்க வேண்டும் என்று தம்பி பிடிவாதம் பிடித்தான். நாயகி நர்கிஸ் மாதிரி இருக்கிறாள் என்றான். காமாட்சி நாயகிக்கு ஓர் அழகான உடையைத் தைத்தாள். லண்டனிலிருந்து வரும் பெண்கள் பத்திரிகை பக்கத்து வீட்டுப் பார்ஸிப் பெண்மணியிடம் இருந்தது. அதை வாங்கி அதிலுள்ள மாதிரி-உடை போலவே தைத்தது. பல வண்ணப்பூக்கள் அடர்த்தியாக உள்ள சீட்டித் துணி. அதைக் கீழ்ப்பகுதி ஸ்கர்ட்டுக்கு வைத்து, தோளைத் தொட்டுப் பின்முதுகில் பெருக்கல் வடிவில் திரும்பும் அலங்கார வார்களையும் அந்தத் துணியிலேயே தைத்தாள். வெள்ளை மேலுடை. பொங்குவதுபோல் கைப்பகுதி. நாயகி போட்டுக்கொண்டதும் பொம்மை மாதிரி அழகாக இருந்தாள். நல்ல சுருட்டை முடி.

தம்பி ஸ்டூடியோவுக்குக் கூட்டிப்போய் எடுத்த படத்தில் சற்றே மிரட்சியுடன் எதிரே பார்த்தவாறிருந்தாள் நாயகி. அவள் சப்பும் கட்டை விரலையும் ஆள்காட்டி விரலையும் வட்ட வடிவத்தில் இணைத்தபடி, கூச்சத்துடன் நின்றாள்.

நான்கு வயதில் நாயகிக்குப் பிடித்த விஷயம் அவள் கட்டைவிரல்தான். அவள் விடாமல் சப்பியதில் அது எலும்பருகே முழைத்து, சற்றே வெளுத்து, வழவழப்பாய் இருந்தது. எதைச் சொன்னாலும் கட்டைவிரல் வாயில் ஏறி விடும். சுவரில் சாய்ந்தபடி அமர்ந்து கட்டை விரலை வாயில் போட்டுக்கொள்வாள்.

பலப்பக குச்சியால் முதலில் வரைய ஆரம்பித்தாள். பக்கத்து வீட்டு பெங்காலிப் பெண்ணின் கலர் மெழுகுப் பென்சிலால் அவள் நிறைய படங்களை வரைந்தாள். நீல மெழுகுப் பென்சிலை வெள்ளைத் தாளில் படுக்கப்போட்டு அதை அசைத்தபடி உருட்டுவாள். தாளின் ஒரு பக்கம் கடல் அலை எழும்ப ஆரம்பிக்கும். வரைந்து முடித்ததும் காமாட்சியிடம் காட்டப்போவாள். காமாட்சி வீட்டு வேலை எல்லாம்

வற்றும் ஏரியின் மீன்கள்

முடித்துவிட்டு, களைப்புடன் தூங்கிக்கொண்டிருப்பாள். மூத்து இரண்டும் அப்போதுதான் மதியச் சாப்பாடு சாப்பிட்டுவிட்டுப் போயிருக்கும். சில சமயம் இவள் வரைந்ததைப் பார்த்துவிட்டு, "சரி, சரி போ" என்பாள் அலுப்புடன். தாள் எங்கேயாவது மூலையில் விழுந்து குப்பையில் போகும். நாயகி இன்னொன்று வரையப் போவாள்.

O

குச்சிக் காலும் குச்சிக் கையுமாய் இருந்த நாயகியை புஷ்டியாக்க தன் அம்மாவின் யோசனைப்படி விளக்கெண்ணெய் தேய்த்துக் குளிப்பாட்ட ஆரம்பித்தாள் காமாட்சி. உடம்பில் எண்ணெயைத் தடவிவிட்டு அழுத்திஅழுத்தித் தேய்த்து விடுவாள். நாயகி அழாமல் இருக்கக் கூடவே ராமாயணக் கதை. ராமர் பிறப்புக் கதைதான் ஒவ்வொரு முறையும்.

"நெருப்புக் குண்டத்துலேந்து ஒரு கந்தர்வன் வந்து ஒரு வெள்ளிக் கிண்ணத்துல பால் பாயசம் தந்தான். அதை கௌசல்யா, சுமித்ரை, கைகேயி மூணுபேருக்கும் தந்ததும் மூணுபேரும் அந்த பாயசத்தைக் குடிச்சா. அப்புறமா கொஞ்ச நாள் போனதும் மூணுபேர் வயத்துலேயும் பாப்பா வந்து படுத்துண்டது . . ."

"அம்மா, நீ கூடப் பாயசம் குடிச்சியாம்மா நான் உன்னோட தொப்பையிலே வந்தப்போ?"

காமாட்சியின் கையின் அழுத்தம் குறையும்.

"பாயசம்தானே? குடிச்சேனே."

"வெள்ளிக்கிண்ணத்துலயா?"

"ஆமாம். அழகான வெள்ளிக் கிண்ணம். பூஜை பண்ற போது பூ வைக்கறேனே, அந்தக் கிண்ணத்துல."

அது நுணுக்கமான வேலைப்பாடு செய்த கிண்ணம். கிண்ணத்தின் அடிப்பகுதியிலிருந்து கொடிகள் எழும்பி, கிண்ணம் முழுவதும் பரவி பூக்களும், இலைகளும், கனிகளுமாய் நீளும் கிண்ணம்.

"ம். அப்புறம்?"

"பாயசம் குடிச்சேனா? குருகக்குருகக் காய்ச்சிய பாயசம். அரிசிச்சோறு பாலோட குழைஞ்சு வாயில கரையும் பாயசம.

இப்பிடி குடிச்சுக்குடிச்சு வயத்துல உன்னை வளர்த்தேன். அப்புறமா கோயமுத்தூர் போனேன்."

சீயக்காயைக் குழைத்துத் தலையில் வைப்பாள். கண்ணில் விழாமல் இருக்கக் கண்களை இறுக மூடிக்கொள்வாள் நாயகி. கண்ணுக்குள் கோயமுத்தூர் விரியும்.

தசரத புத்திரர்கள் பிறந்த அரண்மனைபோல் அம்மா அவள் பிறந்த ஆஸ்பத்திரியை விவரிப்பாள். புத்தம்புதுசாய்க் கட்டிய ஆஸ்பத்திரி அது. தும்பைப் பூ வெள்ளைக் கட்டிடம். உள்ளே மெத்தென்ற நிறத்தில் சுவர்கள். புதிய இரும்புக் கட்டில்கள். பளிச்சென்ற வெள்ளை விரிப்புகள். ரோஜா மற்றும் ஊதா நிற சிறு பூக்கள் அச்சிட்ட சன்னல் படுதாக்கள். தேவதைகள்போல் வெள்ளை உடையில் தாதிகள், மருத்துவர்கள். இளம் காலை நேரத்தில், இந்த தேவதைகள் சூழ்ந்து நிற்க, நாயகி பிறந்தாள். அந்த வீட்டின் திருமகள் பிறந்தாள்.

துண்டை உடம்பில் சுற்றிக்கொண்டு குளியலறையிலிருந்து புத்துயிர் பெற்று வருவாள் நாயகி. ஒரு ராஜகுமாரியாகத் தன்னை பாவித்துக்கொண்டு.

○

சிவப்புப் பொத்தானை அழுத்திவிட்டு, "சொல்லுங்கள்" என்றார்கள் நாயகியிடம். ஓவியர்களைப் பேட்டி கண்டு அவர்கள் கலை மற்றும் வாழ்க்கை பற்றி எழுத வந்த பத்திரிகை நிருபர்கள்.

"இரண்டாம் உலகப்போர் நடக்கும் காலத்தில் நான் பிறந்தேன்..." என்று ஆரம்பித்தாள் நாயகி.

○

எல்லாவற்றையும் ஆயிரம் சொற்களுக்குள் அடக்க வேண்டும். கலைஞர்கள் பேச ஆரம்பித்தால் விடாமல் பேசுவார்கள். ஒவ்வொரு ஓவியருக்கும் ஆயிரம் சொற்கள். ஆயிரம் சொற்கள் மட்டுமே. நாயகி தன் பிறப்பு பற்றியும், தன் தாய் கற்பனை வளத்துடன் ஆஸ்பத்திரியை ஒரு அரண்மனைபோல் வர்ணித்தது பற்றியும் ஒரு கதை போல் கூறியிருந்தாள். கலையைத் தொழிலாகக் கொள்ளாவிட்டாலும் அவள் தாயும் ஒரு கலைஞர்தான் என்று கூறியிருந்தாள். நினைவுகூரலில் தேர்வு எவ்வாறு நிகழ்கிறது, அப்படித் தேர்வு செய்த நினைவுகள் எப்படி உருமாறிப்போகின்றன என்பதற்கு நல்ல உதாரணம்

என் பிறப்புக் கதை என்றிருந்தாள். "உண்மையில் அந்த ஆஸ்பத்திரி எப்படி இருந்தது என்று நான் கண்டறிய முயல வில்லை. மற்ற விவரங்கள் பற்றியும் விசாரிக்கவில்லை. உண்மையை எதிர்கொள்ள முடியாது என்றில்லை. ஆனால் இந்தக் கற்பனைக் கதை என் தாய் எனக்குத் தந்த பரிசு. அதில் பறவையின் கூட்டிற்குள் உள்ள மெல்லிய நார் இழைகளின் கதகதப்பு இருக்கிறது. பாதுகாப்பு இருக்கிறது. அதற்காகத்தான் அதை அவள் சொன்னாளா என்று தெரிய வில்லை. அது அவ்வளவு முக்கியமாகவும் எனக்குப் படவில்லை. ஏனென்றால், உண்மையும் புனைவும், நினைவும் மறதியுமாகத் தான் வாழ்க்கையை நாம் வாழ்கிறோம்" என்று கூறி அந்தப் பகுதியை முடித்திருந்தாள் நாயகி.

அந்தப் பகுதி மட்டுமே பத்து நிமிடங்களுக்கு மேல் ஓடியது. எழுதினால் இரண்டு மூன்று பக்கங்கள் போகும். பிறந்த ஆண்டை மட்டும் எழுதி, ஒலி நாடாவை விரைவாக மேலே ஓடவிடும் பொத்தானை அழுத்தினாள், செய்யும் வேலையைக் கச்சிதமாகச் செய்யும் அந்தப் பத்திரிகை நிருபர்.

காலம், இதழ் 18

பயணம் 7

சந்திரகாந்தை வழியனுப்ப பாந்த்ரா ரயிலடியில் நுழைந்ததுமே கூட்டம் நெருக்கித் தள்ளியது. முட்டித் தள்ளிக்கொண்டு சிலர் ஓடினர். நிதானமாக வழியை மறித்துக்கொண்டு சிலர் நடை பயின்றனர். சீட்டுகள் வழங்கும் சன்னல்களில் வழக்கம்போல் நீள்வரிசைகள், சண்டைகள், மோதல்கள், வரிசை மீறல்கள். வழிவிடும் படி கூலிகளின் கூவல்கள்.

டில்லி செல்லும் வண்டி பிளாட்பாரத்தில் நின்று கொண்டிருந்தது. தன் கைப்பெட்டியை இவளிடம் தந்துவிட்டு இவளுடைய பிளாட்பாரச் சீட்டு வாங்கச் சென்றான் சந்திரகாந்த். சற்று ஒதுங்கி நின்றபோதுதான் அவள் கண்ணில் பட்டாள். பிளாட்பார நுழைவாயிலை ஒட்டிய சுவருக்கே ஒரு டிரங்குப் பெட்டி, இரண்டு துணி மூட்டைகள், பால் குடிக்க எம்பிக்கொண்டிருந்த மகவு, கூட்டத்தை வேடிக்கை பார்த்துக்கொண்டிருந்த ஆறுவயதுப் பையன் இவை எல்லாம் சூழ, தரையில் அமர்ந்திருந்தாள். கைக்குழந்தையின் குண்டியில் இரண்டடி வைத்ததும் அது கதறத் துவங்கியது. பையனை இழுத்து அவனுக்கும் இரண்டு குட்டு தலையில். டிரங்குப் பெட்டியின் மேல் உட்கார்ந்துகொண்டு அவனும் சத்தமாக அழுதான். இரண்டு குழந்தைகளையும் அழவிட்டபின் அவள் கண்களிலும் கண்ணீர் பொங்கியது. துடைத்துக்கொண்டு நிமிர்ந்தவள் கண்ணில் இவள் பட்டாள் போலும்.

"மௌஸிஜீ, ஏ மௌஸிஜீ..." என்று இவளைக் கூப்பிட்டாள்.

பக்கத்தில் போய், "என்ன விஷயம்?" என்றாள்.

"மதுராவுக்குப் போகவேண்டிய வண்டி எப்ப வரும்?" என்று வினவினாள்.

"எப்போ வருமா? பிளாட்பாரத்தில் நிற்கிறது. அதோ பாரு எதிரே. எந்த ஊருக்குப் போகணும்?"

"மதுரா பக்கத்துல ஒரு கிராமம். இந்த வண்டிக்கு அப்புறம் ஏதாவது வண்டி உண்டா மௌஸிஜீ?"

"ஏன் இந்த வண்டியில போகக் கூடாதா? டிக்கட் எடுக்கலியா?"

"இல்ல. அடுத்த வண்டியில போவேன். அது எப்போ வரும்?"

"இதுதான் கடைசி வண்டி. அடுத்த வண்டி நாளைக்குத் தான்."

குழந்தைகளை இறுக அணைத்துக் கொண்டு மௌனம் சாதித்தாள்.

சந்திரகாந்த் வந்தான். என்ன விஷயம் என்று விசாரித் தான். இவள் விளக்கியதும் அவனும் அந்தப் பெண்ணருகே போய் பேச முற்பட்டான். அவள் பட்டும்படாமலும் பதில் கூறவே திரும்பிவிட்டான். "வா நாம் போகலாம். ஏதோ பிரச்சினை போலிருக்கிறது" என்றான்.

இருவரும் பிளாட்பாரத்தில் நுழைந்து அவன் பெட்டியைக் கண்டுபிடித்ததும் அவன் ஏறிக்கொண்டான். இவளும் அவனுடன் ஏறி அவன் கைப்பெட்டியை வைத்துவிட்டு சன்னலருகே அமர்ந்ததும் இறங்கினாள். வண்டி கிளம்பும் வரை இதையும் அதையும் பேசிவிட்டு, வண்டி கிளம்பத் தொடங்கியதும், "சரியாகச் சாப்பிடு. அதிகம் குடிக்காதே" என்று அவசர அறிவுரை தந்தாள். "உனக்கும் அதே அறிவுரை தான்" என்று உரக்கக் கூறிச் சிரித்தபடி கையாட்டினான்.

அத்தனை உடல் தொல்லைகளுக்கும் மனத்தொல்லை களுக்கும் மருந்து மதுதான் என்பதில் அவனுக்கு அசைக்க முடியாத நம்பிக்கை இருந்தது. அது சர்வரோக நிவாரணி. இருவரில் ஒருவர் கொஞ்சம் மூக்கை உறிஞ்சினாலோ இருமினாலோ பிராண்டி போத்தல் வெளியே வந்துவிடும்.

அம்பை ❋ 99 ❋

"மருந்து சாப்பிடாமல் இருக்க முடியுமா என்ன?" என்பான். அவளும் ஒப்புக்கொள்வாள். சுரம் வந்தால் சுடு நீரில் ரம், மனம் மூட்டம் போட்டால் தக்காளிச் சாற்றில் வோட்கா கலந்த ப்ளடி மேரி அல்லது ஆரஞ்சுச் சாற்றில் வோட்கா கலந்த ஸ்குரு ட்ரைவர், சந்திரகாந்தின் சொந்தக் கண்டு பிடிப்பான தர்பூசணிப் பழச்சாற்றில் வோட்கா கலந்து ஒரு கீறிய பச்சைமிளகாய் மிதக்கவிட்ட பானம், உற்சாகம் மிகுந்த நாட்களில் மேலும் உற்சாகம் ஊட்ட வைன், கொண்டாட்டத்துக்கு ஷாம்பேன், அதிரடி கொண்டாட்டத்துக்கு க்ளென்ஃபிடிஷ் மால்ட் விஸ்கி என்று அவனிடம் ஒரு நீண்ட 'மருந்து'ப் பட்டியலே இருந்தது.

குடி என்றாலே 'குடி குடியைக் கெடுக்கும்' போன்ற பழமொழிகளையும் இந்திய சினிமாவில் ஒரு முழுங்கு விழுங்கியதுமே தள்ளாடத் துவங்கும் மிகை நடிப்பையுமே அறிந்திருந்த அவள் குடும்பத்தினருக்கு சந்திரகாந்தின் குடி பற்றிய கருத்துக்கள் அதிர்ச்சி தருபவையாக இருந்தன. முதல் முறையாக கலாசார அதிர்ச்சியை எதிர்கொண்டனர். மருமகனை இவள் 'திருத்த' வேண்டும் என்று இவளிடம் வலியுறுத்தினர். குடிப்பது அவர்கள் பண்பாட்டை ஒட்டிய ஒன்று என்பதையும் பெண்கள் கூட மதுவை விரும்பி அருந்துவார்கள் என்பதையும் கூறி ஓர் ஐம்பது வருடங்களுக்கு முன்பு வடக்கே கிராமங்களில் பெண்களே கள் காய்ச்சி வீட்டு வாசலில் பானையில் கள் வைத்து விற்றார்கள் என்ற சரித்திரத்தையும் கூறிய பிறகு அது பற்றிப் பேசுவதை நிறுத்திக்கொண்டார்கள்.

முகத்தில் சிறு புன்னகையுடன் வெளியே போக முற்பட்ட இவளை "மௌஸிஜீ, மௌஸிஜீ" என்ற விளி நிறுத்தியது. திரும்பிப் பார்த்தபோது அந்தப் பெண் கையை ஆட்டி இவளைக் கூப்பிட்டுக்கொண்டிருந்தாள். அவளுக்கே போய், "என்ன?" என்றாள்.

"மௌஸிஜீ, இவனைக் கொஞ்சம் பிடியுங்களேன். நான் பாத்ரும் போயிட்டு வரேன்" என்று குழந்தையை நீட்டினாள். பலகாலம் இவளிடம் பழகியதுபோல் இவளைப் பார்த்துச் சிரித்தபடி தாவியது குழந்தை.

"ஏ கிஷன், நான்—மௌஸியைத் தொந்தரவு பண்ணக் கூடாது" என்று அதனிடம் கொஞ்சினாள்.

வற்றும் ஏரியின் மீன்கள்

நானீ–மௌஸியா? ஒரு நிமிடத்தில் பாட்டியாக்கப்பட்டு நின்றாள்.

"மௌஸிஜீ, சாமான் மேல் ஒரு கண்ணு இருக்கட்டும்" என்றபடி பையனின் கையைப் பற்றிக்கொண்டு போக முற்பட்டாள்.

"உன் பேர் என்ன?"

"ரூப்மதி. பையன் பேரு அர்ஜுன்" என்றாள்.

"சரி, போயிட்டு சீக்கிரம் வா" என்றாள்.

குழந்தைக்கு வெறும் மேல் சட்டைதான் இருந்தது. ஒரு கையால் தன் பையைத் திறந்து கை துடைக்கவென்று வைத்திருந்த டவலை குழந்தையின் இடுப்பில் சுற்றி, குழந்தையைக் கையில் வாகாக ஏந்திக்கொண்டாள். கொழுக்கு மொழுக்கென்று கை கொள்ளாமல் இருந்தது குழந்தை. ரொம்பவும் உரிமையுடன் தோள்மேல் சாய்ந்துகொண்டு கழுத்துச் சங்கிலியைப் பிடித்து இழுத்தது. முடியில் விரல் களைத் துளைத்தது. க்ஹ் க்ஹ் என்று எதற்கோ சிரித்தது எச்சில் வடிய. பிறகு முகத்தை இவள் மேல் தேய்த்தது.

"இதோ பாரு, நான் உன் நானீ இல்ல. ரொம்பத்தான் துள்ளாதே" என்று கூறினாள் அதனிடம் இறுகிய முகத்துடன்.

கைகொட்டிச் சிரித்தது. எம்பிஎம்பி அவள் முடியைக் கலைத்தது.

ரயிலடிக் கூட்டம் போவதும் வருவதுமாக இருந்தது.

பத்துப் பதினைந்து நிமிடங்களுக்குப் பிறகுதான் ரூப்மதி தூரத்தே தெரிந்தாள். குழந்தையின் விஷமங்களுக்கு ஈடு கொடுத்தபடி நின்றிருந்ததில் இவள் களைத்திருந்தாள்.

ரூப்மதி அருகில் வந்ததும் குழந்தையை அவள் கையில் திணித்தாள். குழந்தையைக் கையில் வாங்கிக்கொண்ட ரூப்மதி இவளைப் பார்த்தபடி நின்றாள்.

"கடைசி வண்டி போயாகிவிட்டது. என்ன பண்ணப் போகிறாய்?" என்று அவளிடம் கேட்டாள்.

"காலைல எட்டு மணிக்கு வீட்டைவிட்டுப் போன பெண்டாட்டி வீட்டுக்கு வரலன்னா தேடிட்டு வர வேண்டாமா

மௌஸிஜீ? ஒம்பது மணியிலிருந்து இங்க இருக்கேன். யாரும் என்னத் தேடிட்டு வரல. மதுரா போய் பஸ் பிடிச்சு போகணும் எங்க கிராமத்துக்கு ..."

"யாரு இருக்காங்க அங்க?"

"எங்க பாய் ஸாஹேப், பாபிஜி, பாவுஜி. அம்மா இல்ல எனக்கு ... ரொம்ப தூரம் எங்க கிராமம்."

ஏனோ நிர்மலா புதிலின் சந்தால் மொழிக் கவிதை நினைவுக்கு வந்தது. ஒரு மகள் தந்தையிடம் கூறுவதுபோல் அமைந்த கவிதை.

பாபா,

உன் ஆடுகளை விற்றுத்தான் நீ என்னைப் பார்க்க வர முடியும் என்ற தொலை தூரத்தில் என்னைக் கட்டி வைக்காதே

மனிதர்கள் வாழாமல் கடவுள்கள் மட்டும் வாழும் இடத்தில்
மணம் ஏற்பாடு செய்யாதே
காடுகள் ஆறுகள் மலைகள் இல்லா ஊரில்
செய்யாதே என் திருமணத்தை
நிச்சயமாக
எண்ணங்களை விட வேகமாய்க் கார்கள் பறக்கும் இடத்தில்
உயர் கட்டிடங்களும் பெரிய கடைகளும் உள்ள இடத்தில்
வேண்டாம்

கோழி கூவி பொழுது புலராத முற்றமில்லாத வீட்டில்
கொல்லைப்புறத்திலிருந்து சூரியன் மலைகளில் அஸ்தமிப்பதைப் பார்க்கமுடியாத வீட்டில்
மாப்பிள்ளை பார்க்காதே
இதுவரை ஒரு மரம் கூட நடாத, பயிர் ஊன்றாத,
மற்றவர்களின் சுமையைத் தூக்காத,
கை என்ற வார்த்தையைக் கூட எழுதத் தெரியாதவன்
கையில் என்னை ஒப்படைக்காதே

எனக்குத் திருமணம் செய்ய வேண்டுமென்றால்
நீ காலையில் வந்து அஸ்தமன நேரத்தில் நடந்தே திரும்பக்கூடிய இடத்தில் செய்து வை

இங்கே நான் ஆற்றங்கரையில் அழுதால்
அக்கரையில் உன் காதில் பட்டு நீ வர வேண்டும்...

எதிரே ரூபமதி குழம்பிப்போய் நின்றாள். வெளியே இருட்டிக் கொண்டு வந்தது. அவளைப் பார்த்தால் ஒரு நாள் முழுவதும் சாப்பிட்டிருக்க மாட்டாள் என்று தோன்றியது.

"கொஞ்சம் இரு வரேன்" என்றுவிட்டு அர்ஜுனின் கையை பிடித்துக்கொண்டு விரைந்தாள். கான்டீனில் மும்பாயின் எல்லோர் பசியையும் தீர்க்கும் உணவான வடா-பாவ் இரண்டு வாங்கினாள். ஒரு பிளாஸ்டிக் கோப்பையில் பாலும், ஒரு பிஸ்கோத்துப் பொட்டலமும் வாங்கினாள். எல்லாவற்றையும் அர்ஜுனிடம் கொடுத்து விட்டு, மூன்று கோப்பை தேநீர் வாங்கி அவற்றை இரு கைகளில் சிந்தாமல் பிடித்தபடி நடந்தாள். அர்ஜுன் பால் கோப்பையையும் பொட்டலங்களையும் பத்திரமாகப் பிடித்துக்கொண்டு கூட வந்தான்.

ரூபமதியும் அர்ஜுனும் டிரங்குப் பெட்டியின் மேல் அமர்ந்தனர். பாலையும் பிஸ்கோத்தையும் கிஷ்ணுக்கு ஊட்டி விட்டு அவனைக் கீழேவிட்டாள் ரூபமதி. இவள் ஒரு கோப்பைத் தேநீரைச் சுவைத்தபடி அவர்கள் இருவரும் உருளைக் கிழங்கு போண்டா அடைத்த ஓர் அங்குல கனமுள்ள பாவ்-ரொட்டியைச் சுவைத்துச் சாப்பிடுவதைப் பார்த்தாள். ரூபமதிக்கு இருபத்திரண்டு இருபத்துமூன்று வயது இருக்கும் என்று தோன்றியது. கரிய பெரிய விழிகள். அடர்த்தியான புருவங்கள். முடி செம்பட்டையாக இருந்தது எண்ணெய் காணாதது போல. அடர்ப் பச்சையில் ஒரு நைலான் புடவை. மஞ்சள் ரவிக்கை.

சாப்பிட்டு முடித்தபின், காகிதத் தட்டுகளையும் குவலை களையும் குப்பைத்தொட்டியில் எறிந்துவிட்டு, கிஷனைத் தூக்கிக்கொண்டு மீண்டும் இவளருகே வந்தாள் ரூபமதி.

"என்ன ரூபமதி? என்ன செய்வதாக உத்தேசம்?"

"பாருங்க மௌஸிஜீ, ஆட்டோ ஓட்டிட்டு கையில் ஒரு காசு தராம, குடிச்சுட்டு வந்து, ஏழுமணிக்கு எழுந்து நாஷ்தா இப்பவே தான்னா முடியுமா? வீட்டுல மண் ணெண்ணெய் இல்ல. பாவ் இல்ல. பால் இல்ல. டீத்தூள் இல்ல. என் ஸாஸுமா அவங்க வேலையைப் பார்க்கப் போயாச்சு. பிள்ளை பெத்தவங்களுக்கும் குழந்தைகளுக்கும்

எண்ணெய் தடவி மாலிஷ் பண்ணி குளிப்பாட்டிட்டு வர ஒரு மணி ஆயிடும். ஏதாவது வீட்டுல அவங்க சாப்பாடும் ஆயிடும். அர்ஜுனும் கிஷனும் என் முகத்தைப் பார்க்கறவங்க. அர்ஜுனை ஸ்கூலுக்கு அனுப்பணும். டிபன் பாக்ஸ்ல வைக்க ரொட்டி பண்ண கோதுமை மாவு கூட இல்ல. வீட்டுல எதுவும் இல்லைன்னதும் எல்லாத்தையும் உருட்டித் தள்ளிட்டு, என்னையும் ரெண்டு போட்டுட்டுப் போயிட்டாரு எங்க வீட்டுக்காரர். வீட்டை விட்டுப் போ, உன் பிறந்த வீட்டுக்குப் போன்னு வேற சொன்னாரு. எனக்கும் கோபம் வந்தது. நேர போய் கம்மல வித்தேன். மூட்டை கட்டிட்டுக் கிளம்பிட்டேன். அவங்களுக்கு கவலையே இல்ல பாருங்களேன். ஒருத்தர் கூடத் தேடிட்டு வரல."

"இங்க வருவேன்னுட்டு எப்படித் தெரியும்? அங்க தேடிட்டு இருப்பாங்க."

இரண்டொருவர் நின்று அவளை உறுத்துப் பார்ப்பது போல் பட்டது.

"சரி, நீ ராத்திரி இங்க இருக்க முடியாது. அது சரியில்ல."

"வேற எங்க போக?"

"இதோ பாரு. அவன் உன்னை எப்படி வீட்டை விட்டுப் போன்னுட்டுச் சொல்ல முடியும்? அது உன் வீடும் இல்லியா என்ன? நீ பேசாம திரும்பிப் போ. வீட்டு வாசல்ல டிரங்குப் பெட்டிய வெச்சுட்டு உட்காரு. எல்லாரும் பார்க்கட்டும். அவனை நாலு கேள்வி கேக்கட்டும். உங்க ஸஸுர்ஜீ அவனை ஒன்னும் சொல்ல மாட்டாரா?"

"அவரே ஒரு குடிகாரர்."

"சரிதான். ஸாஸுமா?"

"அவங்களா? எந்தப் பக்கம் சாய்வாங்கன்னு எப்படிச் சொல்ல முடியும்?"

அர்ஜுன் தலையில் டிரங்குப் பெட்டி ஏறியது. துணி மூட்டைகள் ரூப்மதியின் தலை மேல். கிஷன் அவள் இடுப்பில்.

ரயிலடியை விட்டு வெளியே வந்து ஓர் ஆட்டோவை ஒதுக்குப்புறமாக நிறுத்தினாள். ஆட்டோக்காரர் உத்தரப்

வற்றும் ஏரியின் மீன்கள்

பிரதேசத்தவர் என்பது நன்றாகத் தெர்ந்தது. மும்பாயின் தொண்ணூறு சதவிகித ஆட்டோக்களும், டாக்ஸிகளும் இவர்கள் கையில்தான்.

ரூப்மதியிடம் "எந்த இடம்?" என்றாள்.

"மால்வணி."

"மால்வணியா? ரோடு வழியா போனா ரொம்ப தூரமாச்சே? வரபோது எப்படி வந்தீங்க?"

"மத் தீவு வரை பஸ்ஸுல வந்து 'போட்'டுல வர்சோவா கிராமம் வந்து, அங்கேயிருந்து பஸ் பிடிச்சு வந்தோம்."

காயல் பகுதியில் விசைப் படகுகள் இருந்தன. மீனவர்களின் விசைப் படகுகள். குறைந்த கட்டணம்தான். ஐந்து நிமிடங்களில் கடலைத் தாண்டி விடலாம். வீதி வழியாகப் போனால் சுற்று வழி. ஒரு மணி நேரம் பிடிக்கும்.

"கடைசி 'போட்டு' போயிருக்குமே? சரி, சரி, வாங்க" என்று சாமானை ஆட்டோவில் ஏற்றினாள். அவர்களை உட்காரச் சொன்னாள். டிரங்குப் பெட்டி முழு இடத்தை அடைத்துக்கொள்ள அவர்கள் தொற்றிக்கொண்டு அமர்ந்தனர். ஆட்டோக்காரரிடம் நெடுஞ்சாலை வழியாகப் போய் இணைச்சாலையில் நுழைந்து போக வழி கூறிவிட்டு,

"இதோ பாருங்க, உங்க ஊர்க்காரிதான். இங்கேயிருந்து மலாட் வழியா போனீங்கன்னா நூறு, நூத்திப்பத்து ரூபாய் வரும். நான் இருநூறு ரூபாய் தரேன். இவங்களைப் பத்திரமா வீட்டுல சேத்திட முடியுமா?" என்று கேட்டாள்.

"வீட்டுல ஏதோ சண்டை போல இருக்குது ஆன்டீஜி. நான் கூட்டிட்டுப்போய் என்ன ஏதாவது அடிச்சு கிடிச்சுப் போட்டாங்கன்னா..." என்று தயங்கினார். பிறகு, "நீங்களும் கூட வாங்களேன். நான் உங்களை அப்புறமா வீட்டுல விட்டுடறேன்" என்றார்.

"பாய் ஸாஹேப் சரியாகத்தானே சொல்லுறார். மௌஸிஜீ, வாங்களேன்" என்றாள் ரூப்மதி. "நானி–மௌஸி, வாங்க" என்றான் அர்ஜுன் முதல் முறையாக வாய் திறந்து.

இனிமேல் இவள் நிரந்தரப் பாட்டிதான் போலும். கிஷன் வேறு அரிசிப் பற்களைக் காட்டிச் சிரித்தது. இவள் தயங்கினாள்.

ஆட்டோக்காரர் அர்ஜுனிடம், "பேட்டா, நீ முன்னால வா. ஆன்டிஜி உட்காரட்டும்" என்றார்.

அர்ஜுன் தடைக்கம்பியைத் தாண்டி அந்தப் பக்கம் குதித்து, ஓடி வந்து ஆட்டோக்காரர் அருகில் அமர்ந்தான். ரூபமதி உட்பக்கம் நகர இவள் டிரங்குப் பெட்டியின் மேல் காலை மடித்து வைத்துக்கொண்டு உட்கார்ந்து கொண்டாள்.

ஆட்டோ கிளம்பியது.

"போலோ ஸ்ரீ ராமச்சந்த்ர கி ஜே! பவன புத்ர ஹனுமான் கி ஜே!" என்று முழங்கினார் ஆட்டோக்காரர். கடவுள் துணையில்லாமல் அவர்களைக் கொண்டு சேர்க்க முடியாது என்று தோன்றியதோ என்னவோ. அர்ஜுன் உற்சாகமாக ஜே போட்டான்.

நெடுஞ்சாலையில் எப்போதுமே வாகனங்களின் நெரிசல் தான். விரைவுதான். நிற்காமல் ஓடும் என்பதுதான் ஆறுதல். ஆட்டோக்காரரிடம் ரொம்ப வேகமாகப் போக வேண்டாம் வண்டியில் குழந்தை இருக்கிறது என்று எச்சரித்தாள்.

குடிகாரக் கணவர்களைத் திட்டியபடி வந்த ரூபமதி சிறிது நேரத்தில் இவள் தோளில் தலையைச் சாய்த்து உறங்கி விட்டாள். கிஷனும் தூங்கிவிட்டது. அதன் கால்கள் இரண்டும் இவள் தொடையில் கிடந்தன.

மால்வணி வந்ததும் ரூபமதியை எழுப்பி வழிகாட்டச் சொன்னாள். அதற்குள் அர்ஜுன் வழிகாட்ட ஆட்டோ அந்தச் சிறு ஒற்றை அறை குடியிருப்புகள் உள்ள பகுதியில் நின்றது. ஆட்டோக்காரர் உதவியுடன் டிரங்குப் பெட்டியை இறக்கி வீட்டின் முன் வைத்தனர். ரூபமதி இரண்டு குழந்தை களையும் இரு பக்கமும் வைத்துக்கொண்டு பெட்டி மேல் உட்கார்ந்துகொண்டாள். கிஷன் இன்னும் தூக்கம் கலையாமல் தன் அம்மாவின் மேல் சாய்ந்துகொண்டு இருந்தது. அக்கம் பக்கத்தவர்கள் மெல்ல வந்து குழுமினர்.

வெளியே கயிற்றுக் கட்டிலில் ஐம்பது அறுபது வயது மதிக்கத் தக்க ஒரு மனிதர் அமர்ந்துகொண்டு தலை நிமிராமல்

வற்றும் ஏரியின் மீன்கள்

பீடி பிடித்துக்கொண்டு இருந்தார். சத்தம் கேட்டு ஓர் இளைஞன் உள்ளேயிருந்து வந்தான். ரூப்மதியின் கணவன் போலும். ரூப்மதியை பார்த்ததும், "எட்டு மணிக்குப் போனவ ராத்திரி திரும்பி வரியே, எங்க போன? எவனோட போன? திரும்பி ஏன் வந்த?" என்று கூவத் தொடங்கியவன் மற்றவர்கள் இருப்பதைப் பார்த்து நிறுத்தினான். கிஷன் விழித்துக்கொண்டு அழத் தொடங்கியது. கூட்டத்தில் இருந்த ஒருவர், "யாரோ ஓர் அம்மா கூட்டிட்டு வந்திருக்காங்க. சும்மா கத்தாதே" என்றார்.

இவளைப் பார்த்து கரம் கூப்பினான்.

"உங்களுக்கு ஏன் இந்தத் தொல்லை மேடம்? இவ எல்லாம் ஒழுங்கான பொம்பள இல்ல. யார் கூப்பிட்டாலும் போறவ. இவளை எல்லாம் நல்லா மிதிக்கணும். அதைத்தான் நான் செஞ்சேன்" என்று தொடங்கினான்.

சுற்றி இருந்த கூட்டத்தில் பலர் அவனைப் பார்த்துத் திட்டத்தொடங்கினர். ஆட்டோக்காரர் இவளிடம், "வாங்க ஆன்டீஜி" என்றார்.

"இந்த வீட்டுல யாரானும் பொம்பள வாயத் திறந்தா கொலை விழும். ஆமா. பேசணும்ன்னா போ உன் அப்பன் வீட்டுக்கு. இது என் வீடு" என்று தொடர்ந்து சத்தம் போட்டான்.

அவனிடம் சுடச்சுட இரண்டு வார்த்தை பேச வேண்டும் என்று இவள் அவனை நோக்கி அடி எடுத்து வைப்பதற்குள் உள்ளேயிருந்து ஒரு பெண்ணின் குரல் கேட்டது.

"எந்தக் குடிகாரன் வாசல்ல கத்தறது?"

குரலைத் தொடர்ந்து ஓர் ஐம்பது வயதுப் பெண்மணி வெளியே வந்தாள். ரூப்மதியின் மாமியார்தான் என்று நிச்சயமாகத் தெரிந்தது. வெளியே வந்தவள் மூலையில் இருந்த கழியைக் கையில் எடுத்துக் கொண்டாள். மகனை நோக்கி, "ஏண்டா நாயே, இது உன் வீடா? நான் முனிசிபாலிடியில வேல பார்த்தபோது கிடைச்ச வீடுடா இது. நான் பணம் கட்டி வாங்கின வீடு. என் பேர்ல இருக்குது இந்த வீடு. என்ன சொன்ன? இந்த வீட்டுல பொம்பள பேசக் கூடாதா? பேசுவோம்டா. நானும் பேசுவேன். என் மருமகளும் பேசுவா..."

ரூப்மதி, "ஸாஸுமா" என்று கதறி அழத் தொடங்கினாள். அர்ஜுன் "தாதீ..." என்று அவளைக் கட்டிக் கொண்டான்.

ஓங்கிய கழி இன்னும் கீழிறங்கவில்லை. "குடிச்சுட்டு வந்து கலாட்டா பண்ணறியா நாயே? காலையிலேர்ந்து ரூப்மதி எங்கன்னு நூறு வாட்டி கேட்டுத் தவிச்சிருக்கேன். பத்திரமா வீட்டுக்கு வந்து சேர்ந்திருக்கா கடவுள் புண்ணியத்துல. குடிகார அப்பனும் பையனும் ஆட்டம் போடறீங்களா? போங்கடா வெளில. நடங்கடா போலீஸ் ஸ்டேஷனுக்கு..." என்று கழியைத் தரையில் ஓங்கித் தட்டினாள்.

"நான் என்ன செய்தேன்...?" என்று முனகினார் பீடி பிடித்துக்கொண்டிருந்த பெரியவர்.

கூட்டம் அவளை உற்சாகப்படுத்தியது "கேளு, கேளு சரியா" என்று. "பொம்பளைகள ஒழுங்கு இல்ல அப்படி எல்லாம் சொன்னா அவங்களுக்கு ரொம்பக் கோபம் வரும்" என்று சிலர் இவளிடம் விளக்கம் தந்தனர். அடிக்கடி நடக்கும் நாடகமோ என்று தோன்றியது.

ஆட்டோக்காரர் இவளிடம் கிளம்பும்படி நச்சரித்தார்.

ரூப்மதியின் கணவன் அவளை எழுந்திருக்கச் சொல்லி விட்டு, டிரங்குப் பெட்டியையும், துணி மூட்டைகளையும் உள்ளே எடுத்துப்போக முற்பட்டான். உள்ளே போக அவன் திரும்பியபோது கழியால் அவன் காலில் ஓங்கி ஓர் அடி வைத்தாள் ஸாஸுமா. அவன் அலறினான். மீண்டும் கழியை ஓங்கியதும் ரூப்மதி அவள் கையைப் பிடித்துக்கொண்டாள்.

இவள் ரூப்மதி அருகில் போய் தன் முகவரி அச்சடித்த அட்டையைத் தந்தாள். மாமியாரைப் பார்த்துக் கை கூப்பினாள். அர்ஜுனின் தலையைத் தடவித் தந்தாள். கிஷனின் கன்னத்தைத் தொட்டாள்.

ஆட்டோக்காரர் ஆட்டோவைக் கிளப்பிவிட்டார். இவள் கூடவே வந்தாள் ரூப்மதி இடுப்பில் கிஷனுடன். இவள் ஆட்டோவில் அமர்ந்துகொண்டு, "உன் ஸாஸுமா ரொம்ப நல்லவள்" என்றாள் ரூப்மதியிடம்.

ஆட்டோவினுள் தலையை நுழைத்து, "இன்னிக்கு அவங்களும் குடிச்சிருக்காங்க..." என்று கிசுகிசுத்தாள் ரூப்மதி.

இவள் தலையைத் திருப்பியபோது எதிரே இருந்த கண்ணாடியில் இவளைப் பார்த்தபடி இருந்தார் ஆட்டோக் காரர். ஆட்டோ கிளம்பியது. கூட்டம் விலகி வழிவிட்டது.

காலம், ஜூன் 2007

கைலாசம்

பேய்த் தொடர் ஒன்றை டி.வியில் பார்க்கத் தொடங்கியதுமே கைலாசம் கிடுகிடுவென்று ஆட ஆரம்பித்தது. 'டிகுடிகுதக், டிகுடிகுதக்' என்று சத்தம் வேறு கூடவே. சலித்துக் கொண்டே எழுந்து ரப்பர் செருப்பை அணிந்து கொண்டு கைலாசத்தைத் தொட்டாள். தடவித் தந்தாள். அடங்குவதாக இல்லை கைலாசம். பேய்த் தொடரில் சவப்பெட்டியின் மூடி திறந்து பேய் எழுந்து உட்கார்ந்து கொண்டு விழித்தது. ஆண் பேய். பெரிய கிறிஸ்டாபர் லீ என்று நினைப்பு நடிகனுக்கு. மொட்டைத் தலையும் மஞ்சள் ஒளிவிட்ட கண்களுமாய் பேய் முழி முழித்தான். கைலாசம் விடாமல் ஆடியது. இரு பக்கமும் கைகளைப் போட்டு அணைத்துக் கொண்டாள். "கைலாசம், கைலாசம்" என்றாள் மென்குரலில், சன்னதம் வந்தது போல் மீண்டும் ஆடியது. கன்னத்தை வைத்தாள் அதன் மேல். "அடங்கு கைலாசம், போதுமே" என்றாள். 'தக் தக் தக்'கென்று ஒலியைக் குறைத்துக் கொண்டே வந்து ஓய்ந்தது. செல்லமாக ஓர் அடி வைத்து விட்டு மீண்டும் பேய்த் தொடர் பார்க்க அமர்ந்தாள். அழகற்ற ஆண் பேய் உலவிக் கொண்டிருந்தது அங்கும் இங்கும், பெண்களின் ரத்தத்தை உறிஞ்ச.

அலட்சியமாகப் பார்த்தாள் தொடரை. கொஞ்சம் இள வயதுப் பேயாக இருக்கக் கூடாதா? வழுக்கைத் தலையும் தொந்தியும் தொப்பையுமாய் இது என்ன பேய்? பெண் பேயாக இருந்தால் மட்டும் அழகாய், இளம் வயதாய், மெல்லிய வெள்ளைப் புடவையுடன்,

உள்ளாடை தெரிய, கொலுசு குலுங்க நடந்து பாட்டு வேறு பாடும் பெண் பேய்.

கைலாசத்திடமிருந்து ஓசையில்லை. கைலாசம் அவளுடைய குளிர் பதனப்பெட்டி. ஆயிரத்துத் தொள்ளாயிரத்து எண்பத்தைந்தில் வாங்கியது. ஆரம்ப காலத்தில் ஒரு தொல்லையுமில்லை. அப்போது அதற்குப் பெயரில்லை. கடந்த பத்து வருடங்களாக உறைபனிப் பெட்டியில் இமாலயமே வந்து நிற்பதுபோல் பனி உறைய ஆரம்பித்தது. அந்தப் பக்கம் எல்லாம் யாத்திரை போனதில்லை அவள். மும்பாயில் இடிந்து விழுவது போல் நிற்கும் ஒரு கட்டடித்தின் மூன்றாம் மாடியில், இமயமலைப் பக்கத்து யாத்திரை ஸ்தலங்களை எல்லாம் நினைவுபடுத்தும்படி பனி உறைந்தது குளிர் பதனப் பெட்டியில், சில சமயம் நெட்டுக்குத்தாய் நடுவில் நிற்கும் இறுக உறைந்த ஓர் ஐஸ் கட்டி, சிவலிங்கம் போல். எத்தனை முறை மின்சாரப் பொத்தானை அமுக்கி அணைத்தாலும் உருகாது லிங்கம். சிலசமயம் பெயர்த்தெடுக்க வேண்டிவரும். பெயர்த்தெடுத்துக் கழுவும் தொட்டியில் போட்ட பின்பு கூட அது உருக நேரம் பிடிக்கும். உருக மறுக்கும் லிங்கம், அதன் பிறகுதான் 'கைலாசம்' என்ற நாமகரணம்.

வீட்டில் உள்ள அனைத்துப் பொருட்களுக்கும் பெயர் உண்டு. தனஞ்செயன் தந்த முள்ளுச்செடிக்குப் பெயர் தனுஷ். சிறுசிறு தட்டை இலைகளாய்ப் பரவும் செடிக்குப் பெயர் மேகா. தான் மரம் என்று நினைத்துக்கொண்டு வெட வெடவென்று உயரத் தொடங்கி காலை எழுந்ததும் கண்ணில் படும் செடியின் பெயர் உஷா. கோணலும்மாணலு மாய் வளர முற்பட்டுக்கொண்டிருக்கும் செடியின் பெயர் வக்கிரன். செயன் கேலி செய்தான் ஒரு நாள், "அது என்ன முள்ளுச்செடிகளுக்கும் கோணல் செடிகளுக்கும் மட்டும் ஆண் பெயர்?"

பெயரிடுவது அவ்வளவு தற்செயலான செயல் அல்ல என்று தோன்றியது. குளிர் பதனப்பெட்டி கைலாசத்துக்கும் இன்னொரு கைலாசத்துக்கும் தொடர்புண்டோ ஒரு வேளை? பல்கலைக்கழகத்தில் ஆராய்ச்சி செய்து கொண்டிருந்தபோது மாணவர்கள் விடுதி இரு பாகங்களாக இருந்தது. வார்டன் வீட்டை ஒட்டியிருந்த அறைகள் பெண்களுடையது. எதிர்ப் புறம் ஆண்கள். இடையே சாப்பாட்டு ஹால், டி.வி வைத்த பொது ஹால், புல்வெளி. ஆராய்ச்சி செய்யும் சோர்வைப் போக்கிக் கொள்ளத்தான் அவளும் தோழிகளும் ஆண்களுக்கு நாமகரணம் செய்யும் வேலையை ஆரம்பித்தனர். ஆரம்பத்தில்

அம்பை

'ஒட்டடைக் கொம்பு', 'தீப்பெட்டி' என்று நேரிடை நாம கரணங்களாகவே அவை இருந்தன. போகப்போக அவை சிக்கலான உட்பொருள் உடைய நாமகரணங்களாக மாறின. பல்லாயிரம் அர்த்தங்கள் உள்ள நாமகரணப்படலத்தை ஆரம்பித்து வைத்தது பேராசிரியர் குலாட்டிதான். புதிதாகத் திருமணம் செய்து கொண்டவர். குன்வந்த் கவுர்தான் அந்தச் செய்தியைக் கொண்டு வந்தாள். பேராசிரியரின் மனைவி திருப்தியாக இல்லையாம். எதுவும் நடக்கும் முன்பே பேராசிரியர் அவசரமாக முடிந்து போய்விடுகிறாராம். பேராசிரியர் சென்று பார்த்த டாக்டர் குன்வந்தின் சித்தப்பாவின் தூரத்து உறவாம். அன்றிரவு பேராசிரியருக்கு வைத்த நாம கரணம் 'கொட்டும் அருவி'.

தீபிகாவின் காதலன் சிகந்தர் ஒன்றாம் மாடியில் பெண்கள் விடுதியை நோக்கிய அறையில் இருந்தான். அங்கிருந்து அவன் இரண்டாம் மாடியில் இருந்த தீபிகாவுக்கு சமிக்ஞைகள் அனுப்புவது வழக்கம். பெண்கள் விடுதியின் சன்னல்கள் பெரும்பாலும் திரை மூடப்பட்டோ, சன்னல் கதவுகள் மூடப் பட்டோதான் இருக்கும். ஒரு நாள் விடிகாலை சுதா கதவைப் படபடவென்று தட்டினாள். இவள் திறந்ததும் "சன்னலைத் திற சீக்கிரம்" என்று பரபரத்தாள். இவள் திறக்கும் முன் அவளே திறந்து "பாரு" என்றாள். கீழே ஒன்றாம் மாடியில் சிகந்தரின் சன்னல் கதவு திறந்து கிடந்தது. கட்டிலில் சிகந்தர் நிர்வாணமாகக் கிடந்தான். போர்வை காலடியில் கிடந்தது. அவன் நீண்ட குறி ஒரு பக்கம் மடங்கி விழுந்திருந்தது. அவள் பார்க்கும் முதல் ஆண் குறி. சுன்னத்து செய்த குறி. சுதாவுக்கும் அது முதல் முறையாம். சுதா ஓடிப்போய் தன் பைனாகுலரை எடுத்து வந்தாள். இருவரும் வெகு அக்கறையுடன் அந்தக் குறியைப் பார்த்தனர். அதை மட்டும் பெரிதாக்கிப் பார்த்த போது, அவன் உடலிலிருந்து விலகிய ஒன்றாய், ஒரு குட்டிப் பாம்பாய் அது பட்டது. சாதுப் பாம்பு. அவன் உடல் அசைவு களுக்கு ஏற்ப அங்கும் இங்கும் மடங்கி விழுந்த பாம்பு.

விரைவில் ஒவ்வொருவராய் – தீபிகாவைத் தவிர – நின்று பார்த்து விட்டுப் போயினர். தான் ஒரு தரிசனப் பொருளாய்க் கிடக்கிறோம் என்று தெரியாமல் நல்ல உறக்கத்தில் இருந்தான் சிகந்தர். சிகந்தருக்குப் 'பாம்பு' என்று பெயரிட்டனர். சுதா நன்றாகப் பாடுவாள். சிகந்தர் எங்காவது அருகில் தென் பட்டால் "நாதர் முடி மேலிருக்கும் நாகப்பாம்பே..." என்று முனக ஆரம்பித்துவிடுவாள். "ஆடு பாம்பே விளையாடு

பாம்பே . . ." என்று பன்னிப்பன்னிப் பாடுவாள். "நல்ல பாட்டு சுதா. ஒரு நாள் நீ முழுப்பாட்டையும் எனக்குப் பாடிக் காட்ட வேண்டும்" என்பான் சிகந்தர். "கட்டாயம், கட்டாயம்" என்பாள்.

இப்படி நாமகரணப் படலத்தில் இருந்தபோது வைத்த பெயர்தான் கைலாசம். கைலாசத்தின் இயற்பெயர் சிவஞானம். அவனுடைய கால்சராய்கள் அவனுடைய குடும்பத் தையற் காரர் தைத்ததாம். இவனுடைய சிறு வயதிலிருந்து அவர்தான் உடைகள் தைப்பாராம். கால்சராவை வெட்டும் முறையை அவர் மாற்ற மறுத்ததாலோ என்னவோ அவன் சாய்ந்து உட்காரும்போதோ, கால் நீட்டி உட்காரும்போதோ, அவன் தொடை இடுக்கில் கால்சராய் துணி கூம்பி நிற்கும். 'கைலாஷ் பர்பத்' என்று குன்வந்த் கவுர் கைலாச பர்வதத்தின் ஹிந்திப் பெயரை அவனுக்கு இட்டாள். இவளும் சுதாவும் 'கைலாசம்' என்று அதைக் குறுக்கினர்.

நாமகரணப் படலம் வெகு நாட்கள் நீடித்தது. பிறகு அந்த உத்வேகம் வந்த வேகத்திலேயே மறைந்து போனது. அவர்கள் வைத்த பெயர்கள் அவர்களின் பாலுணர்வின் வெளிப்பாடுதான் என்று விவாதிப்பார்கள். உடல் அப்போது ஒரு பிரம்மாண்டம். அதன் ஒவ்வொரு துளையும், ஒவ்வொரு மேடும், ஒவ்வொரு இடுக்கும், ஒவ்வொரு நெளிவும் ஒரு விடுபடும் ரகசியம். உடலே உலகாய் விச்வரூபம் எடுத்த காலமது. அதன் ஒரு சிறு இழைதான் கைலாசம்.

○

அவர்கள் எல்லோரையும்விடச்சற்றுப் பெரியவன் கைலாசம். கல்லூரியில் விரிவுரையாளராக ஐந்தாண்டு வேலை பார்த்த பின் ஆராய்ச்சி செய்ய வந்தவன். கலகலப்பானவன் இல்லை. சட்டென்று சிரிக்க மாட்டான். சற்று இறுகிய முகம். ஒட்ட வெட்டிய முடி. மழிக்கப்பட்ட முகம். கறுப்புச் சட்டமிட்ட கண்ணாடி. இவர்கள் முதிர்ச்சி இல்லாமல் இருக்கிறார்கள் என்று அவன் கணிப்பு. எதற்கெடுத்தாலும் 'பக்'கென்று சிரிக்கும் அவர்களைப் பார்த்து சில சமயம் "பீ சீரியஸ்" என்று அதட்டுவான். அவனைச் சுற்றி இவர்கள் வட்ட மிட்டதற்குக் காரணம் அவன் வீட்டிலிருந்து தொடர்ந்து வந்தபடி இருந்த நெய், பருப்புப் பொடி, ஊறுகாய், முறுக்கு, பணியாரங்கள், பழங்கள் இவற்றின் மேலிருந்த ஆசையால் தான். அவனுக்கும் அது தெரியும் என்றே நினைத்தனர்.

ஒரு நாள் அவன் ஊரிலிருந்து வந்திருந்த மலைப் பழத்தைப் பொது அறையில் உட்கார்ந்தபடி இவள் சுவைத்துச் சாப்பிட்டுக் கொண்டிருந்தபோது கைலாசம் அங்கு வந்தான். பொது அறையில் அப்போது வேறு யாரும் இல்லை. அவன் கையில் இலையில் கட்டிய மல்லிகைப் பூ மணத்தது.

சட்டென்று அவளருகில் அமர்ந்து மல்லிகைப் பூவைத் தந்தான்.

"பூவே நீ வெக்கறதில்லையே? வெச்சுக்க" என்றான்.

சற்று ஆச்சரியமடைந்தாள்.

"எதுக்கு இதெல்லாம்?" என்றாள்.

"உனக்கு நல்ல நீள முடி. மத்தவங்க மாதிரி நீ வெட்டிக்கல. அதுல பூ வெச்சா அழகாயிருக்கும்" என்றான்.

இப்படிப் பேசுபவன் இல்லை அவன்.

கொஞ்சம் அதிர்ந்துபோனாள். பூவை மறுக்கவில்லை. பூவை அலட்சியமாகத் தலையில் செருகிக் கொண்டபோது, "மெல்ல மெல்ல. வலிக்காம" என்றான்.

பல நாட்கள் மனப்பாடம் செய்து ஒப்பிப்பவன்போல் அவன் பேச ஆரம்பித்தான்.

"கமலம், உன்னை எனக்குப் பிடிச்சிருக்கு, உன்னை நெருங்கித் தொடணும்னுட்டு இருக்குது. பொம்பளைனா என்னானுட்டு எனக்குத் தெரியாது. உன்னை என்னோட அப்படியே சேர்த்துக்கணம்னுட்டுத் தோணுது. ராத்திரி பகலெல்லாம் உடம்பு பகபகன்னுட்டு எரியுது. என்னைக் கட்டிக்கச் சம்மதமா?" என்றான்.

"என்ன இது சிவம்?" என்றாள் முற்றிலும் அதிர்ந்தபடி.

"ஏன், நான் கேட்டது தப்பா? நீ என்னோட நடந்து வரபோது உன் கை என் மேல இடிக்குது. உன் மார்பு சில சமயம் உரசுது, அது அப்பிடியே தீ மாதிரி தகிக்குது கமலம். பூ மாதிரி மெத்துன்னுட்டு அது பட்டாலும் அது தீ கமலம்," என்று அரற்றியபடி அவளை முத்தமிட முயன்றான்.

"சிவம், ப்ளீஸ், இது நல்லாயில்ல. எனக்கு இது பிடிக்கல." என்றாள் அவனைத் தள்ளியபடி.

அவன் உடல் நடுங்கியபடி இருந்தது. கண்கள் நிறைந்து விட்டன.

"மன்னிச்சுக்க" என்றான். அறையை விட்டு வெளி யேறினான்.

அதன் பின் அவன் சற்று விலகியே இருந்தான். கள ஆராய்ச்சிக்காக லண்டன் போகும் முன் ஊருக்குப் போய் வந்தான். திருமணம் புரிந்துகொண்டு வந்தான். மனைவி டாக்டராம். அவன் லண்டன் செல்லும் முன் மனைவி வந்தாள். விருந்தினர் விடுதியில் இடமில்லாதலால் தாழ் வாரத்தின் முனையில் இருந்த இவளுடைய பெரிய அறையில் அவள் தங்கலாமா என்று வார்டன் கேட்டபோது இவள் மறுக்கவில்லை. அவர்கள் இருவரும் ஏதாவது ஹோட்டலில் அறையெடுத்துத் தங்கியிருக்கலாமே என்று தோன்றியது.

டாக்டர் தேன்மொழி கலகலப்பாகப் பழகினாள். ஓர் ஆஸ்பத்திரியில் பெரிய பதவியில் இருந்ததால் கம்பீரமும் கமையும் மிடுக்கும் அவளிடம் இருந்தது.

ஒருநாள் இரவு இவளும் சுதாவும் பேசியபடி படுத்திருந்த போது தேன்மொழி உள்ளே வந்து புடவையைக் களைந்து இரவு உடையை அணியலானாள்.

"டாக்டர், சாப்பாடு எங்க சாப்பிட்டீங்க?" என்றாள் சுதா.

"க்னாட் ப்ளேஸ்ல ஒரு ஹோட்டல்ல" என்று அசட்டை யாகப் பதில் வந்தது.

"நிரூலாஸா?"

"மெட்றாஸ் கபே, மீல்ஸ். இன்றைய ஸ்பெஷல் ஜவ்வரிசி பாயசம்," என்று கூறியபடி படுக்கையில் அமர்ந்தாள்.

சுதா இவளைப் பார்த்தாள். எழுந்து போக முற்பட்டாள்.

"உட்காரேன்" என்று அவள் கைகளைப்பற்றி அவளை உட்கார வைத்தாள் தேன்மொழி.

"நீங்க சாப்பிட்டீங்களா?" என்று கேட்டாள்.

இருவரையும் பார்த்துச் சிரித்தாள். பேச்சுத் தொடங்கியது.

தேன்மொழி சிவத்தின் தூரத்து உறவு. நன்கு படித்தவன், அவள் தொழிலை மதிப்பவன் கணவனாக வர வேண்டும்

என்று காத்திருந்ததால் திருமணம் தள்ளிப் போயிற்று. குடும்ப நண்பர் ஒருவர்தான் சிவம் பற்றிக் கூறினார். சிவத்தின் அப்பாதான் திருமணத்தைப் பேசி முடித்தது. அவனுக்கு அம்மா இல்லை. அத்தைதான் அவனை வளர்த்தாள். உடன் பிறந்தவரும் இல்லை. அவன் மெத்தப் படித்தவன் என்பது தேன்மொழிக்கு மிகவும் பிடித்த விஷயமாக இருந்தது. புகைப் படத்தில்தான் பார்த்தாள். திருமணத்தின் போதுதான் நேரில் பார்த்தது.

"சிவம் எப்படிப்பட்டவர்?" என்று கேட்டாள்.

"நீங்கதானே கட்டியிருக்கீங்க? உங்களுக்குத் தெரியாதா?" என்றாள் சுதா.

"இல்ல சுதா. அவர் யாருன்னே தெரியல. அவர் நல்லபடி தான் நடந்துக்கறாரு. ஒரு கோபமோ தாபமோ இல்ல. ஆனா என்ன அவர் தொடல இன்னம். நடக்கறப்போ கூட என் மேல அவர் கை படல. தோளுல கை போட்டு அணைக்கல. இன்னும் கல்யாணம் கட்டாத உங்ககிட்ட சொல்கிறேன் இதையெல்லாம், தப்பா நினைக்காதீங்க. உடம்பு பத்தின மோகம், வெறி, ஆவேசம் எதுவுமே இல்லாம வெறும் பொம்மையா இருக்காரு. நல்ல மனுஷந்தான். கடிஞ்சு ஒரு வார்த்தை பேசல. ஹோட்டல்ல இருக்கலாமேன்னுட்டு எவ்வளவோ சொன்னேன். கேக்கல. இப்பிடி உங்க ரூம்ல உங்களுக்குத் தொல்லையா... ஏதோ ஒரு காலகட்டத்தில் அவர் உறைஞ்சுபோயிட்டாருன்னு படுது. எப்ப இளகப் போறாரோ யாருக்கத் தெரியும்...?"

தேன்மொழி தலை குனிந்தபடி தன் இரு கைகளையும் பிசைந்தபடி அமர்ந்திருந்தாள்.

○

பெண்ணுடலின் ரகசியங்கள் என்ன? அவள் அல்குல் எப்படி அமைகிறது? அதன் மேலுள்ள ஜது மயிர் தொடும்போது பட்டுப்போல் இருக்குமா அல்லது கம்பளிபோல் முரடாய் இருக்குமா? அது படமெடுக்கும் பாம்பின் தலைபோல் இருப்பதாகக் கூறியிருக்கிறது ஒரு பழங்கவிதையில். கமலத்துடையது எப்படி இருக்கும்?

○

மோகம் என்பது கூட ஒரு போதையா? 'கிறுகிறுக்குதடி' என்று சொல்லிவிட்டு 'மொந்தை பழைய கள்ளு போலே' என்றாரே பாரதி? மொந்தை பழைய கள்ளுக்கு இங்கே எங்கே போவது? வாட்ச்மேனிடம் பேசி இங்கே தயாராகும் சரக்கைக் குடித்தேன். அந்தக் கிறுகிறுப்பு வேறு. உடலை ஆட்டுவிப்பது அது. நான் உணர்வது வேறு. ஒரு முறை கமலம் குனிந்து, எட்டி எதையோ எடுக்க முனைந்தபோது அவள் முலை என்மேல் பட்டது. ஜிவ்வென்று ஓர் உணர்வு. மிகவும் லேசாகிப் பறப்பதுபோல். அதே சமயம் உலகத்தின் அத்தனை கனமும் என் குறியின் மேல் கவிந்து விட்டது போல் தோன்றியது. ஒரு பக்கம் கனம் கூட இன்னொரு பக்கம் கனமின்மை. தத்தளிப்பு. கிறுகிறுப்பு. மூச்சு முட்டியது.

இதுதானா மோகம்? இச்சையின் இலக்கணம் தெரிய வில்லை.

○

மோகமானேன்.

○

கமலம் என்மேல் இரும்புக் குண்டு போல் உருள வேண்டும். என்னை அழுத்த வேண்டும். நான் அவள் மேல் பூப்பந்து போல் புரள வேண்டும். நோகாமல். நசுக்காமல்.

○

அவளை நான் இறுக்கும்போது அவள் முலைகள் நசுங்க வேண்டும் என் மார்பில். முலைக் காம்புகள் விடைத்து நிற்க வேண்டும். அவளுள் நான் உறைந்து போய்விட வேண்டும்.

○

இத்தனை மோகத்திலும் அவள் உடல் வெறும் உறுப்புகள் கொண்ட ஒன்றாக மட்டுமே படவில்லை. சுழித்துக்கொண்டு ஓடும் ஆறாக, பறவைகளுக்கு உறைவிடமாகும் ஏரியாக, கொந்தளிக்கும் கடலாக உருப்பெற்றவாறு இருக்கிறது அவள் உடல் என் கற்பனையில். அதில் நான் மூழ்க வேண்டும்.

○

பொது அறையில் காலணிகளைக் கழற்றிவிட்டு அமர்ந் திருந்தாள் ஒரு மாலை. கால்களை மடித்து சோபா மேல்

வைத்து முகத்தை முட்டின் மேல் கவித்து, கண்களை மூடி யிருந்தாள். பச்சைப் புடவையில் அழகான சிறு குன்று மாதிரி இருந்தாள். கரும் அருவியாய் முதுகெல்லாம் ஓடியது முடி. அப்போதுதான் துளிர்த்த பசும் இலைகளாய்ப் பாதங்கள்.

○

பெண்ணின் அங்கங்களை திராட்சை விழிகள், ஆப்பிள் கன்னங்கள், கனி இதழ்கள் என்று உட்கொள்ளவேண்டிய ஒன்றாகவே பார்க்கிறார்கள். என்னை கற்களும் முட்களும் உள்ள கரடுமுரடான நிலமாகவே உணர்கிறேன். கமலம் என்னை உழ வேண்டும். விதை நிலமாக மாற்ற வேண்டும். கமலம் ஒரு சதுப்பு நிலம். எங்கே கால் வைத்தால் இழுக்கும் என்று தெரியாத மர்ம நிலம். அதில் நான் கால் பதிக்க வேண்டும். அதன் சேற்றைப் பூசிக்கொள்ள வேண்டும். அதன் குமிழ்களில் அமிழ வேண்டும். அதைச் செழிப்பாக்க வேண்டும்.

○

கமலம் என்னை ஆட்கொள்ள வேண்டும்.

○

அவள் உடலின் நுழைவாயிலை என் குறி தொடுமா? அந்தத் தொடல் எப்படி இருக்கும்? பல்லாண்டு பல்லாண்டு பல்லாயிரத்தாண்டு பலகோடி நூறாயிரம் ஆண்டு காத்திருந்து விட்டுப் பெய்த மழையின் முதல் துளி பட்டதும் ஏற்படும் சிலிர்ப்பு அதில் இருக்குமா? அல்லது அது தீயைத் தீண்டும் இன்பமா?

○

பகல் பொழுதில்தான் தொலைபேசி ஒலித்தது. எதிர் முனையில் ஒரு பெண் குரல்.

"கமலம் இருக்காங்களா?"

"நான் கமலம்தான் பேசறேன்."

"நான் டாக்டர் தேன்மொழி கமலம். ஞாபகம் இருக்குதா?"

"சிவத்தோட மனைவிதானே?"

"ஆமாம். பரவாயில்லையே நெனப்பு இருக்குதே?"

"எப்படி இவ்வளவு நாள் கழிச்சு? என் நம்பர் எப்படி கிடைச்சிச்சு?"

"வந்து சொல்றேன். நானும் என் கணவரும் குழந்தை களும் உங்க பில்டிங் கேட்டுலதான் நிக்கறோம். இப்ப மேல வரலாமா?"

"வாங்க தேன்மொழி. என்ன இப்பிடி கேக்கறீங்க?"

வாயில் மணி ஒலித்தது. நான்கு பேர்கள் உள்ளே வந்தனர். தேன் மொழியுடன் இருந்த நபர் சிவம் இல்லை.

"கமலம், இது என் கணவர் டாக்டர் குமாரசாமி. இது என் பையன் அருண். அமெரிக்கால டாக்டரா இருக்கான். இது என் பொண்ணு அருள்மொழி. இவளும் டாக்டர்தான். சொந்த ஹாஸ்பிடல் கட்டத் திட்டம் போட்டிருக்கா. இப்ப பெங்களூர்ல வேலை" என்று அறிமுகம் செய்தாள் தேன் மொழி.

அனைவரும் உட்கார்ந்து கொண்டு தேநீர் பருகியபடி பேச ஆரம்பித்தனர். சிறிது நேரத்துக்குப் பின் தேன்மொழி மெல்லக் கூறலானாள்.

"கமலம், நானும் சிவமும் ஒரு வருஷத்துக்குள்ளயே பிரிஞ்சிட்டோம். எந்தச் சண்டையும் இல்ல. அவர் ஒரு வெறும் ஜடமா இருந்தார். அவரே என்னைப் பிரியச் சொல்லிட்டாரு. நான் மேல் படிப்புக்காக லண்டன் போன போதுதான் குமாரசாமியச் சந்திச்சேன். சிவத்தோட நான் ஒரேயடியா முறிச்சுக்கல. இவங்கள்லாம் அவரப் பெரியப்பான்னு தான் கூப்பிடுவாங்க. அவர் அப்பா போன பிறகு நாங்கதான் அவர் குடும்பம். குமாரசாமியும் அவரும் நல்ல நண்பர்களா இருந்தாங்க. இங்க கோயம்புத்தூர்லதான் புரோபசரா இருந்தாரு. அவர் ஆராய்ச்சிக் கட்டுரை எல்லாம் எழுதிட்டே அப்பிடியே இருந்துட்டாரு. இன்னொரு கல்யாணமே கட்டல. லீவு நாள்ல எங்க கிட்ட வருவாரு. இருப்பாரு. இப்பிடியே போயிட்டுது காலம்..."

அவள் பேச்சு ஒரு நீண்ட முன்னுரை என்று தோன்றியது அவளுக்கு. சிவத்தைக் கடந்த காலத்தில் இருத்திப் பேசியது போல் பட்டது.

தேன்மொழி தொடர்ந்தாள்.

"அருள்மொழிக்கு சொந்த ஹாஸ்பிடல் கட்டுறதுக்கு ஏற்பாடு செய்ய பெங்களூரு வந்தவருதான். காலையில

நடக்கப் போனவரு வரலை. நல்ல பனிக்காலம், குளிர் தாங்க மாட்டாரு அவரு. கிளம்புற போதே இவ, "வேண்டாம் பெரியப்பா. இன்னிக்குக் குளிர் அதிகம்"ன்னு சொல்லி யிருக்கா. கேக்கல. மப்ளரை தலையில சுத்திட்டு போயிருக்காரு. அப்புறமா ஸாங்க்கிடான்க் ஏரியில உடல் கிடைச்சுது. ஏன், என்னனுட்டு புரியல. ரிடயர் ஆனதுனால கொஞ்சம் ஏங்கிப் போயிட்டாரா என்னன்னே தெரியல. அவரோட வீட்டைக் காலி பண்ணினபோது ஒரு நோட்டுப் புத்தகம் கிடைச்சுது. அது மேல இதுவரை நீங்க இருந்த முகவரி, போன் நம்பர் எல்லாம் இருந்தது. கடைசியா இந்த முகவரி, போன் நம்பர் எல்லாம் எழுதி இருந்தது. அந்த நோட்டுப் புத்தகத்தை அப்பிடியே பிரிக்காம எடுத்திட்டு வந்தேன். அவரு உங்களோட எப்பவாவது பேசினாரா?"

"இல்லயே. பல சிநேகிதங்களோட இப்பவும் தொடர்பு இருக்கு. சுதா கூட போன வாரம் போன்ல பேசினா. இவரோட தொடர்பு விட்டுப் போச்சுது."

மௌனம் நிலவியது.

தேன்மொழி தன் கைப்பையிலிருந்து ஒரு நோட்டுப் புத்தகத்தை எடுத்தாள். பிளாஸ்டிக் தாளில் பொதிந்திருந்த நோட்டுப் புத்தகம்.

கமலத்தை நோக்கி நோட்டுப் புத்தகத்தை நீட்டினாள். "இதை நீங்க வெச்சுக்குங்க. உங்க பேரு இருக்குது மேல. அவருக்கு எப்பிடியாவது சாந்தி உண்டாகணும். நீங்க தப்பா நினைக்காதீங்க. அவருடைய புத்தகம் எல்லாம் காலேஜ் லைப்ரரிக்குக் குடுத்திட்டோம். வேற அதிகம் எதுவும் இல்ல. அத்தனை சொத்தையும் என் பிள்ளைங்களுக்கு எழுதி வெச்சிருக்காரு. ஒரு சன்னியாசி மாதிரி இருந்தாரு. இப்ப போயிட்டாரு. என்னன்னு சொல்ல? இதுல உங்க பேரு இருக்கறதால ..."

கை நீட்டி நோட்டுப் புத்தகத்தை வாங்கிக் கொண்டாள்.

பிளாஸ்டிக் தாள் கையில் பட்டதும் ஒரு நடுக்கம் ஏற்பட்டது. பக்கத்திலிருந்த மேசை மேல் வைத்தாள்.

வந்தவர்கள் சிறிது நேரம் அமர்ந்து பேசிவிட்டுச் சென்றனர்.

மேசைமேல் பிளாஸ்டிக் தாளினால் சுற்றப்பட்ட நோட்டுப் புத்தகம் கிடந்தது.

○

பிளாஸ்டிக் தாளை மெல்ல அகற்றினாள். இயந்திரங்களால் தயாரிக்கப்படாத கனத்த தாள் அட்டை. ஆயிரத்துத் தொளா யிரத்து எழுபத்து நாலு, எழுபத்தைந்து என்று தேதி போட்டு சில குறிப்புகள் இருந்தன. மற்ற பக்கங்கள் வெறுமையாக இருந்தன.

○

ஏரியினடியே ஓர் உடல். சேதிகள் எதுவும் சொல்லாத உடல். அத்தனை ரகசியங்களையும் தன்னுள் உறையவைத்த உடல்.

○

குளிர் பதனப் பெட்டி அருகே இருந்த முக்காலியில் அமர்ந்து அதன் மேல் சாய்ந்து கொண்டாள்.

கைலாசம், உனக்குள்ளே இவ்வளவு தாபம் இருந்தது என்பதை நான் உணரவில்லை. அப்போது என் உடலே எனக்கு ஒரு விடுபடுத்தவேண்டிய மர்மமாக, புதிராகத்தான் இருந்தது. என் உடலை நான் சமாளித்துக் கொண்டிருந்தேன் என்றுதான் சொல்ல வேண்டும். உடல் எனும் பிரம்மாண் டத்தை நான் எதிர்கொண்டது பிறகுதான். அதன் மேடு பள்ளங்களை, குழிகளை, செதில்களை, மடல்களை, இதழ் களை அறிந்து கொண்டது மெல்லமெல்லத்தான். உடலில் முங்கி, மூச்சுமுட்டி எழுந்தது உடனடியாக நேரவில்லை. மெல்லத் தொடங்கி, இடியுடன் கூடிய பெருமழையாவது போல் அது நேர்ந்தது. மென்மையாக ஒலிக்கத் தொடங்கி, பிறகு வேகமும் தாளமுமாக உச்சத்தை எட்டும் பாடல் போல் அது எழும்பியது.

நீ என்னை அணுகியபோது நான் அங்கில்லை. வேறு எத்தனையோ கவலைகளில் மூழ்கி இருந்தேன். ஆராய்ச்சி பற்றிய கவலைகள். எதிர்காலம் பற்றிய கவலைகள். ஆணுடல் பற்றிய ஆர்வமும், குறுகுறுப்பும் இல்லாமல் இல்லை. அது அவ்வப்போது, ஓடும் மேகங்கள்போல் வந்து போய்க் கொண்டிருந்தது. ஆழமாக உள்ளிறங்கவில்லை.

அல்குல் பற்றி எழுதியிருக்கிறாய். என் அல்குல் எனக்கே புரிபடாத ஒன்றாகத்தான் இருந்தது. அதன் ஐதுமயிர்

பற்றியோ, இதழ்கள் பற்றியோ எந்தத் தியானமும் இல்லை. மாதவிடாயின் போது சில சமயம் குருதி படர்ந்து இருக்கும் ஜதுமயிரைச் சுத்தப்படுத்தியதுகூட அலட்சியத்தோடுதான். ஏதோ ஒரு பாவத்தைச் சுமப்பதுபோல் உடலைச் சுமந்தோம் என்னைப் போன்றவர்கள். உடல் ஒரு குரிசு. கற்றுக்கொடுக்கப் பட்டது அதுதான். படுகுழியில் வீழ்த்திவிடும் உடல். உடலை மிதிக்க வேண்டும். நசுக்க வேண்டும். அடக்க வேண்டும்.

எங்கள் வீட்டில் தங்கம் என்றொரு பெண் வேலை செய்து கொண்டிருந்தாள். சமையல் வேலை. அப்பாவின் காரியாலயத்திலிருந்து இரண்டு பியூன்கள் வீட்டு வேலைக்கு வந்து போவார்கள். ராமன் நாயர் மற்றும் வெங்கடப்பா. துணி துவைக்கும் போது தங்கம் மரத்தடியே நின்றுகொண் டிருந்த ராமன் நாயரைப் பார்த்ததாகவும் இருவரும் ஒருவரை ஒருவர் பார்த்தபடி நின்றதாகவும் வீட்டு வேலை செய்யும் நரசம்மா புகார் செய்ய அவர்களைக் 'கையும் களவுமாகப் பிடித்ததாக' அம்மா கூறினாள். ராமன் நாயர் அதன் பின் வரவில்லை. தங்கமும் வேலையை விட்டு நீக்கப்பட்டாள். அம்மாவிடம் கேட்டபோது இல்லாவிட்டால் ஏதாவது விபரீதம் நேர்ந்துவிடும் என்றாள். சில மாதங்களுக்குப் பிறகு தங்கத்தை ஒரு பாட்டுக் கச்சேரியில் சந்திக்க நேர்ந்த போது, "தங்கம், ராமன் நாயரைப் பார்த்தா என்ன விபரீதம் நடக்கும்?" என்று கேட்டேன்.

"யார் சொன்னங்க?" என்றாள்.

"அம்மாதான்."

"ஒரு விபரீதமும் நடக்கல. சும்மா அவனைப் பார்த்தேன். அவ்வளவுதான்." என்றுவிட்டுச் சிரித்தாள். தலையைத் தடவித்தந்தாள்.

விபரீதம் என்பது என் உடலில் இருக்கிறது என்ற கவலை மட்டும் நீங்கவில்லை. என் உடல் எனும் உண்மை வெளிப்படத் தொடங்கியது நான் வீட்டை விட்டு வெளியே வந்த பிறகுதான்.

என் உடலை என்னைத் தரிசிக்கப் பயில்வித்தது ட்ரினடாடிலிருந்து வந்திருந்த நரென்சிங்தான். கலைஞன். அவனுடன் இருந்தபோது ஓர் இயற்கைக் காட்சியாகப் பரிமளித்தது என்னுடல். அதன் மேடுகள் மலையாகவும், அதன் ஆழங்கள் பள்ளத்தாக்குகளாகவும், அதன் அந்தரங்கங்கள் சலசலக்கும் நீரோடையாகவும் மாறின. அவன் உடலும்

அதே இயற்கைக்காட்சியின் வேறு ரூபங்களாகப் பட்டது. கொடியாகவும், மண்ணாகவும் அவன் உடலும் வளைந்து குழைந்தது. உழப்படாத நிலமாய் முறுக்கிக் கொண்டது. இறுகிக் கொண்டது. புதைகுழியாய் இழுத்தது.

அதுதான் காதல் என்று நினைத்தேன். அவன் ஓர் அமெரிக்கப் பெண்ணுடன் போக ஆரம்பித்த போது வலித்தது. பிறகு வேறு வேலைகளில் மூழ்கிப் போனேன். இரண்டொரு ஆண்டுகளுக்குப் பின் அவனைச் சந்தித்தபோது சோர்ந்திருந் தான். அமெரிக்கப் பெண் அவனுடன் இல்லை. மிகவும் தனிமையில் இருப்பதாகக் கூறினான். அவன் வீட்டுக்கு அன்று நானும் இன்னும் சிலரும் போனோம். அன்றிரவு அவன் என்னை நெருங்கிய போது நான் அனுமதித்தேன். காலையில் மற்றவர்கள் உறங்கியபடி இருக்க நான் கிளம்பி விட்டேன். நரைன் பேருந்து நிறுத்தம் வரை வந்தான்.

"மறுபடியும் எப்போ?" என்றான்.

"எப்போதும் இல்லை நரைன். நேற்று உன்னைப் பார்த்து பரிதாபப்பட்டேன். அதனால்தான் இணங்கினேன்..." என்றேன்.

தீ மிதித்ததுபோல் திடுக்கிட்டான்.

"பரிதாபப்பட்டாயா?"

"வேறு என்ன காரணம் இருக்க முடியும் நரைன்?"

"நீ மாறி விட்டாய்" என்றான்.

பேருந்து வந்தது. ஏறிக்கொண்டேன். சன்னல் வழியாகப் பார்த்து கை அசைத்தேன். "வாழ்க்கை ஒரு நல்ல ஆசிரியர்" என்றேன்.

என் உடலைக் கொடுத்து மீட்டுக் கொள்ள முடிந்தது என்னால். அதை என்னுடையதாக்கிக் கொள்ள முடிந்தது.

எந்த மிகையும் எந்த மட்டுப்படுத்தலும் இல்லாமல் என் உடலை அதன் அத்தனை குறைகளோடும் நிறைகளோடும் ஏற்க முடிந்தது தனஞ்செயனுடன்தான். அவன் என் உடலைப் பறக்கவிட்டான். மீண்டும் என்னிடமே ஒப்படைத்தான். நான் அவன் உடலை அறியாத பிரதேசங்களுக்கு இட்டுச் சென்றதாகவும், திரும்பி வர வழி அமைத்துத் தந்ததாகவும் கூறினான். ஆணுடல் பற்றி இருந்த அவன் கர்வத்தை நான்

சமனப்படுத்தினேன் என்றான். விறைத்த குறிதான் ஆணுடலின் உண்மை என்று நினைத்தது எவ்வளவு தவறு என்றான். கலவி செய்யாதபோது படுத்தபடி இருக்கும் அவன் குறி எவ்வளவு அழகு என்ற போது உடலுக்குத்தான் எத்தனை அர்த்தங்கள் என்று வியந்தான்.

அவனை மணந்துகொண்டு இருபத்தைந்து ஆண்டுகளாகி விட்டன. இன்னும் காதல் புரியவில்லை, கைலாசம். மோகம் புரிவது எளிது. காதல் அப்படியல்ல. பெண்-ஆண் உறவு மிகவும் சிக்கலானது. அதில்தான் எத்தனை நெருக்கம், எத்தனை விலகல்? எத்தனை மர்மம், எத்தனை வெளிப்படை? எத்தனை வன்முறை, எத்தனை மென்மை? எத்தனை இறுக்கம், எத்தனை குழைவு? எத்தனை ஆதுரம், எத்தனை ஆவேசம்? காதலிக்கும் நபரையே விஷம் வைத்துக் கொல்லலாம் என்று ஆத்திரம் வருகிறது. தணிகிறது. பந்தம் போல் கட்டிப் போடுகிறது. கூடுபோல் ஆசுவாசம் தருகிறது. தகிக்கிறது. குளிர்விக்கிறது.

என் உடலை ஒரு பிரதியாகப் பார்க்கும்போது அது ஒரு நிலைத்த பிரதியாக இல்லை, கைலாசம். அது மாறியபடி இருக்கிறது. அதன் தோற்றமும் அர்த்தங்களும் மாறியபடி உள்ளன. என் முலைகள் தளர்ந்து, சற்றே கீழிறங்கி உள்ளன. என் தொடைகளில் பச்சை நரம்போடுகிறது. கால்களிலும் கைகளிலும்கூட. என் அல்குல் ஒரு பழுத்த இலை போல் இப்போது இருக்கிறது. என் ஜதுமயிர் முன் போல் அடர்த்தி யாக இல்லை. கருமையாகவும் இல்லை. நரைத்து இருக்கிறது. ஈரமில்லாமல் உலர்ந்து இருக்கிறது.

செயனின் உடலிலும் பல மாற்றங்கள். முறுக்கிக் கட்டியது போல் இருந்த அவன் உடல் இப்போது சில சமயம் நனைத்து வைக்கப்பட்ட துணிபோல் இருக்கிறது. குளித்து விட்டு அவன் வரும்போது ஈரம் உலராத அவன் குறி நத்தைபோல் சுருங்கி உள்ளது. அவன் முடி முற்றிலும் நரைத்துவிட்டது. என்னுடையதும். அவன் முதுகில் முலைகள் பட சாய்ந்து கொண்டு பின் கழுத்தில் இன்னமும் முத்தம் தருகிறேன். சிலிர்ப்பதாகக் கூறுகிறான். அவன் என்னை வருடும்போது இதமாக இருக்கிறது. குறுகுறுக்கிறது.

இப்படியாக உடல் பல தடங்களில் ஓடியபடி.

நீ ஏன் தொடர்பே கொள்ளவில்லை. கைலாசம்? தேன் மொழியைத் தோழியாக்கிக் கொண்டதுபோல் என்னையும்

தோழியாக நினைத்திருக்கக் கூடாதா? வேறு ஒரு கால கட்டத்தில் நீ கேட்டிருந்தால் நான் இணங்கியிருப்பேனா என்று தெரியவில்லை. ஆனால் உன்னை நான் ஒதுக்கியிருக்க மாட்டேன் என்றே நினைக்கிறேன்.

ஏரியின் அடியே கிடந்த உன்னுடலை எரித்தாகிவிட்டது. அதன் சாம்பலை ஆற்றுநீரில் கரைத்தாகி விட்டது. உன் சாம்பல் கரைக்கப்பட்ட அந்த ஆற்று நீர் வறண்ட பிரதேசத்தில் பாயட்டும். அதில் பசுமைப் புல்லாய் முளைக்கட்டும். பசித்த இளம் ஆடோ மாடோ அதைப் புசிக்கட்டும். அதன் உடலில் பாலூறட்டும். ஏதாவது மகவின் வாயில் அந்தப் பால் இனிக்கட்டும்.

மேலும் அந்த ஆற்றுநீர் வெள்ளமாய்ப் பெருகி எங்கும் கரைபுரண்டோடட்டும். மண்ணிலும், கல்லிலும், சக்தியிலும் பாய்ந்தோடி காய்ந்ததை எல்லாம் உயிர்ப்பிக்கட்டும். வளமை கூட்டட்டும். சாம்பலின் ஒரு துளி விதையாகி, அது செடியாகி, பழங்கள் தொங்கும் மரமாகட்டும். அதன் கிளைகள் வானை நோக்கட்டும்.

○

வாயில் மணி ஒலித்தது. கமலம் எண்ணங்களிலிருந்து மீண்ட போது உறைபனிப் பெட்டி உருகி பெரு ஆற்றிலிருந்து பிரிந்து வந்த சின்னஞ்சிறு கிளையாறுபோல் காலடியே ஒடிக்கொண் டிருந்தது.

உயிர்நிழல், அக்டோபர் - டிசம்பர் 2006

வற்றும் ஏரியின் மீன்கள்

காஷ்மீரி கேட் பேருந்து நிலையம் வழக்கம் போல் பிரும்மாண்டமாக, பயணிகளைக் குழப்பத்தில் ஆழ்த்தியபடி இருந்தது. எந்தப் பேருந்தை எங்கே பிடிக்க? முன்பதிவு செய்த பயணச் சீட்டு செல்லுமா? ஒற்றையில் சாமான்களை எடுத்துக்கொண்டு இங்கேயும் அங்கேயும் ஓடமுடியவில்லை. திடீரென்று சிறுநீர் முட்டியது. கழிப்பிடத்தின் வெளியே சாமானை வைத்து விட்டுப் போக முடியாது. கழிப்பிடத்தின் வெளியே ஒரு தோள்பையும் கைப்பையும் ரோஜாப்பதியன்கள் வைத்த மூங்கில் கூடையுமாக நின்றாள். பிறகு கூடையைக் கீழே வைத்துவிட்டுப் பைகளுடன் உள்ளே போனாள். வெளியே வந்தபோது மூங்கில் கூடை பத்திரமாக இருந்தது. அதனருகே அதை வியப்புடன் பார்த்தபடி ஒரு சிறுவன்.

"ஆன்டீஜீ, இது உங்களுதா?"

"ஆமாம்."

"நான் தூக்கிட்டு வரவா?"

"கனமேயில்லையே? நானே தூக்குவேன்."

அவளைப் பார்த்தபடி நின்றான்.

கைப்பையிலிருந்து எட்டணா எடுத்து அவனிடம் தந்தாள். வாங்க மறுத்தான். சின்னப் பையனை வேலை வாங்குவது அவளுக்குப் பிடிக்காது என்று விளக்கினாள். ஒன்றும் செய்யாத அவனுக்கு எட்டணா தந்தால் அவன் பிச்சைக்காரனாகி விடுவானே என்று வாதம் செய்தான்.

"சரி, என்னை பஸ்ஸில் ஏற்றி விடு" என்றாள்.

அவன் கூட வந்தது ஏதோ ஒரு கறுப்புப் பூனைப் பாதுகாப்புப் படையுடன் வருவதுபோல் தோன்றியது. இந்திய நேபாள எல்லையில் உள்ள சிற்றூருக்குப் போகவேண்டிய பேருந்து என்றும் நெரிசலை விலக்கிக்கொண்டு நீந்துவது போல் விரைவாக முன்னேறினான். பேருந்தின் முன்னே நின்றார்கள் சிறிது நேரத்துக்குப் பின். ஏ.ஸி. பொருத்திய பேருந்து என்று பயணச்சீட்டுப் பதிவு செய்தவர் கூறியிருந்தார். ஒப்பனை கலைந்த ஒரு கலைஞர் போல பேருந்து இருந்தது புழுதி படிந்து.

பயணிகள் சாக்குமூட்டைகளுடனும் பெரியபெரிய டிரங்குப் பெட்டிகளுடனும் சாமான்களைப் பேருந்தின் மேலே வைத்தபடியும் உரக்கப் பேசியபடியும் பேருந்தினுள் ஏற முந்திக் கொண்டிருந்தனர். கும்பலைச் சமாளித்தபடி இருந்த நடத்துனரிடம்,

"இதுதான் ஏ.ஸி. பஸ்ஸா?" என்று கேட்டாள்.

"இது இல்லை. ஆனால் இதுதான் உங்க பஸ்" என்றார் அசட்டையாக.

ஒரு மணி நேரத்துக்குப் பின் இந்தப் பேருந்து ஆனந்த் விஹாரில் நிற்கும், அவள் பயணம் செல்லும் பேருந்து அங்கிருந்துதான் கிளம்பும் என்று சிறுவன் விளக்கினான்.

இயற்கை உபாதைகளுக்கு வழியில் நிற்குமா என்று விசாரித்தாள். கட்டாயம் நிற்கும் என்றார் நடத்துனர். கட்டாயமாகக் குழாயில் தண்ணீர் வரும் கழிப்பிடமாக இருக்காது. அகன்ற, ஆளில்லா, புதர்கள் மண்டிய அல்லது பெரு மரங்கள் உள்ள வீதியில்தான் நிறுத்துவார்கள் வழக்க மாக. சில சமயம் அதுவும் இருக்காது. இருட்டுதான் திரை. ஒரு முறை இப்படித்தான் இருட்டில் ஏதோ பொட்டல் வெளியில் பேருந்து நின்றது. இவள் ஒரே ஒரு பெண்தான் இறங்கினாள். கும்மிருட்டு. பக்கத்தில் ஏதோ ஒரு மூடப்பட்ட கட்டிடம். இங்கேயும் அங்கேயும் ஒரு மறைவிடத்துக்கு அலைந்த பின் இருட்டில் ஏதோ பெரிய சுவர் போலத் தெரிந்தது. இருந்துவிட்டு எழுந்தபோது விரைந்து சென்ற ஒரு லாரி ஒளியை உமிழ்ந்துவிட்டுச் சென்றது. அந்த ஒளியில் நிமிர்ந்து பார்த்தபோது 'பக்'கென்றது. அவள் இருந்த இடம் காந்தியின் சிலையைத் தாங்கிய அடிப்பீடம். மேலே கைத் தடியைப் பிடித்துக் கொண்டு ஒரு காலை முன்னே வைத்து

அம்பை

காந்தி நடக்கும் நிலையில் நின்று கொண்டிருந்தார். 'பாபூஜி, மன்னித்துக் கொள்ளுங்கள்,' என்று மானசீகமாக மன்னிப்புக் கேட்டுக்கொண்டாள். நட்ட நடு நிசியில் எல்லா ஆபரணங் களையும் அணிந்த ஒரு பெண் எப்போது நடமாட முடியுமோ அப்போதுதான் இந்தியா உண்மையான சுதந்திர நாடாகும் என்றீர்கள். பெண்களுக்கு ஆபரணங்கள் முக்கியம் என்று நீங்கள் நினைத்திருக்கலாம். ஆபரணங்கள் எதுவும் எங்களுக்கு வேண்டாம் பாபூஜி. நட்ட நடு நிசியிலும், தேவையானபோது இயற்கை உபாதைகளைத் தீர்த்துக்கொள்ளக் கழிப்பிடங்கள் இருந்தால் போதும். சுதந்திர இந்தியாவில் பெண்கள் அடக்கிக் கொண்டு தவிக்காமல் வேண்டியபோது செல்லக்கூடிய கழிப்பிடங்கள் நகரங்களின் முக்கியமான இடங்களிலும் நெடுஞ்சாலைகளிலும் அமைந்தால் போதும். அடக்கியடக்கி எங்கள் மூத்திரப்பைகள் வலுவிழந்து போய்விட்டன. ஆண்கள் சுதந்திரமாகப் பீச்சிய சிறுநீர் கோவில் சுவரிலிருந்து தொடங்கி எண்ணிலாச் சுவர்களில் தடம் பதித்து சுதந்திரத்துக்கு உருவகமாகிவிட்டது. அந்தக் காலத்து அரசர்கள் மரம் நட்டார்கள். குளம் வெட்டினார்கள். சத்திரங்கள் கட்டினார்கள். கழிப்பிடங்கள் கட்டினார்களா என்று தெரியவில்லை. காலம் காலமாக இருக்கும் ஓர் இழப்பு இது என்று தோன்றுகிறது பாபூஜி. காந்தியுடன் இவ்வாறு உரையாடல் நடந்திருந்தது அப்பயணத்தில்.

சிறுவன் வண்டியில் ஏறுமாறு கூறினான். அவன் உள்ளே ஏறிவிட்டு அவளை அழைத்தான். பேருந்தின் நடுவில் இருந்த சன்னல் இருக்கையில் உட்கார்த்தினான். வண்டி மாறி உட்கார்வதில் எந்தச் சிரமமும் இருக்காது என்று ஆசுவாசம் அளித்தான். ரோஜாப் பதியன் கூடை இருக்கைக்கு அடியே புகுந்து கொண்டது எளிதாக. தோள்பையை மேலே சாமான் வைக்கும் இடத்தில் வைத்தான் சிறுவன். ஒரு ரூபாயை நீட்டினாள் சிறுவனிடம். அவன் அதைப் புறக்கணித்துவிட்டு, 'ஆன்டீஜீ, தண்ணி வேண்டாமா?' என்று விசாரித்தான். வேண்டும் என்றுவிட்டு கைப்பையைத் திறந்து பணத்தைத் தந்தாள். கீழே இறங்கி ஓடினான். திரும்பி வரும்போது அவன் கையில் ஒரு தண்ணி பாட்டிலும் ஆறு வாழைப் பழங்களும். கீழேயிருந்து நீட்டினான் அவளை நோக்கி.

"பழம் எதுக்கு?" என்றாள்.

"உங்களுக்குத் தெரியாது ஆன்டிஜீ, பசிக்கும். அங்க மகேந்திர நகர் பக்கத்திலதான் என் கிராமம் இருக்கு"

என்றான் பல பயணங்களை மேற்கொண்டு அனுபவப்பட்டவன் போல.

அவனுக்கு இரண்டு பழங்களைப் பிய்த்துத் தந்தாள். புன்னகைத்தபடி வாங்கிக்கொண்டான். இந்த முறை ஐந்து ரூபாய் நோட்டை நீட்டினாள். சற்றுத் தயங்கிவிட்டுப் பெற்றுக் கொண்டான்.

தோளில் சுமந்த கனத்த பைகளுடன் பயணம் செய்யும் வெளிநாட்டுச் சுற்றுலா பயணிகளும் அவரவர் கிராமங் களுக்குப் போகும் வழக்கமான பயணிகளுமாய்ப் பேருந்து நிரம்பி இருந்தது.

பேருந்து கிளம்புவதற்கான ஆயத்தங்களைச் செய்தபோது சிறுவன் கீழேயிருந்து அவளுக்கு விடை தந்தான். பேருந்தின் ஓசைகளுக்கு மேல் குரலெழுப்பி, "ஆன்டிஜீ, அங்கே எல்லாம் வானம் வெளிறிச்சுன்னா பனி முகடுகள் தெரியும்..." என்று சொன்னான் உரக்க. அந்தத் தகவலைக் காற்று சுமந்துவர பேருந்து கிளம்பியது.

வானம் வெளிறிய பின் தெரியும் பனிமுகடுகள் ஒரு நல்ல இலக்காகப் பட்டது.

○

பயணங்கள் அவள் வாழ்க்கையின் குறியீடாகிவிட்டன. இலக்குள்ள பயணங்கள், இலக்கில்லாப் பயணங்கள், அர்த்த முள்ள பயணங்கள், நிர்ப்பந்தப் பயணங்கள், திட்டமிட்டு உருவாகாத பயணங்கள், திட்டங்களை உடைத்த பயணங்கள், சடங்காகிப் போன பயணங்கள்.

அவள் பிறப்பே அவள் அன்னையின் இறுதிப் பயணத்துக்கு சாட்சியாகிவிட்டது. ஆறாவது குழந்தை. அதன் பின்பு அக்காவின் மகவானாள். தீதி தன் பதினாறாவது வயதில் திருமணம் முடித்து குடும்பத்திலிருந்து விடை பெறும் 'பிதாய்' பயணம் மேற்கொள்ளும் போது இவளும் கூடவே பிறந்தகத்துச் சீராய். ஜீஜாஜிதான் தந்தை. இடையிடையே தந்தையையும் மற்ற அக்காக்களையும் ஓர் அண்ணனையும் சென்று காணப் பயணங்கள். பள்ளியிறுதிப் படிப்பை முடித்த உடனேயே தான் செல்லும் நாள் நெருங்கிவிட்டது என்று கூறி, ஜீஜாஜி மறுத்தும் தந்தை திருமண ஏற்பாடு செய்தார். மற்றவர்கள் பயணங்களை ஒட்டியே இவள் வாழ்வு. கச்சலான தேகத்துடன் ஒளியிழந்த கண்கள் கூடிய ஒருவனுடன் 'பிதாய்' பயணம்.

பிறகுதான் அவனுக்குக் காச நோய் என்று தெரிந்தது. அவன் தன் இறுதிப் பாதையில் கால் வைத்ததும், இவள் தன் வளையல்களை உடைக்க வேண்டும், குங்குமத்தைக் கலைக்க வேண்டும் என்று எல்லோரும் கூறும் முன் ஜீஜாஜி வந்து கூட்டிச் சென்றார். பிறகு பல கல்விப் பயணங்கள். டில்லியில் கல்லூரி ஆசிரியராய், பிறகு பேராசிரியராய் உயர்ந்து மேற் கொண்ட வேலைப் பயணங்கள். தீதி இறந்தபின் அவள் குழந்தைகளை வளர்த்துப் படிக்க வைப்பதற்கான பயணங்கள். அவள் கடைசிப் பையனுக்கு மனப்பிறழ்வு ஏற்பட்டு மின்னதிர்வுச் சிகிச்சை அளித்தபோது செய்த மின்னதிர்ச்சிப் பயணங்கள். ஜீஜாஜியுடன் சென்ற வெப்பக்கதிர் வைத்திய புற்றுநோய்ப் பயணங்கள். உள்நாட்டு வெளிநாட்டுப் பயணங்கள்.

பயணங்களால் கோர்க்கப்பட்ட வாழ்க்கை. அவள் வேலையி லிருந்து ஓய்வு பெற்றுவிட்டால் இனி அவள் அமெரிக்காவில் நிரந்தரமாக வாழும் தீதியின் பையன்கள் பெண்களுடன் கலிபோர்னியாவிலும், நியூயார்க்கிலும், வாஷிங்டனிலும், பாஸ்டனிலும்தான் வாழவேண்டும் என்ற அவர்கள் அன்புக் கட்டளைகள். அவள் அங்கு செல்லத் தீர்மானித்தபின் இதோ இந்தப் பயணம். எதேச்சைப் பயணம்.

ஒரு வருடமாகத் தொடர்ந்து நடந்தது வாதப்பிரதி வாதங்கள் அந்த இந்தியாவில் வாழாத இந்தியர்களுடன்.

"இந்தியாவில் அப்படி என்ன இருக்கிறது மௌஸீ? புழுதியும், கும்பலும் கூச்சலும்தான். இங்க வந்து பாரு."

"இங்கே நீ வெய்யிலில் காய வேண்டாம். மழையில் நனைய வேண்டாம். உலகமே உன் வீட்டுக்குள்."

"இங்கே உனக்கு அலைச்சல் கிடையாது. எந்தக் கவலையும் இருக்காது. பித்தானை அழுத்தியவுடன் செயல்படும் சங்கடமற்ற உலகம் இது."

"நீ கல்விக்காக இங்கே வந்தவள்தானே? உனக்குத் தெரியாதா?"

தொடர்ந்து இச்செய்திகளுடன் வந்த கைபேசிக் குறுஞ் செய்திகள். மின்னஞ்சல்கள். தொலைபேசி உரையாடல்கள்.

அவள் சிலகாலம் வாழ்ந்த உலகம்தான். பல தேர்வுகள் உள்ள உலகம். ஒரு சாண்ட்விச் வாங்கப் போனால் கூடத் தேர்வுகள். மைதா மாவு ரொட்டியா, கோதுமை மாவு

ரொட்டியா? எப்படிப்பட்ட வெண்ணெய்? கொழுப்புள்ளதா, நீக்கப்பட்டதா? காய்கறி வைத்த ரொட்டியா, இறைச்சி வைத்ததா? எத்தகைய காய்கறி? எத்தகைய இறைச்சி? வெள்ளரிக்காய் ஊறல் அல்லது வேறு சுவைகூட்டிகள் போடலாமா, கூடாதா? ரொட்டி வாட்டப்பட வேண்டுமா, கூடாதா? பால்கட்டி வேண்டுமா, வேண்டாமா? எல்லாப் பதில்களும் தந்தபின் கடைசியாக, இங்கு சாப்பிடவா, எடுத்துப் போகவா என்ற கேள்வி. அத்தனை தேர்வுகள் இருக்கவில்லை அவள் வாழ்வில். அத்தனை பித்தான்களும் இல்லை அழுத்த. டில்லி வந்த பிறகுதான் அழைப்பு மணியைப் பார்த்தாள்.

அவர்கள் வீட்டுக் கதவு திறந்தே இருக்கும். குடங்களில் தண்ணி எடுத்துப்போகும் பெண்கள் வெளி வராந்தையில் குடங்களை வைத்துவிட்டு இளைப்பாறுவார்கள். வெற்றிலை யையும் புகையிலையையும் வாயில் அடக்கிக்கொள்வார்கள். தீதியை அழைத்துப் பேசுவார்கள். குதிரை வண்டியோட்டிகள் வந்து பானையில் நிரப்பியிருக்கும் தண்ணீரைக் குடித்து தாகசாந்தி செய்துகொள்வார்கள். அவர்களில் ஒருவன் நல்ல நாட்டுப்பாடல் கலைஞன். தண்ணீரைக் குடித்துவிட்டு வீட்டுக் குழந்தைகளை அழைத்து உட்கார்த்தி பிளிறும் குரலில் பாட்டுப் பாடுவான். அவர்கள் குழுவை ஒரு கலா போஷகர் பாரீஸ் கூட்டிப்போனார். அங்கேயும் போய் வண்ணத் தலைப்பாகை கட்டிக்கொண்டு ஓங்காரமாகப் பாடிவிட்டு வந்துவிட்டான். திரும்பிவந்தபின் வழக்கம் போல குதிரை வண்டி ஓட்டினான். "பாரீஸ் எப்படி இருந்தது?" என்று கேட்டால் "பரவாயில்லை. கொஞ்சம் பெரிசா இருந்தது" என்பான் சாதாரணமாக. ஐஃபல் டவரின் படம் அவன் வண்டியில் ஒட்டப்பட்டதைத் தவிர வேறு எந்த மாற்றமும் இல்லை.

சில சமயம் மேயப்போன கலாவதி மாடு முன் வராந்தை யில் வந்து நிற்கும். 'ம்மா' என்று தீதிக்குக் குரல் கொடுக்கும். அந்த மாடுதான் ஒருமுறை முன்னாவின் வீட்டுப்பாடப் புத்தகத்தின் பக்கங்களைச் சாப்பிட்டுவிட்டது. அந்தப் புத்தகத்தை அவன் அங்கு வைத்திருந்திருக்கக் கூடாது என்று கடிந்துகொண்டார் ஜீஜாஜி. நியூயார்க்கில் அவன் பிள்ளை கணினியில் வீட்டுப் பாடங்கள் செய்வான். எந்த மாடு வரமுடியும் அங்கே? பேரில்லா மாடுகள் தரும் சுத்திகரிக்கப் பட்ட பால்தானே இப்போதெல்லாம்? அத்தனையும் கதைகள். கல்யாண மாப்பிள்ளை யானைமேல் அமர்ந்து வந்தது

முதல், பாலைவன மணலில் கால்கள் புதையப்புதைய நடக்கும் ஒட்டகங்கள், ஆண்டுதோறும் நடக்கும் ஒட்டகப் பந்தயம், அக்கா தீஜின் போது கையில் லட்டுவையோ ஜிலேபியையோ வைத்துக்கொண்டு மணப்பெண்ணாகவும் மாப்பிள்ளையாகவும் மாறும் குழந்தைகள், கடும் பச்சையும் நீலமுமாய் தோகையை வீசியபடி தாழ்வாகப் பறந்து வந்து மரத்தின் கீழ்க்கிளைகளில் வந்து அமரும் மயில்கள், பழைய புடவைகளால் தைக்கப்பட்ட கதகதப்பான ரஜாய்கள், முடிச்சுகள் போட்டுவிட்டுப் பின்னர் ரோஜாவும், கரு நீலமும், ஊதாவும் சிவப்புமாய் வண்ணம் தோய்க்கப்பட்ட புடவைகளின் முடிச்சுகளை அவிழ்த்துவிட்டு உதறியதும் பீரிடும் வண்ணங்கள் என்று அத்தனையும் கதைகள். அவள் தன் வீட்டுக் குழந்தைகளுக்கும், உறவினர் வீட்டுக் குழந்தை களுக்கும், நண்பர்கள் குழந்தைகளுக்கும் சொல்லும் கதைகள். ஹாரி பாட்டர் கதைகளைப் போல் இவள் சொல்லும் கதைகளும் மாயாஜாலக் கதைகள் என்று நினைத்தார்கள் குழந்தைகள். கதைகளின் நாயக நாயகிகள் பலர் இல்லை. சிலர் இன்றும் இருக்கிறார்கள். மாலையில் கள் அருந்திவிட்டு இன்றும் பாடுகிறான் குதிரை வண்டியோட்டி. குதிரை இல்லை. வண்டியும் இல்லை. பாரீஸ் போன பயணக் கதையைப் பேரக் குழந்தைகளுக்குக் கூறுகிறான். அவர்களுக்கான மாயஜாலக் கதைகள் அவை. சில மாதங்களுக்கு முன் மரங்களும் புதர்களும் மண்டிய பாதை ஒன்றைக் கடந்து வந்த போது காலை இடறிய, தோகை பிய்க்கப்பட்டு இறந்து கிடந்த மயில் மாயாஜாலமா, உண்மையா? அத்தனையும் மாயாஜாலம். அத்தனையும் உண்மை.

முகம் அறியா நபர்களுடன், சாக்கு மூட்டைகளும், டிரங்குப் பெட்டிகளும், வெளிநாட்டுப் பைகளும், துணி மூட்டைகளும், உடைகள் திணிக்கப்பட்ட துணிப் பைகளுக்கு மிடையே ரோஜாப் பதியன்கள் உள்ள மூங்கில் கூடையுடன், இரவைக் கிழித்தபடி செல்லும் இந்தப் பேருந்துப் பயணத்தில், திடீரென்று அமைந்த இந்த இடைப் பயணத்தில், எத்தனை விகிதம் மாயாஜாலம் எத்தனை விகிதம் உண்மை என்று தெரியவில்லை.

◯

அவள் நிரந்தரமாக வெளிநாடு செல்லத் தீர்மானித்த இரண் டொரு நாட்களுக்குப் பின் பிம்லா தேவியிடமிருந்து கடிதம் வந்தது. அவள் நடத்தும் லோக் சேவா சங்கின் பெயரும் முகவரியும் அச்சிட்ட தாளில் எழுதிய கடிதம். வெள்ளையில்

காவி நிற அச்சுச் சொற்கள். அவள் எப்போதும் உபயோகிக்கும் நீல மையில் பிம்லா தேவி எழுதியிருந்தாள். கட்டாயம் தன்னைப் பார்க்க வரும்படியும், வரும்போது டில்லியில் உள்ள ரோஜாப் பண்ணையிலிருந்து ரோஜாப் பதியன்கள் கொண்டுவரும்படியும், அவள் வரவை எதிர்பார்க்கிறாள் என்றும். சற்று ஆச்சர்யமாக இருந்தது. பிம்லா தேவியுடன் தொடர்பு விட்டுப் போய் சில ஆண்டுகளாகிவிட்டன. அவளை எல்லோரும் மாதாஜி என்றும் ஸாத்விஜி என்றும் அழைக்கத் தொடங்கியபோது இவள் மெல்ல விலகிவிட்டாள். அப்படி அவளை சிலர் அழைக்கத் தொடங்கியபோது அவள் எந்த எதிர்ப்பும் காட்டவில்லை. அப்படித்தான் தன்னை அழைக்க வேண்டும் என்று கூறவுமில்லை.

பிம்லா தேவி அவளுடன் கல்லூரியில் படித்தவள். அவள் வேலை பார்த்த கல்லூரியில் பிம்லா தேவியும் சில காலம் சரித்திரத் துறையில் பணியாற்றினாள். விவசாயக் கூலிகள் குடும்பத்திலிருந்து கல்வி பெற வெளியே வந்த முதல் பெண். மா நிறம். படிய வாரிய நீள் முடி. கண்ணாடி மீன் தொட்டியில் எப்போதும் நீந்திக்கொண்டேயிருக்கும் மீன்களைப்போல் அங்கும் இங்கும் சுழன்றபடி இருக்கும் கண்கள். பளீரென்ற புன்னகை. வலுவான கைகள். கால்கள். உழைப்புக்கு அஞ்சாத உடல் வலிமை. அவர்கள் இருவருக்கும் ஆங்கிலத்தில் சரளமாகப் பேசுவது சிரமமாக இருந்ததால் ஒரே அறையைப் பகிர்ந்து கொள்ளும் தோழிகளாயினர். விடுமுறை நாட்களில் ஜீஜாஜியின் அனுமதியுடன் பிம்லாவின் வீட்டுக்குப் போவாள். அப்போது அவர்களுக்குப் போதிய அளவு நிலம் இருந்தது என்றாலும் அவர்களே நிலத்தில் வேலை செய்வார்கள். பிம்லாவின் அப்பாவைச் சலவை செய்த உடையில் பார்ப்பதே அபூர்வம். மண் படிந்த கால் களும், வியர்வை வழியும் முகமுமாகவே அவர் நினைவில் இருந்தார். பிம்லாவும் அவள் அம்மாவும் நிலத்திலும் வீட்டிலும் சளைக்காமல் வேலை செய்வார்கள். களை பறிப்பதும், பொதி சுமப்பதும், மாட்டுத் தொழுவத்தைச் சுத்தப்படுத்துவதும், கோழிகளைப் பேணுவதும், சமைப்பதுமாக எப்போதும் வேலைதான். ஆடுகளை வேறு அவள் அண்ணன் தம்பிகளுடன் மேய்த்துவிட்டு வருவாள். அவள் அம்மாவின் கைகளில் இருந்த பச்சைக் கண்ணாடி வளையல்களின் 'ஸ்லங் ஸ்லங்' என்ற ஒலிதான் அந்த வீட்டின் அடி நாதம்.

இவளும் வேலைக்குச் சளைத்தவளில்லை. தீதியும் எந்த அலுப்பும் காட்டாமல் வேலை செய்யும் கடும் உழைப்பாளி.

ஆனால் அவர்கள் வீட்டில் வேலை ஆட்களும் இருந்தார்கள். பிம்லாவின் வீட்டுக்கு வரும்போது அவர்கள் எல்லோருடனும் சேர்ந்து வேலை செய்வது உற்சாகமாக இருக்கும். ஆடுகளை மேய்ப்பதில் மட்டும் படு தோல்விதான். எல்லா ஆடுகளையும் பிரிப்பதும் சேர்ப்பதும் சாதாரண விஷயமில்லை என்று பிம்லாவிடமும் அவள் சகோதர்களிடமும் ஒப்புக் கொள்வாள். அவர்கள் சிரிப்பார்கள். ஆடுகள் கூட இவளைப் பார்த்துச் சிரிப்பது போல் படும். ஒரே ஒரு கறுப்பு ஆட்டுக்குட்டி மட்டும் இவள் பக்கம் ஒண்டிக்கொண்டு ஆறுதல் கூறும்.

பிம்லாவின் வீட்டுக்குப் போக ஆரம்பித்த பின்புதான் புகையிலைப் பழக்கம் வந்தது. பிம்லாவின் அம்மா புகையிலையை வாயில் அடக்கியபடிதான் இருப்பாள். "மாஜீ, புகையிலையோட நிற்கட்டும். கள்ளுப் பழக்கத்தை ஏற்படுத்தி விடாதீங்க. காலேஜ்ல இவ என் அறையில இருக்கா..." என்பாள் பிம்லா தன் அம்மாவிடம். பிம்லாவின் அப்பா மாலையில் களைத்து வந்த பின் கள் குடிப்பார். பின் கட்டில் மாட்டுத் தொழுவத்தை ஒட்டிய இடத்தில் அமர்ந்து குடிப்பார். அவள் அம்மாவும் குடிப்பாள். அண்ணன்மார்களும் குந்தி அமர்ந்துகொண்டு பருகுவார்கள் சில சமயம். வெளியே கள்ளுக் கடையில் குடிப்பதுதான் அவர்கள் வழக்கம். எப்போதாவது பின்கட்டில் கூடி அமர்வார்கள். வீட்டினுள்ளோ, பிம்லாவின் முன்னோ குடிப்பதைத் தவிர்த்தனர் அவர்கள். மாட்டுத் தொழுவத்தைத் தாண்டிப் போனால் ஓர் ஏக்கர் நிலப்பரப்பில் ரோஜாத் தோட்டம் ஒன்று இருந்தது. மாலையில் பிம்லாவும் இவளும் உலாத்தப் போகும்போதுதான் இங்கு கள்ளுக் குடியல் நடக்கும். இவர்கள் திரும்பி வரும்போது அவர்கள் முதுகுப்புறம்தான் தெரியும்.

பிம்லாவிடம் அவள் குடும்பம் ஒரு வித மரியாதையுடன் நடந்துகொண்டது போல் சில சமயம் அவளுக்குப் பட்டது. கிராமத்தில் உள்ள மற்றவர்களும்—வசதி மிக்கவர்களும் உயர்சாதியினரும் கூட—அவளிடம் வணக்கத்துடன் பேசினார்கள் என்று தோன்றியது. பிம்லாவிடம் கேட்டபோது அவள் வெறுமே சிரித்தாள். அவள் சுலபமாக எல்லோரையும் தொட்டுப் பேசினாள். கல்லூரியில் கூட ஒரு முறை கடை நிலை ஊழியர் ஒருவரின் பெண் தற்கொலை முயற்சி செய்துவிட்டு ஆஸ்பத்திரியில் கிடந்தபோது அவரிடம் இதுபற்றி விசாரித்துவிட்டு பிம்லா அவர் தோளைத் தொட்டு ஆறுதல் கூறியதும் அவர் பொளிந்து போய் அழ ஆரம்பித்தார். அவள் கையைப் பற்றிக் கொண்டு கதறினார். சில சமயம்

கல்லூரி ஆசிரியர்கள் பிம்லாவிடம் சில அந்தரங்க விஷயங் களைக் கூறினர். பிம்லா யாருக்கும் அறிவுரை கூறவில்லை. எந்த உபதேசமும் செய்யவில்லை. அவள் யார் வீட்டுப் பூஜைக்கும் போகவில்லை. அப்படியும் அவள் எல்லோரையும் லோகாயதமான ரீதியில் அல்லாமல் வேறு ஏதோ வகையில் ஆகர்ஷித்தாள். இதமளித்தாள். இவளும் மற்ற தோழிகளும் ஹாஸ்டலில் இரவு நேரக் கொண்டாட்டங்களில் ஒரு முறை இது பற்றி ஒரு கிண்டல் நாடகம் போட்டனர். அதற்கும் பிம்லா சிரித்தாள்.

ஒரு முறை பிம்லாவின் அம்மாவுடன் அமர்ந்து கோழியை நறுக்கிச் சுத்தப்படுத்திக்கொண்டிருந்தாள். அப்போது நடந்த சின்ன உரையாடலும் அது நடந்த பின்னணியும் மனத்தில் ஒரு காட்சி போல் கலந்து வந்தன நினைக்கும் போது. மதியச் சாப்பாட்டுக்கான ஆயத்தங்கள் சமையலறையில். பிசைந்த கோதுமை மாவு ஒரு பக்கம். விறகடுப்பில் பருப்பு வெந்தபடி. அரிந்த வெங்காயம், உருளைக்கிழங்கு, பச்சைக் காய்கறிகள். அரைத்த மசாலா கலந்த தயிரில் சுத்தப்படுத்திய கோழி இறைச்சித் துண்டுகள் அமிழ்த்தப்பட்டன. பூண்டும் வெங்காயமும் இஞ்சியும் கலந்த ஒரு மணம். தாழ்ந்த கூரை வேய்ந்த சமையலறையில் ஒரு சிறு சன்னல் வழியே வெளிச்சக் கீற்று உள்ளே வந்தது. சன்னலூடே பார்த்தால் வெளியே சற்றுத் தள்ளி மாட்டுத் தொழுவம். தொழுவத்தைச் சுத்தப் படுத்திக் கொண்டிருந்தாள் பிம்லா. அப்போதுதான் இவள் கேட்டாள்:

"மாஜீ, பிம்லாவுக்கு எப்போ கல்யாணம்?"

"பிம்லாவுக்கா? பார்க்கலாம்" என்றாள் அவள் அம்மா பட்டுக்கொள்ளாமல்.

ஒரு வேளை தான் கேட்டது பிடிக்கவில்லையோ என்று இவள் நினைத்தபோது, பிம்லாவின் அம்மா, "பிம்லாவுக்குக் கல்யாணம் குடும்பம்னுட்டு ஆசை வந்தா அப்போ பண்ணலாம்" என்றாள்.

"ஏன் அவளுக்கு இல்லையா?"

"அப்படித் தெரியல. ஸ்வாமிஜி மஹராஜ் என்ன சொல்லப் போறாரோ பார்க்கலாம்" என்றாள் பிம்லாவின் அம்மா.

மண் சட்டியில் காய்ந்த எண்ணையில் சோம்பு, லவங்கப் பட்டை போட்ட பிறகு தயிரில் ஊறிய கோழி இறைச்சித்

துண்டங்கள் எண்ணையில் 'ஸ்...ஸ்'ஸென்று விழும் ஓசையுடன் அந்த உரையாடல் நடந்து முடிந்தது.

○

ஸ்வாமிஜி மஹாராஜைக் கையைப் பிடித்து அழைத்து வந்து உட்கார்த்தினர் வீட்டின் முன் வாயிலில். குருடர் அவர். இடையில் சுற்றிய ஒரு துண்டுத் துணி. மற்றபடி வெற்றுடம்பு.

"யார் வீடுப்பா இது?" என்று கேட்டார்.

"மதன்கோபால் மிஸ்ராஜியுடைய வீடு. நூறு ஏக்கரா நிலம் இவர்கிட்ட இருக்கு."

"நிலம் நிலத்துலதான் இருக்கும். இவர் கிட்ட எப்பிடி இருக்கும்?" வாய் விட்டுச் சிரித்தார்.

ஒரு சொம்பில் தண்ணீர் குடிக்கத் தந்தனர்.

"ஸ்வாமிஜி மஹாராஜ் ஏதாவது பேச வேண்டும்."

"நல்ல வெயில். உடம்பைச் சுட்டது. தீ வெயில். அப்புறம் தான் மழை வந்தது. வீசிவீசி அடிக்கும் மழை இல்லை. சர மழை. பூப்பூவாய் உடம்பில் விழும் மழை. கால் பக்கம் வந்து ஒண்டிக்கொண்டது. அதன் உடம்பு சிலிர்த்தது. தூக்கினால் ஒரு நாய்க்குட்டி என் முகத்தை நக்கியது. கறுப்பும் வெள்ளையு மாய் இருக்கிறது நாய்க்குட்டி என்றான் இந்த கோவிந்த். 'காலு' என்று அவன்தான் பெயர் வைத்தான். நான் எத்தனை மைல் நடந்தாலும் கூடவே வரும். இரவில் கால் பக்கம் சுருண்டு படுக்கும். 'நாய் மஹாராஜ்' என்று கூப்பிட ஆரம்பித்தார் கள். இப்போது நாய் இல்லை. மஹாராஜ் நான்தான் இருக்கிறேன்." மீண்டும் சிரித்தார்.

"வாழ்க்கைக்கு உபயோகமாக ஸ்வாமிஜி மஹாராஜ் ஏதாவது சொல்ல வேண்டும்."

"உபயோகமாகவா?"

"ஆமாம். பகவத் கீதையிலிருந்து ஏதாவது..."

"பகவத் கீதையா? எனக்கு என்ன தெரியும் பகவத் கீதை? நான் தேசாந்திரி. சஞ்சாரி. ஊர்சுற்றி. பயணி. எங்கு வேண்டுமானாலும் தண்ணி குடித்து, எங்கு வேண்டுமானாலும் சாப்பிட்டு, எங்கு வேண்டுமானாலும் உறங்கி எழுபவன்.

தாகம் எடுக்கிறது என்றேன். இந்த கோவிந்த் இங்கே கூட்டிக் கொண்டு வந்தான் ..."

"அப்ப நீங்க எங்க வீட்டுக்கு வரலாமே!" என்றது ஒரு கீச்சுக் குரல்.

ஸ்வாமிஜீ மஹராஜ் குரல் வந்த திக்கில் திரும்பினார். மற்றவர்களும் பார்த்தனர். புத்தகப் பையுடன் ஐந்து வயதுச் சிறுமி. தூணில் சாய்ந்துகொண்டு, இடுப்பில் கையை வைத்துக் கொண்டு. மிஸ்ராஜி போன்றவர்கள் வீட்டு வாசலில் நிற்கக் கூடாத பெண்.

ஸ்வாமிஜீ மஹராஜ் சிரித்தார். "வந்தாயா பெண்ணே? வா, கையைப் பிடி" என்றார்.

ஓடி வந்து அவர் கையைப் பிடித்துக் கொண்டாள். புத்தகப் பையைத் தோளில் வீசிப் போட்டுக்கொண்டாள். மற்றவர்கள் தடுக்கும் முன் அவள் இழுத்த இழுப்புக்குப் போய்க் கொண்டிருந்தார் அந்தக் குருடர்.

◯

அவரைப் பார்த்து அவர்கள் பதறிப் போனார்கள். அவரை எங்கே உட்காரச் சொல்வது? எதைச் சாப்பிடத் தருவது? பிம்லாவின் வீட்டு மாட்டுத் தொழுவத்தின் ஒரு பகுதி சுத்தம் செய்யப்பட்டது. அவர் அங்கு அமர்ந்தார்.

"மஹராஜ், உங்களுக்கு சாப்பிட என்ன தருவது? வீட்டில் இன்னிக்கு மாட்டிறைச்சி சமைச்சிருக்கிறோம்."

"மாட்டிறைச்சியா? நீங்க சாப்பிடுங்க. ரொட்டி இருக்கா?"

"இருக்கு."

"ரெண்டு ரொட்டியும் நசுக்கின வெங்காயமும் போதும் எனக்கு."

உள்ளங்கைகளுக்கிடையில் வைத்து நசுக்கப்பட்ட வெங்காயத்தில் உப்பும் மிளகும் போட்டு, சூடான ரொட்டி மேல் வைத்துத் தந்தனர். ரசித்துச் சாப்பிட்டார். மாட்டுக் கொட்டகையில் படுத்து உறங்கினார். பதினைந்து இருபது நாட்கள் அவர்களுடன் இருந்தார்.

◯

அந்தப் பகுதியினர் தங்களுக்குக் கோவில் வேண்டுமென்று கேட்டனர். ஸ்வாமிஜி மஹராஜ் அதில் அக்கறை காட்டவில்லை. மாட்டுத் தொழுவத்தின் பின்னால் இருந்த தரிசு நிலத்தையும் அந்தப் பகுதியில் உபயோகப்படாமல் கிடந்த நிலத்தையும் அவர்களுக்கு உரிமையாக்கினார். அங்கும் இங்கும் அலைந்து ரோஜாப் பதியன்கள் கொண்டுவந்தார். நடச் சொன்னார். தரிசு என்று கருதிய நிலத்தில் ரோஜா முளைத்தது. விரைவில் ரோஜா சாகுபடி செய்யும் கூட்டுப் பண்ணை அங்கே உருவாகி, பிறகு அத்தர் தயாரிப்பு, தர்காகளுக்கு ரோஜாப்பூ, ரோஜா மாலை என்று விரிந்து கொண்டு போயிற்று. ரோஜாப் பண்ணைக்கருகே ஒரு சிறு குடிசை அவருக்கென்றாயிற்று.

குத்தா (நாய்) மஹராஜ் என்று அழைத்தவர்கள் இப்போது குலாப் (ரோஜா) மஹராஜ் என்று அழைத்தனர். அவர் நடந்தபடி இருந்தார்.

○

இவையெல்லாம் ஸ்வாமிஜி மஹராஜ் பற்றிய கிளைக் கதைகள். கொஞ்சம் கூட்டியும் குறைத்தும் எல்லோரும் சொல்லும் கதைகள். மாயமும் மந்திரமும் தெரியாது என்ற ஸ்வாமிஜி மஹராஜ். அதை நம்பாமல் வருபவர்களுக்குத் தர விபூதியோ குங்குமமோ அவரிடம் இல்லை. அவரால் நடக்க முடியும். ரோஜாப் பதியன்களுக்காக. ஏழைக் குழந்தைகள் கல்விக்காக. இடுப்பைச் சுற்றிய துணி. முகத்தை மறைத்த வெண் தாடி. குருட்டுக் கண்கள். வாய்விட்ட சிரிப்பு.

○

அவர் அவர்கள் இருப்பிடத்துக்கு வந்த இரண்டொரு நாட்களிலேயே நடந்த அந்தச் சம்பவத்தை பிம்லாவின் அம்மா இவளிடம் துல்லியமாக விவரித்திருந்தாள். மாடுகள் எல்லாம் வீடு திரும்பத்தொடங்கியிருந்த அந்தி நேரம். கூடைய விரைந்து கொண்டிருந்த பறவைகளின் கீச்சுக்கீச்சு ஒலிகள். ஸ்வாமிஜி மஹராஜ்-க்கென்று இவர்கள் போட்டுக் கொடுத்திருந்த குடிசையில் இந்த நேரத்தில் சிலர் வருவார்கள் அவரைக் காண. அன்றும் சிலர் உட்கார்ந்திருந்தார்கள் அவர் முன். புத்தகப் பையைத் தூக்கிக் கொண்டு ஓடி வந்த பிம்லா கதவருகில் நின்றுமே அவள் வரவு அவருக்குத் தெரிந்து விட்டது. இரண்டு கைகளையும் விரித்து "வா" என்று கூப்பிட்டார். புத்தகப் பையை மூலையில் வைத்துவிட்டு அவள் பக்கம் ஓடினாள். அவள் தலையைத் தடவித் தந்துவிட்டு

அவளை உச்சிமோந்தார். பின்பு மெல்லக் குனிந்து அவள் செவியில் எதையோ மென்மையாகக் கூறலானார். ஒரு வினாடி அவள் முகத்தில் திகைப்பும் வியப்பும். பின்பு மெல்ல மெல்ல பூ மலர்வது போல் அவள் முகம் விகசித்தது. அவள் செவியருகே குனிந்திருந்த அவர் தலை நிமிர்ந்ததும் அவரை அணைத்துக் கொண்டு வெண்தாடி படர்ந்த அவர் முகத்தில் முத்தமிட்டாள் ஐந்து வயது பிம்லா. அவளைத் தன் நெஞ்சோடு அணைத்துக் கொண்டார் ஸ்வாமிஜி மஹராஜ்.

○

பிம்லாவிடம் அந்தச் சம்பவம் குறித்து ஒரு முறை கேட்டதும் அவள் உடனே பதில் கூறவில்லை. வெய்யில் காலத்தில் ஹாஸ்டலின் மொட்டை மாடியில் அவர்களில் சிலர் படுத்துக் கொள்வார்கள். அதற்கென்று கயிற்றுக் கட்டில்கள் வாங்கி வைத்திருந்தனர். ஒரிரவு ஆகாயத்தைப் பார்த்தபடி படுத்துக் கொண்டிருந்தனர் இருவரும். இவள் கேட்டதும் ஆகாயத்தில் நட்சத்திரங்களை ஊடுருவுது போல் பார்க்கலானாள் பிம்லா.

பிறகு மெல்ல, "அதைத் தெளிவா விவரிக்க முடியுமானு நுட்டு தெரியல..." என்றாள்.

"ஏன் என்னை மாதிரி மக்குகளுக்கு அது புரியாதா என்ன?"

சிரித்தாள். "அப்பிடி இல்ல" என்றாள் மிருதுவான குரலில். "மொழிக்கு எல்லை இருக்கில்லையா?"

சிறிது நேரம் மௌனத்தில் கழிந்தது.

"குமுத், அவர் காதுல சொன்னது மொழியில அடங்கினது இல்ல. ஒரு வண்டோட ரீங்காரம் மாதிரி இருந்துது முதல்ல. அப்புறம் சளசளன்னு நீரோடை ஓட்டம். அப்புறம் ஒரு பிரவாகம் பாயுறது போல உணர்வு. அதுல மிதந்து போற தக்கை மாதிரி எடையே இல்லாமல் போகுற அனுபவம். அப்புறம் வீசிவீசி ஊஞ்சலாடிட்டு மெதுவா, ரொம்ப மெதுவா, ஊஞ்சலோட ஓட்டம் நின்னு எறங்குற தட்டாமாலை ஆடின உணர்வு. எல்லையேயில்லாத அன்புணர்வு அபிஷேகம் செய்யப்படற பால் மாதிரி எனக்குள்ள என்னைத் தடவித் தடவி வழிஞ்ச மாதிரி..."

பிம்லா இன்னும் விவரித்துக் கொண்டிருக்கும்போதே இவள் தூங்கிவிட்டாள்.

○

ஸ்வாமிஜி மஹராஜை இவளும் சந்தித்திருக்கிறாள் ஒரு முறை. அவரைக் காணவேண்டுமென்ற ஆவல் எதுவும் அவளுக்கு இருக்கவில்லை. எல்லா சாமியார்களையும் அவள் வெறுத்தாள். ரூப் கன்வர் அவள் கணவனின் சிதையில் அமர்ந்து எரிந்த சதி நிகழ்வுக்குப் பின் கல்லூரி ஆசிரியர்கள் பலர் இத்தகைய மூடச் சடங்குகளை எதிர்த்து தெருவில் ஊர்வலம் போனபோது, "இப்படி ஊர்வலம் போகும் பெண்கள் நடத்தை கெட்டவர்கள். ஒன்றுக்கு மேற்பட்ட ஆண்களுடன் உறவு பூணுபவர்கள்" என்று தொலைக்காட்சியில் பேட்டி தந்தனர் அத்தனை சாமியார்களும். ஜடாமுடி, விபூதி, சந்தனம், மொட்டை, நாமம் என்று ஒரு சாமியார் பாக்கி இல்லை. ஸ்வாமிஜி மஹராஜ் போன்றவர்கள் அவர்களை ஆதரித்திருந்தாலும் மொத்தத்தில் சாமியார்களை அவள் ஒதுக்கினாள்.

ஒரு முறை தென்னிந்தியாவிலிருந்து வந்திருந்த ஒரு மடாதிபதியைப் பார்க்க தீதி இவளையும் வற்புறுத்தி அழைத்துச் சென்றாள். வெளியே இருந்தவர்கள் குலம் கோத்திரம் என்று நூறு கேள்விகள் கேட்டுவிட்டு இவள் விதவை என்று தெரிந்ததும், "விதவைகளைப் பார்த்தால் அவர் பட்டினி கிடக்க நேரிடும். அதனால் அனுமதி இல்லை" என்றார்கள். தீதிக்கு அவ்வளவு கோபம் வந்து அவள் பார்த்தது இல்லை. "இவளைப் பார்க்க அவர் பட்டினி கிடந்தால் நல்லதுதான். நாங்க கிளம்பறோம். அவரைச் சாப்பிடச் சொல்லுங்க..." என்றுவிட்டு வந்து விட்டாள். தீதியுடன் அன்றைக்கு ஏகச் சண்டை. சாமியார்களை நம்புபவள் என்று சாடல். இறக்கும் தருவாயில் தீதி இருந்த போது மிகுந்த தயக்கத்துடன்தான் இவளிடம் "பிம்லாவை வரச் சொல்வாயா?" என்று கேட்டாள். பிம்லா வந்தாள். கல்லூரி வேலையில்தான் இருந்தாள் அப்போது. அவளைப் பார்த்ததும் தீதியின் விழிகள் நிறைந்தன. பிம்லா மௌனமாக அவள் கரங்களைப் பற்றிக்கொண்டாள். "பிம்லா பேட்டி, தூக்கத்துல நான் போகணும்" என்றாள். தாள முடியாத வலியில் முகம் சுருங்கி இருந்தது. பிம்லா அவள் தலையை வருட ஆரம்பித்தாள். சிறிது நேரத்துக்குப் பின் தீதி உறங்க ஆரம்பித்தாள். பிம்லா அவளை விட்டு அகலவில்லை. விடிகாலை நாலரை மணிக்கு தீதி மெல்லமெல்ல அடங்கிப் போனாள். நீவி விட்டாற்போல் முகத்தின் சுருக்கங்கள் மறைந்திருந்தன. உடனே குளித்துவிட்டுக் கிளம்பிவிட்டாள் பிம்லா. ஸ்வாமிஜி மஹராஜுடன் ரிஷிகேசத்துக்குப் போகப் போவதாகச் சொன்னாள்.

அது நடந்த ஒரு பத்துப் பதினைந்து ஆண்டுகளுக்குப் பின்தான் இவள் ஸ்வாமிஜி மஹராஜைச் சந்தித்தாள். தீதியின் கடைசிப் பெண் அமெரிக்காவில் சென்று படித்துவிட்டு ஓர் அமெரிக்கனையே திருமணம் செய்துகொள்ளத் தீர்மானித் திருந்தாள். இந்தியா இன்னும் பாம்பாட்டிகளும் யானைகளும் புலிகளும் உள்ள நாடு என்றுதான் அவள் தேர்ந்தெடுத்த நபரின் குடும்பம் நம்பியது. மசாலாவும் காரமும் நிறைந்த சாப்பாடும், வண்ண உடைகள் உடுத்திய கறுத்த, செழிப்பான பெண்களும், காமசூத்ராவும் பரம ஞானிகளும், அதே சமயம் நோயும் நொடியும் பிச்சைக்காரர்களும் என்று பல்வேறு மாறுபட்ட வகைகளில் உவகையூட்டக்கூடிய நாடாகத்தான் இந்தியா அவர்கள் கற்பனையில். மாப்பிள்ளைப் பையன் யானை மேல் ஏறி வர வேண்டும் என்று ஆசைப்பட்டான். 'ஊ, ஆ, ஓ' என்ற உற்சாகக் கூவல்களுக்கிடையே மாப்பிள்ளை யானை மேல் ஏறி வந்தான். அதை நின்று பார்த்துக் கொண் டிருந்த இவளுக்குத் திடீரென்று ஒரு விம்மல் எழுந்தது. அறியாத கணத்தில் தாக்கும் பாரிசவாயு போல. அவள் என்னவென்று கணிக்கும் முன்னர் விம்மல்கள் தொடர்ந்தன. கண்கள் நிறைந்தன. எதற்காகவோ அந்தப் பக்கம் வந்த ஜீஜாஜி அவளைப் பார்த்துவிட்டு அருகில் வந்தார்.

"என்ன குமுத், உன் பெண் பெரியவளாயிட்டா இல்லியா? அவளுக்கும் இனிமே ஒரு குடும்பம், வீடு..."

மெல்லத் தலையசைத்தாள்.

அவள் முகத்தைப் பார்த்துவிட்டு, "என்ன குமுத், என்னாச்சு?" என்றார்.

பளீர் மின்னல் மாதிரி எங்கிருந்தோ, எப்போதோ உருவான வார்த்தைகள் இறங்கி வந்தன அவளையும் உலுக்கியபடி.

"ஜீஜாஜீ, எனக்கு இன்னொரு கல்யாணம் பண்ணி யிருக்கலாமே? ஏன் அப்பிடிச் செய்யலே?"

ஜீஜாஜி அதிர்ந்து போனார். நாற்பது வயது அவளுக்கு அப்போது. "நீ... நீ..." என்று குழறினார். அவள் தோளைச் சுற்றிக் கையைப்போட்டு அணைத்துக்கொண்டார். அமெரிக்க மாப்பிள்ளை யானையில் வருவதைப் பார்க்க முடியாதபடி கண்ணீர் அவள் கண்களில்.

கண நேரம் அவள் சொற்கள் அவளையே ஆட்டுவித்ததை பிம்லாவிடம் பேச்சுவாக்கில் கூறியிருந்தாள்.

அடுத்த முறை ஸ்வாமிஜி மஹராஜ் வந்தபோது அவர் தங்கியிருந்த இடத்துக்கு வரும்படி வற்புறுத்தினாள் பிம்லா. ஸ்வாமிஜி பல இடங்களில் லோக் சேவா சங்க் நிறுவியிருந்தார் அத்தனை ஆண்டுகளில். எல்லா ஆசிரமங்களிலும் ஆசிரமத்தை ஒட்டி ஆனால் அதன் வெளியே ஒரு ரோஜாத் தோட்டமும் அவருக்கான குடிலும் இருந்தன. டில்லியில் ஒரு சமூக சேவகர் வீட்டில் தங்க வந்திருந்தார். பிம்லா பல முறை கூறியதால் அவள் அங்கே போயிருந்தாள். அவரைக் காணப் பலர் வந்திருந்தனர். ஐ.ஏ.எஸ் பரீட்சையில் தோல்வியுற்ற இருவர் அங்கு வந்திருந்தனர். சந்நியாஸிகளாக விருப்பம் என்றனர். "ஆக வேண்டியதுதானே?" என்றார்.

"மார்க்கம்..." என்று இழுத்தனர்.

"மார்க்கமா? பசியைத் தாங்க முடியுமா? அவமரியாதையைச் சகித்துக்கொள்ள முடியுமா? ரெண்டு கஜத் தரையில் தூங்க முடியுமா? முடிந்தால் சந்நியாஸிதான்" என்றார்.

"தீட்சை..."

"கையைத் தலையில் வைத்தால் தீட்சை. வைத்துக் கொள்ளுங்கள்" என்றார்.

உலகையே துறக்க வந்திருந்த அவர்கள் சற்று ஏமாற்றத் துடன் ஒதுங்கி நின்று கொண்டனர்.

அங்கு வந்திருந்த ஒரு பாடகி அவர் முன் பாட வேண்டுமென்று விருப்பப்பட்டாள். பாடச் சொன்னார். அவள் பாடிய மீரா பஜன் இவளுடைய அப்போதைய மன நிலையைப் பிரதிபலிப்பதாக இருந்தது. வாழ்க்கையின் அடிகீழ்த்தளத்துக்குத் தள்ளிவிடப்பட்டது போன்ற உணர்ச்சியில் இருந்தாள் அப்போது. பாடகி பாடினாள்:

"ஹே கோவிந்த, ஹே கோபால, அபு தோ ஜீவனு ஹாரி..."

அபு தோ ஜீவனு ஹாரி என்று இப்போது நான் வாழ்க்கையை இழந்துவிட்டேன் என்று அவள் பாடியபோது இவளுக்குத் தொண்டையை அடைத்தது. முள்குத்துவது போல் வலித்தது தொண்டையில். வெட்கமாக இருந்தது. பிம்லாவைத் தவிர வேறு யாரையும் தெரியாத அந்த இடத்தில் அப்படி நேர்ந்தது.

ஸ்வாமிஜி, பாடகியின் குரல் வந்த திக்கைப் பார்த்து, "வாழ்க்கையைத் தோற்க அந்த மீராவால்தான் முடியும்.

அடிக்கஅடிக்க மேலே வர பந்து மாதிரி கையை விட்டுப் போகாது அது. அதை இழக்கிறது அவ்வளவு சுலபமில்லை" என்றார்.

இவள் எழுந்து வணக்கம் தெரிவித்துவிட்டு வந்துவிட்டாள்.

அவரைப் போன்றவர்களுக்குப் புரியாது. அந்த நேரம் அவளுக்குத் தேவை ஆன்மீகம் இல்லை. சரியான வயதில் நல்ல திடகாத்திரமான கணவன். கருப்பையில் கனத்துத் தொங்கி, முட்டி மோதி, உதிரத்துடன் யோனியைக் கிழித்துக் கொண்டு வரும் பிள்ளைகள் ஒன்றிரண்டு. அல்லது மூன்று நான்கு. பால் சுரக்கும் மார்பகங்கள். அத்தனையும் உடலை ஒட்டியது. உடல்தான் அவள் அறிந்த பேருண்மை. உடலைக் கடக்கக்கடக்க எஞ்சுவது உடல்தான். ஆனாலும் அந்தக் கடத்தலைத் துவக்க அவளுக்கு ஒரு துடுப்பு வேண்டும். படகு வேண்டும். படகோட்டி வேண்டும். அவள் உடல்தான் ஆறு. அதுவேதான் கரை. அதுதான் வேட்டையாடும் நபர். அதுதான் இரையும். பாதையும் அதுதான். இலக்கும் அதுதான்.

○

அதன் பிறகு கல்லூரியில் பதவி உயர்வு. ஜீஜாஜியின் உடல் நிலை பற்றிய கவலைகள், பேணுகை என்று ஆண்டுகள் ஓடின. பிம்லாவுடன் இடைவெளி ஏற்பட்டுப்போயிற்று. ஜீஜாஜி இறந்தபோது பிம்லா வந்திருந்தாள். அவள் பழகிய கிண்டல் செய்த பிம்லாதான். இருந்தாலும் அவள் உள்ளே வந்தபோது நெருப்புச் சுடர் ஒன்று அசைந்து வந்தது போல் தோன்றியது. அவள் வழக்கமாக அணியும் மென் வண்ண கைத்தறிப் புடவை மேல் காவி வண்ண சால்வை போர்த்திக் கொண்டிருந்தாள். தொடர்ந்து கண்ணீர் பெருகியபடி இருந்த கண்களுடன் அப்போது இருந்த சோகத்தில் ஏற்பட்ட அதீத கற்பனை என்று நினைத்தாள். பிறகு பலர் அவளிடம் கேட்டார்கள்:

"மாதாஜி பிம்லா தேவியை உங்களுக்குத் தெரியுமா?" "ஸாத்வி பிம்லா தேவி உங்கள் தோழியா?" "அவர் எல்லோரையும் அணைத்துக் கொள்வாராமே? அப்படியா?"

பிறகு மெல்லத் தொடர்பு விட்டுப்போயிற்று. எப்போ தாவது ஓர் அஞ்சலட்டை வரும் அவள் எந்த ஊரில் எப் போது இருப்பாள் போன்ற தகவல்களுடன். பிறகு அந்தக் கடிதம். ரயிலில் இடம் கிடக்கவில்லை. நேரடி ரயிலும் இல்லை. பலன் இந்தப் புதுமையான பேருந்துப் பயணம்.

○

அந்த ஆண்டு மழை பொய்த்திருந்தது. வழியெல்லாம் வெறும் உலர் பச்சையாக இருந்தது. தாகத்தில் இருந்த நில வெளி. அவள் இறங்கும் இடம் வந்ததும் அங்கிருந்து ரிக்ஷாவில் கொஞ்சம் தூரம் போனால்தான் அந்தச் சிற்றூர் வரும் என்றார்கள். வந்தது. அங்கும் இங்கும் இருந்த சிறு கடைகளில் விசாரித்தபடி லோக் ஸேவா சங்க் இருக்கும் இடத்தை எட்டிவிட்டாள். வாயிலருகே இருந்தவரிடம் பிம்லா தேவியின் பெயரைக் கூறி தான் அவள் தோழி என்றதும் ஒரு சிறு வரவேற்பு அறையில் அவளை அமரச் சொன்னார்.

சிறிது நேரத்தில் "குமுத்" என்று அவள் பெயரை விளித்த படி பிம்லா உள்ளே வந்தாள். மிகவும் மெலிந்திருந்தாள். எழுந்து போய் அவளருகே நின்று அவள் கையைப் பிடித்து அவளைத் தழுவிக்கொண்டாள்.

"நான்தான்னு எப்பிடித் தெரியும்? உன்னைப் பார்க்க எத்தனையோ பேர் வருவார்களே?" என்றாள்.

"சிநேகிதின்னு சொன்னாரே! எனக்கு நீ ஒரே ஒரு சிநேகிதிதானே!" என்றாள். சிரித்தாள்.

"இதோ நீ கேட்ட ரோஜாப் பதியன்கள். நீ சொன்ன அந்தப் பண்ணையிலதான் வாங்கினேன். இந்த பஸ் பயணம் தான் முதுகை ஒடிச்சுவிட்டது. குண்டும் குழியுமா பஸ் வீதி. தூக்கித்தூக்கிப் போட்டது" என்றாள்.

"வா. வெந்நீரில் குளி. உனக்கு நல்ல புகையிலை வாங்கி வெச்சிருக்கேன். அப்புறம் பேசலாம்" என்று கூறி அவளைக் கூட்டிச் சென்றாள்.

இவர்கள் வெளியே வந்ததும் எதிர்பட்ட ஒருவரிடம், "சுக்பீர், உங்க ரோஜாப் பதியன் வந்தாச்சு. இதோ இவள் கொண்டு வந்தா ..." என்றாள்.

"ஓ, நல்லது" என்றுவிட்டு நகர்ந்தார்.

○

சில மாதங்கள் உடல் நலம் குன்றி இருந்தாளாம். இப்போது தான் மெல்லமெல்லத் தேறி வருகிறாளாம். இன்னும் பூரண குணம் அடையவில்லையாம். இன்னொரு தோழி ஊர்மிளா தான் இவள் நிரந்தரமாகப் போவது பற்றிச் சொன்னாளாம். படுத்தபடி பேசினாள். முதுகுத் தண்டில் வலியாம். இடை யிடையில் வலியில் முகம் வியர்த்தது. அவள் முகத்தைத்

துண்டால் ஆதுரத்துடன் துடைத்தபடி இருந்தபோது சூடான சொற்கள் வெளிப்பட்டன இவள் வாயிலிருந்து. எப்போதோ, எங்கேயோ ஆரம்பித்து இன்னும் முடியாத வாதத்தைத் தொடர்வது போல் கேட்டாள்.

"பிம்லா, கடைசியில் இந்த வலிதானே உண்மை?"

"அதுவும்தான்."

"உடம்பை மறுத்துட்டே வந்தே. இப்போ பார் இருக்கிறது உடம்பு மட்டும்தான்."

"உடம்பை யார் மறுத்தது?"

"நீதான். நீ மறுத்தே. யார்யாரோ செய்த தீர்மானங்கள்ல நான் அதைத் தொலச்சேன். ஆனால் அதுதான் நிதர்சனம். உண்மை. இந்த உண்மையை நீ மறுத்தே. உடம்போட மூத்திரம், பீ, ரத்தம். காமம், பசி, தாகம் இதெல்லாம்தான் உண்மை."

"அப்படி இல்ல குமுத்" என்றாள் மென்மையாக.

"பலதரப்பட்டது உடம்பு. தோற்றம் அப்புறம் அன்றாட இயக்கம் பொதுவாகப் பட்டாலும் ஒவ்வொரு உடம்போட உண்மையும் வேறுவேறாத்தான் இருக்கும். உடம்புதான் நங்கூரம். ஆனால் வேறுவேறு கடல்கள்லதான் ஒவ்வொரு உடம்போட தீர்வையும் இருக்கும். வெளியில இருக்கிற மரம், செடி, கொடி, வனம், மிருகம் அத்தனையும் உடம்பு தான். எல்லாமே உடம்புதான். உடம்பு மட்டும்தான். உடம்பு இல்லன்னா எதுவும் இல்ல. உடம்பு மூலம்தான் எல்லாம். உடம்போட எல்லைகள நீ விஸ்தரிச்சுட்டே போகலாம். அது அத்தனையையும் உள்வாங்கிக்கும். அத்தனையோடயும் கலந்து நிக்கும்."

மீண்டும் வியர்த்தது. துடைத்துவிட்டாள்.

◯

அவளை அங்கு வரவழைத்த நோக்கத்தைப் பற்றிச் சொன்னாள். அந்த மலை கிராமத்துக்கு அவள் தற்செயலாகத்தான் வந்தாள் சில ஆண்டுகளுக்கு முன்பு. அருகே இருந்த ஊர் ஒன்றில் பெண்கள் கலந்து கொள்ளும் ஆன்மீக மாநாடு நடக்கவிருந்தது. பல்வேறு ஆன்மீகவாதிகள் கலந்துகொள்ளவிருந்தனர். கிறித்துவ கன்யாஸ்திரிகள், ஸூஃபி இயக்கத்தினர், ஜைனர்கள், பார்ஸிகள், சீக்கியர்கள், பிம்லா தேவி போன்றவர்கள்,

மத நல்லிணக்கத்தை வற்புறுத்துபவர்கள், போராளிகள் என்று ஒரு பெரிய கூட்டமே கூடவிருந்தது. பிம்லாவும் சில கன்யாஸ்திரிகளும் ஒன்றாகவே பயணம் செய்தனர். இரண்டு மூன்று ரயில் பெட்டிகளில் அவர்கள் இருந்தனர். இவர்களுடன் இரவு எட்டரை மணிக்கு உணவுருந்திவிட்டுத் தன் பெட்டிக்குப் போக விடை பெற்றுக்கொண்டு போனாள் ஓர் இளம் கன்யாஸ்திரி. அவள் தன் பெட்டியைச் சென்றடைய வில்லை என்பது இரண்டு மணி நேரத்துக்குப் பின்தான் தெரிந்தது. பதட்டத்துடன் தேடியபோது ஒரு கழிப்பறையில் அவள் விழுந்துகிடந்தாள். பலாத்காரம் செய்யப்பட்டிருந்தாள். அவள் உடலெங்கும் ப்ளேடால் 'ஓம் ஓம்' என்று எழுதப்பட்ட ரத்தக் கீறல்கள். அவள் உடலில் அவர்கள் மதத்தை எழுதி யிருந்தார்கள். அவள் உடல் மதத்தின் குரூரத்தின் குறியீடாக அங்கே கிடந்தது. அந்த ஆன்மீக மாநாடு இந்தச் சோகத்தின் பின்னணியில் நடந்தது. இது அத்தனைக்கும் பதிலாக அவர்கள் பயன்படுத்தக் கூடிய ஆயுதம் கல்வியும் ஆரோக்கியமும்தான் என்று பட்டது. ஆரோக்கியமான மனம். ஆரோக்கியமான உடல். அவர்களில் பலர் இந்த இரண்டு துறையிலும் தேர்ச்சி பெற்றவர்கள். வரும் வழியில் இரண்டொரு நாட்கள் இந்த கிராமத்தில் இருந்தாள். இங்கே ஒரு பள்ளிக்கூடம் தொடங்க வேண்டும். ஓர் ஆஸ்பத்திரி கட்ட வேண்டும். ஸ்வாமிஜி மஹராஜ் தன் வாழ்க்கையின் கடைசிப் படியில் இருந்தார் அப்போது. இவள் திட்டம் மிகச் சரியானது என்றார்.

"இந்தப் பள்ளிக்கூடத்துல படிக்க யார் வருவார்களாம்? இந்தக் கிராமத்துலயே அம்பது வீடுகள்தான் இருக்குன்னுட்டு நினைக்கிறேன்."

"அக்கம் பக்கத்துல பல கிராமங்கள் உண்டு. எல்லை தாண்டி கூட குழந்தைகள் வருவாங்க."

"சரி. பள்ளிக்கூட கனவுக்கு என்னைக் கூப்பிட்டாய். ஆஸ்பத்திரிக்கு?"

"சுக்பீர் இருக்காரே? அவர் ஒரு டாக்டர்."

"நிஜமாவா? தோட்டக்காரர்னு நினைச்சேன்."

பிம்லா சிரித்தாள்.

"இதோ பார் பிம்லா. நீ பல ஊர்களுக்குப் போய் பிரசங்கம் பண்ணு. வெளிநாடு போ. உலகமெல்லாம் சுற்றி உன் கருத்தை, நீ நம்பற வாழ்க்கை இயல் பற்றிப் பேசு.

இங்கே என்ன இருக்கு? ஊழலும், மூடத்தன்மையும், வேண்டிய காரியத்துக்கு பணமில்லா பிழைப்பும்தான். இந்தியாவுல ஏன் முடங்கிப் போகணும் நீ? அதுவும் இந்தியாவோட வரைபடத்துல கூட இல்லாத இந்தக் கிராமத்துல?"

"குமுத், ஈரா பாண்டே அவள் அம்மா ஷிவானி பற்றி எழுதின புத்தகத்தைப் பார்த்தாயா? அதுல உடம்பு பலவீனப் பட்டு இருக்கிற அவள் அக்காவைப் பார்க்கப் போவாள். நல்ல மலைப் பகுதியில் இருக்கிற உன் வீட்டுக்கு நீ போகலாமே, இங்க ஏன் இருக்கணும்னு கேட்பா. அதுக்கு அவ அக்கா சொல்லுற பதில்தான் உனக்கும்."

"என்ன பதில்?"

"நீயே படிச்சுப் பார். இல்லாவிட்டால் சுக்பீரைக் கேளு. சொல்வார்."

பிம்லா கண்களை மூடிக் கொண்டாள்.

○

ஏரி வற்ற, பறவைகள் பறந்து
வேறு உறைவிடம் தேடும்
ஏ ரஹீம், சிறகில்லா மீன்கள்
எங்குதான் போக முடியும்?

அக்பர் காலத்தில் வாழ்ந்த அப்துல் ரஹீம்கான் கானின் கவிதை.

"அப்படியானால் சுக்பீர், பாவப்பட்ட மீன்கள். ஏரி வற்றினதும் சாகப்போகும் மீன்கள்."

"அப்படியில்லை. மழை பெய்யும்னுட்டு நம்பற மீன்கள். சாக பயப்படாத மீன்கள். ஏரி நிரம்பக் காத்திருக்கிற மீன்கள். ஏரியோட பிணைஞ்சுட்ட மீன்கள்..."

○

கனவுகள். வெறும் கனவுகள். அதில் அவளைப் பிணைக்கப் பார்க்கிறார்கள். அவள் சுதந்திரப் பறவை. அவள் வளர்த்த நான்கு பேர் வெளிநாட்டில். எல்லோர் வீட்டிலும் அவளுக் கென்று ஓர் அறை. ஒரு வீடு சலித்துப் போனால் இன்னொரு வீட்டுக்கு அவள் போகலாம். எதிலும் சிறைபட வேண்டாம். இதையெல்லாம் செய்ய பிம்லாவுக்கும் சுக்பீருக்கும் வலுவான காரணங்கள் இருக்கலாம். சுக்பீர் வெளிநாட்டில் வைத்தியம்

படித்துவிட்டு இங்கே வந்து ஒரு பெரிய ஆஸ்பத்திரியில் வேலை பார்த்தவர். ஓரிரவு விரைவாக வண்டியை ஓட்டும் போது தெருவைக் கடந்துகொண்டிருந்த ஒரு குடும்பத்தின் மீது மோதி அத்தனைபேரும் ஸ்தலத்திலேயே மரணம். கணவன், மனைவி, இரு குழந்தைகள். ஒரு குழந்தை கைக் குழந்தை. பதறிப்போய் வண்டியை நிறுத்திவிட்டு விரைந்த போது, இறந்துவிட்ட கைக்குழந்தையை அணைத்தபடி கிடந்த அந்தப் பெண் கடைசி மூச்சை விட்டபடி, "ஏ பாவி, என் மொத்தக் குடும்பத்தையும் கொன்னுட்டியேடா..." என்று கத்தினாள். தீர்ப்பு சுக்பீருக்குச் சாதகமாக அமைந்தது. ஆனால் மரண பீதியுடன் கூடிய அந்தப் பெண்ணின் கண்கள் அவரைத் துரத்தின. 'ஏ பாவி, பாவி, பாவி...'

ஸ்வாமிஜி மஹாராஜிடம் வந்து சேர்ந்தார். முதல் நான்காண்டுகள் லோக் சேவா சங்கின் அத்தனை ரோஜாத் தோட்டங்களையும் அவர் பயிரிட்டுப் பராமரித்தார். நான்கு உயிர்களுக்காக நான்கு கோடி ரோஜாக்கள். நான்கு ஆண்டுகள். அதற்குப் பிறகு ஆசிரமத்தின் எல்லாக் கிளைகளிலும் வைத்திய சாலை அமைத்துத் தகுதியானவர்களை நியமித்தார். இன்னமும் இரவில் சில சமயம் அந்தக் கண்கள் தோன்றிக் குற்றம் சாட்டு கின்றனவாம். வயது அறுபதாகிவிட்டது. வேறு எங்காவது போய் வேலை செய்திருக்கலாமே என்ற போது அந்தக் கண் களை எந்த நாட்டு எல்லையும் தடுக்க முடியாது என்றார். அவை தன் உடலில் எழுதப்பட்ட கண்கள் என்றார். ரோஜாத் தோட்டம் போடுவதை நிறுத்தவில்லை.

இவளை எதுவும் பிணைக்கவில்லை. எதுவும் பிடித்து இழுக்கவில்லை.

யோசித்தபடி சற்று தூரம் வந்துவிட்டாள். கண்ணுக்குக் குளிர்ச்சியாக எதுவும் இல்லை. மலைகள் வெகு தொலைவில் இருந்தன. பேருந்தில் வரும்போதாவது இடையிடையே புள்ளி மான்களும் மழை இல்லாமலே தோகை விரித்த மயில்களும் கண்ணில் பட்டன. இங்கு எதுவும் இல்லை. முள் கம்பி ஒன்று வழியை மறித்தது. அதைத் தாண்டி ஒரு குளம். குளத்தின் அந்தப் பக்கம் ஒரு சிறுமி நின்று கொண்டிருந்தாள். அரையில் ஒரு குட்டைப் பாவாடை. திறந்த மேனி. கையில் ஒரு குச்சி. குழந்தைப் பருவத்தில் அவளும் அப்படித்தான் இருந்தாள். தீதியால் எல்லாக் குழந்தைகளையும் சமாளிக்க முடியாது. இவள் ஒரு குச்சியையோ பொம்மையையோ எடுத்துக்கொண்டு வயல் பக்கம் ஓடிவிடுவாள். ஏதாவது மர நிழலில் உட்கார்ந்து கொண்டு வீட்டில் மாட்டியிருக்கும் அம்மாவின் புகைப்படத்தை

நினைத்துப் பார்ப்பாள். அம்மா எப்படி இருப்பாள்? தீதி மாதிரி அன்புடன் இருப்பாளா? ஆனால் தீதிக்கு நேரமே இல்லை. எல்லாம் அவசரம்தான். குளிப்பாட்டுவது அவசரம். ரொட்டி சுடுவது அவசரம். போடுவது அவசரம். அவளுக்கு பள்ளிக்கூடம் போக வேண்டுமே? பிறகு மாலை திரும்பி வந்தவுடன் மற்றக் கெடுபிடிகள். தீதி மடியில் உட்கார முடியாது. அம்மாவுக்கு நிறைய நேரம் இருந்திருக்கும். அம்மா மடியில் கிடத்திக்கொள்வாள். தலை வருடுவாள். 'ம்ம்'மென்று பாட்டை முனகுவாள். அழுகை பொத்துக் கொண்டு வரும்.

முள் கம்பியைப் பிடித்துக்கொண்டு அவள் அழுது கொண்டிருந்தாள். குமுறிக்குமுறி அழுகை வந்தது. தெரியாத ஊரில், தெரியாத இடத்தில் முள் கம்பி துணையுடன் ஓர் அழுகை. குளம் சாட்சி. அந்தச் சிறுமி பார்வையாளர். யாரோ கையைத் தொடுவது போல் பட்டது. சிறுமி அருகே நின்று கொண்டிருந்தாள். ஐந்து கூறாகத் தலை முடியைப் பிரித்துப் பின்னல் போட்டிருந்தார்கள். குச்சி குச்சியாய் நீட்டிக்கொண்டு நின்ற பின்னல்கள்.

"மௌஸிஜீ, ஏன் அழறீங்க?"

"கண்ணுல தூசி. நீ எப்படி வந்தே?"

"குளம் ஆழமில்ல. தாண்டி வந்துட்டன்."

"ஸ்கூல் இல்லியா?"

"எங்க வீட்டுக்குக் கதவு இல்ல."

"ஸ்கூல் போகலியான்னு கேட்டேன்."

"அதுதான். எங்க வீட்டுக்குக் கதவு இல்ல."

"உங்க வீடு எங்க?"

"அங்க. ரொம்பத் தூரம். இப்ப மாதாஜி இங்க ஸ்கூல் கட்டுவாங்க. சாயங்காலம் வந்து படிக்கலாம் அந்த ஸ்கூல்ல. சாயங்காலம் பாபாஜியும் மாஜியும் வந்துடுவாங்க இல்ல?"

"இப்ப உங்க வீட்டுல யாரு?"

"தாதா இருக்கான். இல்லாவிட்டா நாய் வந்துடுமே? சாப்பாட்டை எல்லாம் கவுத்துடும். கதவு இல்லியே எங்க வீட்டுல!"

கதவு இல்லா வீட்டை நாயிடமிருந்து காக்கும் பள்ளி செல்லாச் சிறுமி.

"உன் பேர் என்ன?"

"சுனரி."

"உனக்கு ஸ்கூல் போக ஆசையா?"

"எனக்கு பென்சில், நோட்டு எல்லாம் வேணும்."

"அப்புறம்?"

"மௌஸிஜீ, எனக்கு நிறையக் கதை தெரியும். அதை எல்லாம் டீச்சருக்கு நான் சொல்லுவேன். மாதாஜி சொன்னாங்க. ஸ்கூல் கட்டுவாங்களாம்."

முள் வேலிக்குள்ளே நுழைந்து இப்புறம் வந்தாள்.

"மௌஸிஜீக்குத் தெரியுமா? இங்கேயிருந்து நந்தாதேவி மலை வரைக்கும் நடக்கலாம்."

"அப்படியா?"

அமாம். அப்புறம் இன்னும் நடந்து, நடந்து, ரொம்ப நடந்து போனா பஞ்சூலி மலை தெரியும். அஞ்சு மலை. பஞ்ச பாண்டவங்க அந்த அஞ்சு மலையையும் அடுப்பாக்கி சமைச்சுச் சாப்பிட்டாங்க."

"எப்ப?"

"சொர்க்கத்துக்குப் போற முன்னாடி."

"யாரு சொன்னாங்க?"

"எனக்கே தெரியும்."

"சரிதான்."

தண்ணென்ற காற்று வீசியது.

மழைத்துளிகள் இரண்டு சுனரியின் கன்னத்தில் பட்டுத் தெறித்தன. பிறகு இவள் தலையிலும். பிறகு தூற்றல் போட ஆரம்பித்தது.

"மழை, மழை" என்று கூவினாள் சுனரி. இவளுக்கும் கூவ வேண்டும் போல் தோன்றியது.

"ஹங் ஹங்" என்று உறிஞ்சிஉறிஞ்சி சிரித்த சுனரி சடக் கென்று, "நான் போகணும். தாதா திட்டுவான்" என்றாள்.

இரண்டடி வைத்து முள்வேலிக்குள் நுழையப்போனவள் திரும்பி வந்தாள்.

"மௌஸிஜீ, நீங்க அழாதீங்க."

"இல்ல. அழல."

"மாதாஜி ஸ்கூல் கட்டினா உங்களுக்கும் பென்சில், பேனா எல்லாம் கிடைக்கும். நீங்க அழக் கூடாது."

"அழ மாட்டேன்."

முள்வேலிக்குள் நுழைந்து, வினாடியில் தண்ணி தெறிக்க, பாவாடை நனைய, குளத்தைத் தாண்டி, அந்தப் பக்கம் போனாள். ஓடி மறைந்தாள்.

முற்றிலும் நனையும் வரை இவள் நின்றாள். சில்லென்ற காற்றுடன் ஈரம் உடலை ஊடுருவிச் சென்றது. துலக்கி விடப்பட்டது போல் தோன்றியது. அவள் பிடித்துக் கொண் டிருந்த முள் கம்பி, மழையை ஏற்றுக்கொண்ட காய்ந்த மரங்கள், தாகமெடுத்த வாய் போல் திறந்து கிடந்த குளம், குட்டைப் பாவாடையுடன் சுனரி, கூட்டம் அலைமோதிய பேருந்து நிலையத்தில் இவள் பசிக்காகப் பழம் வாங்கிய சிறுவன், அவன் தெரியும் என்று கூறிய வெளிறிய வானத்துப் பனி முகடுகள் எல்லாம் அவள் உடலில் புகுந்து வெளியேறி எங்கும் வியாபித்து விஸ்வரூபமெடுத்து நின்றன. அவற்றைக் கோர்க்கும் புள்ளிகளில் ஒரு சிறு புள்ளியாய் அவள் உடல் சிறுத்துப் போனது.

○

மாலையாகிவிட்டது. பிம்லா தேவி சன்னலருகே சாய்வு நாற்காலியில் கண்ணை மூடியபடி அமர்ந்திருந்தாள். அந்தி ஒளி அவள் முகத்தில் மென் சிவப்பாக விழுந்தது. முதுகு வலி இருந்தது போலும். லேசாக முகத்தைச் சுளித்தாள் அவ்வப்போது. பல நூறாண்டுக் காலம் வாழ்ந்து முடித்தவள் போல் தோற்றமளித்தாள். வயதே அற்றுத் தெரிந்தாள். என்றும் இருக்கப்போகும் நிரந்தரி போன்ற ஆளுமையுடன்.

"பிம்லா" என்று மெல்ல அழைத்தாள்.

கண்ணைத் திறந்து புன்னகைத்தாள். அவள் அருகில் அமர்ந்து,

"வலி அதிகமா?" என்றாள்.

"கொஞ்சம் அதிகம்."

"பிம்லா, மழை பெய்தது" என்றாள்.

"ஆமாம். ரொம்ப எதிர்பார்த்த மழை."

"பிம்லா, ஆசிரமத்தின் பின்னால தடுப்புகள் போட்டு கீத்துக் கொட்டகை போட்டுடலாம். முதல் அஞ்சு வகுப்புகள் எடுக்க முடியும். பரேலியிலிருந்தோ வேறு ஏதாவது ஊரி லிருந்தோ கரும் பலகை, சாக்குக் கட்டி, நோட்டுப் புஸ்தகம், பென்சில், பாடப் புஸ்தகம் எல்லாம் வேணும். பிம்லா, பைகள் வேணும் இல்லையா? அப்புறம் பிம்லா, குழந்தை களுக்கு ஒரு கப் சூடான பால் தர சாத்தியமா?"

தன் குரல் எதிரொலிப்பது போல் தோன்றியது. இவள் கையைப் பற்றிக் கொண்டு பிம்லா தேவி நிம்மதியாக உறங்கிக்கொண்டிருந்தாள். மூச்சு சீராக வந்து கொண்டிருந்தது.

பனிக்குடம், ஏப்ரல்-ஜூன் 2007

பயணம் 8

அது என்னவோ அவரைப் பார்க்கப் போகும் முன் மனம் முழுவதும் ஹம்ஸத்வனியாகவே இருந்தது. சங்கீதம் தெரியாது. ஆனாலும் கச்சேரிகளின் ஆரம்பத்தில் வினாயகரைப் போற்றிப் பாடப்படும் கீர்த்தனை ஹம்ஸத்வனி ராகத்தில் அமைந்திருப்பது தெரியும். உவகை ஊட்டும் ராகம். அணையும் விளக்கு தூண்டப்பட்டால் ஒளிர்வது போல் தூண்டும் தன்மை உண்டு அதற்கு. ஏதோ ஒன்றை மனத்தில் துவக்கி வைக்கும் ராகம். ஸரிகபநிஸ என்று ஆரோகணத்தில் கொடியைப் பற்றிக் கொண்டு ஏறி மேலே உள்ள பூவைப் பறித்துக்கொண்டு ஸநிபகரிஸ என்று அவரோகணத்தில் கையில் பூவுடன் கீழே இறங்கும் உணர்வை ஏற்படுத்தும் ராகம்.

அரைமணிப் படம் ஒன்று எடுக்கவேண்டும் என்று தேர்ந்தெடுத்திருந்த கதையிலும் ஓர் உறவு உயிர்ப்பிக்கப் படுகிறது. ஒரு கண நேர ஒளிர்வுடன் ஒரு நெருக்கம் ஏற்படுகிறது. கோபி நாராயணன்தான் அதற்கான பின்னணி இசை அமைக்க வேண்டும் என்று முடிவு செய்து அவனை அணுகியபோது பற்பசை விளம்பரப் படப் பாடல்களிலும், ஆண்களின் ஜட்டிகளைக் கண்டு பெண்கள் கிளர்ச்சியுறும் விளம்பரப் படங்களுக்கான உல்லாசப் பாடல்களிலும் தான் சிக்கிக்கொண் டிருப்பதை சிறிது வெட்கத்துடனும் நிறையப் பெருமிதத் துடனும் கூறினான். கடந்த ஆண்டின் விளம்பரப் பாடல் துணுக்குக்கான விருது அவனுக்குத்தான் கிடைத்ததாம். அவனுடைய வீணை மூலையில் பத்திரமாக இருந்தது.

முகத்தில் ஏமாற்றத்தைக் காட்டியதும், கொஞ்சம் கரைந்து போனான். மும்பாயில் விளம்பரப் பட உலகில் ஆரம்ப காலத்திலிருந்தே இசை அமைத்து அவர் இல்லாமல் விளம்பரப் படங்கள் இல்லை என்று ஒரு காலத்தில் இயங்கிய இசை மேதையின் பெயரைக் கூறினான். இப்போது இசை அமைக்கும் எல்லோரும் அவரிடம் பயின்றவர்களாம். அவனையும் சேர்த்து. கர்னாடக இசையையும் ஹிந்துஸ்தானி இசையையும் முறையாகப் பயின்றவராம். மேற்கத்திய இசையிலும் வல்லுனராம். இப்போது அவர் அதிகமாக வேலை செய்வதில்லையாம். வயது எழுபத்தைந்து. கையில் அதிகப் பணம் இல்லாமல் கற்பனை மற்றும் கனவுகளுடன் படம் எடுக்க முயற்சிப்பவர்களுக்கு அவரை விட்டால் வேறு கதி இல்லை என்றான். தமிழராம். பால்சுப் என்று பெயர். பால்சுப் என்ன மாதிரி தமிழ்ப் பெயர் என்று கேட்டபோது அது பாலசுப்பிரமணியத்தின் சுருக்கம் என்றான். ஐம்பது ஆண்டுகள் மும்பாயில் இருந்ததின் விளைவாம். அவருடைய தொலைபேசி எண்ணைத் தந்தான். கிளம்பும் முன் அவர் ரொம்ப எளிமையான ஆசாமி என்றும் சற்றே விசித்திரமானவர் என்றும் கோடி காட்டினான். எந்த வகையில் என்றுகேட்டபோது, அவர் வீட்டுச் செல்லப் பிராணி ஒரு குரங்கு என்றான். மும்பாயின் இண்டுஇடுக்கு வீடுகளில் சிட்டுக்குருவி, கிளி, கன்றுக்குட்டி அளவு நாய், வெள்ளை எலி போன்றவற்றை வளர்க்கும் விசித்திரங்களைப் பார்த்தாயிற்று. குரங்கு எந்த வகையிலும் திடுக்கிட வைக்காது என்று தோன்றியது.

மரீன் ட்ரைவ் பகுதிக்கான தொலைபேசி எண். மீரா ரோடிலிருந்து ஒரு நெடுந்தூரப் பயணம். அவருடன் தொலை பேசியில் பேசியபோது மிகவும் தயங்கினார். ஓரளவு வற் புறுத்திய பின்பே ஒத்துக்கொண்டார். பயணம் முழுவதும் மனத்தில் ஹம்ஸத்வனி. கணிணியில் எழுதி நேர்த்தியாகப் பிரதி எடுத்த கதை ஒரு பிளாஸ்டிக் கோப்பில் கையில். இப்படித்தான் அந்தப் பயணம் அமைந்தது. ஹம்ஸத்வனிப் பயணம்.

மரீன் ட்ரைவை ஒட்டிய ஒரு வளைவில் இருந்த தெரு. அத்தனையும் பழங்கால அடுக்கு மாடிக் கட்டிடங்கள். விளம்பர உலகில் கொடி கட்டிப் பறந்தவர் வேறு எங்கே

இருக்க முடியும்? அவர் குறிப்பிட்டிருந்த கட்டிடத்தின் காவலாளி யிடம் அவர் பெயரைக் கூறியதும் கட்டிடத்தின் பின்னால் போகும்படி கையைக் காட்டினான். கட்டிடத்தின் பின்னால் உள்ள பங்களாவோ என்று நினைத்தபடி நடந்தபோது கட்டிடத்தின் பின்னால் கார்கள் நிறுத்தப்படும் உருட்டுக் கதவுகள் உள்ள கராஜ்கள் தென்பட்டன. மூலை கராஜ் ஒன்று திறந்திருந்தது. பெரிய பிளாஸ்டிக் ட்ரம்களில் முனிசிபாலிடி வண்டி இன்னும் எடுத்துச் செல்லாத குப்பைகள் வழிந்தன. நாற்றமும். அவற்றைக் கடந்து திறந்திருந்த கராஜை அணுகிய போது வெளியே சுவரில் மங்கலான கரிக்கோடு பால்சுப் என்றது. கராஜின் நுழைவுப் பகுதியில் ஒரு பெரும் பகுதி இரும்புத்தட்டி போடப்பட்டு மூடி இருந்தது. கதவுப் பகுதியில் திரை.

"சார்" என்று குரல் கொடுத்தபோது ஒரு பெரிய உறுமல் பதிலாக வந்தது. மெள்ள எட்டிப் பார்த்தபோது கராஜின் முன் பகுதியில் ஒரு பிரம்மாண்டக் கூண்டில் ஒரு மனிதக் குரங்கு தொங்கியபடி உறுத்துப் பார்த்தது. வெகு அருகே அதன் முகம். பல்லைக் காட்டியது. திக்கென்றது. உடனே பின்வாங்கி மீண்டும் குரல் கொடுத்தபின் பால்சுப் வெளியே வந்தார். தளர்ந்திருந்தார். மிகவும் களைத்துக் காணப்பட்டார். கை குவித்தார். "வாங்க" என்றார்.

"மாருதியைப் பார்த்து பயந்துட்டீங்களா? கோபி சொல்லலியா?" என்றார். மனிதக் குரங்கைப் பார்த்து, "மாரு செல்லம், நம்ப க்ளையன்ட்தான். வேற யாருமில்ல" என்றார். மாருதி கூண்டின் மூலையில் அமர்ந்து வெற்றுப் பார்வை பார்த்தது.

கராஜின் முன் பகுதி வரவேற்பறை போல் தடுக்கப்பட்டு இருந்தது. அதன் முக்கால் பகுதியை அடைத்தபடி கூண்டு. அருகே சோபா.

"இங்கயே உக்காரலாம். ஆனால் இவனுக்குக் கொஞ்ச நாளாவே 'மூடு' சரியில்ல. உள்ள போகலாம்" என்றார்.

உள்ளே மூலையில் சமையல் பகுதி. ஒரு மராட்டிப் பெண்மணி சமைத்துக்கொண்டிருந்தாள். நடுப்பகுதியில் ஒரு கட்டில். மூலையில் சோபா. சில நாற்காலிகள். மேசை.

அம்பை

ஒரு கீபோர்டு மேசை மேல். இன்னொரு மூலையில் தம்பூரா. புத்தக அலமாரி. பீரோ. அதை கடந்து கழிப்பறைப் பகுதி போலும்.

சோபாவில் அமர்ந்து, பிளாஸ்டிக் கோப்பை அவர் பக்கம் நீட்டியதும், அதை வாங்கிப் பிரித்து, தாள்களை வெளியே எடுத்தார். தமிழ்ப் பிரதியைத் தள்ளிவிட்டு, ஆங்கில மொழி பெயர்ப்பைப் படிக்க ஆரம்பித்தார். சிறிது படித்துவிட்டுத் தலை நிமிர்ந்து,

"தமிழ் படிக்க சுத்தமா மறந்துபோயாச்சு" என்றார்.

சமைத்துக் கொண்டிருந்த பெண்மணியை நோக்கி, "ஜீஜாபாய், தோன் கப் சஹா ஆண்" என்றார்.

"எந்த ஊரு?" என்று கேட்டார்.

"சென்னைதான். ஜார்ஜ் டவுன். கோவிந்தப்ப நாயக்கன் தெரு. நீங்க?"

"சென்னைதான். புரசைவாக்கம் பக்கம்" என்றுவிட்டு நிறுத்தினார். பிறகு பல நாட்களுக்குப் பின் நினைவு கூர்வதைப் போல், "எங்க தாத்தா அந்தக் காலத்துலே டிராமா டரூப் வெச்சு நடத்தினவர். ஸ்திரீ பார்ட் நடிகர். இடுப்பு வரை முடி. தூக்கிக் கட்டினா தலையில வெங்கலப் பானை மாதிரி நிக்குமாம். அவர் புடவை கட்டற மாதிரி பெண்ணுக புடவை கட்ட ஆசைப் படுவாங்களாம். கோவில் மணி அடிக்கிற மாதிரி குரல். சபையை ஒரு பார்வை பார்ப்பாராம். முதல் ரெண்டு மூணு வரிசையில ஏதாவது சோர்ந்த முகமோ, மனசு சஞ்சலத்தைக் காட்டற பார்வையோ பட்டா, அன்னிக்கு முழுக்க சங்கராபரணம் பாடித் தீர்ப்பாராம். உங்களுக்குத் தெரியுமா? சங்கராபரணம் மனசுல இறுக்கம், பேதலிப்பு எது இருந்தாலும் அதை வடிச்சு எடுத்துடும். மனசை லேசாக்கிடும். விடிகாலை சமயம் ஒண்ணு ரெண்டு பேர் கண்ணு அசந்தாலும் பௌளியில "பார்வதி நாயக..." என்று ஆரம்பித்துவிடுவாராம். "சர்வ லோகைக நாத..."ன்னுட்டு அனுபல்லவி உச்சஸ்தாயியை எட்டினதும் அத்தனை தூக்கக் கலக்கமும் பறந்துடுமாம்..."

ஜீஜாபாய் சாய் கொண்டு வந்து ஒரு சிறு முக்காலியில் வைத்தாள். கூடவே உருளைக்கிழங்கு அரிந்து போட்டுச் செய்த ஆலு-போஹா. மகாராஷ்டிரத்து அவல் உப்புமா.

"எடுத்துக்குங்க" என்றார்.

திடீரென்று "மைதிலி போய் இன்னிக்குப் பதினைஞ்சாம் நாள்" என்றார்.

"யார் மைதிலி?"

"என் வீட்டுக்காரி. அவளோடுதுதான் இந்தத் தம்பூர். நல்லாப் பாடுவா. அப்பிடியே உருக்குவா பாவி. போயிட்டா."

"மன்னிக்கணும் சார். நான் இன்னொரு நாள்..." என்று எழ முயற்சித்ததும், கையைக் காட்டி அமர்த்தினார்.

"போறவ போயிட்டா. என்ன செய்ய முடியும்? அவ மகனே கொன்னுட்டான்..."

"மகனா?"

"ஆமா. மாருதியை மகன்னுதான் நாங்க நினைக்கிறோம். 'என் மகன், என் மகன்'ன்னு கொண்டாடுவா அவனை..."

கூண்டின் மூலையில் கன்னத்தில் கை வைத்து மனிதக் குரங்கு அமர்ந்திருந்தது உட்கார்ந்த இடத்திலிருந்து தெரிந்தது.

"ஒரு சர்க்கஸ் கம்பனி விளம்பரத்துக்காக நான் ஒரு தடவை இசை அமைச்சேன். அப்ப கம்பெனி சொந்தக்காரர் நெருங்கின நண்பராயிட்டார். அடிக்கடி அங்க போனபோது இந்த மாருதியும் பழக ஆரம்பிச்சான். சின்னவன் அப்போ. அவர்தான் இவனைத் தந்தார். வீட்டுக்கு வந்ததும் நேரா மைதிலி கிட்டப் போய் ஒண்டினவன் அவ மேல உசிரையே வெச்சிருந்தான். பாட்டுன்னா உயிர். நான் கீபோர்ட் வாசிச்சா உன்னிப்பா கேப்பான். மைதிலி தம்பூராவை மீட்டினா போதும், துள்ளுவான். அப்புறமா அசையாம உக்காருவான். நாம பேசறது எல்லாம் புரியும். இப்பக்கூட நாம என்ன பேசறோம்னு அவனால யூகிக்க முடியும்..."

எட்டி அவனைப் பார்த்தார்.

"மாரு, உன்னைப் பத்தித்தான் சொல்றேன். அம்மா பாட்டு பத்தி சொல்றேன்..." என்றார்.

மனிதக் குரங்கு கேவல் போன்ற ஒலியை எழுப்பி முகத்தை மூடிக்கொண்டது.

"வருத்தம் அவனுக்கு அம்மாவைக் கடிச்சோமேன்னுட்டு..."

திடுக்கிட்டது. "கடிச்சுதா?"

"ஆமா. அவனுக்கு எல்லா ராகமும் பிடிக்கும். ஸஹானா, கமாஸ், தேஷ்... ஆனா ஹம்ஸத்வனி மட்டும் அவன் முன்னால பாடக் கூடாது. அவனுக்கு வெறி வந்துடும். ஆரம்பத்திலிருந்தே அப்படித்தான். ஏன்னு தெரியல. ஒரு வேளை சர்கஸ்ல இவன் காட்டின ஆட்டத்தோட இசையில அந்த ராகச் சாயை இருந்திருக்குமா என்னன்னு தெரியல. மைதிலி இவனுக்காக ஹம்ஸத்வனி பாடறத விட்டுட்டா. அன்னிக்குன்னு பாருங்க, கணபதி விசர்ஜன். உங்களுக்குத் தெரியுமே, ஒரே பாட்டும் கூச்சலுமா கணபதிய கடல்ல போடக் கூட்டம்கூட்டமா வருவாங்க. மைதிலியும் இவனும் மட்டும்தான் வீட்டுல. ரெண்டு மாசம் முன்னாலதான் மைதிலிக்கு ஒரு ஹார்ட் அட்டாக் வந்திருந்தது. "நான் போயிட்டேன்னா மாருதிக்கு யார் இருப்பாங்க?"ன்னு ஒரே புலம்பல். அன்னிக்கு கணபதியைத் தூக்கிட்டுப் போற சத்தம் எல்லாம் கேட்டதும் அவளுக்குத் தாங்கல. "வினாயகா..."ன்னு ஹம்ஸத்வனி பாட ஆரம்பிச்சுட்டா. "அனாத ரட்சக நீவே காதா..."ன்னு உருகியிருக்கா. இவனோட கூண்டு மூடி யிருக்கல பாருங்க. வெளில வந்து ஒரே கடிதான். மூணு நாள் ஆஸ்பத்திரியில இருந்தா. "அவனத் திட்டாதீங்க"ன்னு சொல்லிட்டே இருந்தா. போயிட்டா..."

பால்சுப் கூண்டுப் பக்கம் திரும்பிப் பார்த்தார்.

சுருண்டு படுத்திருந்தது மனிதக் குரங்கு.

பால்சுப் எழுந்தார்.

"ஒரு பதினஞ்சு நிமிஷம் வெய்ட் பண்ண முடியுமா? நான் குளிச்சுட்டு வந்துடறேன். ஜீஜாபாய் வேலையெல்லாம் முடிச்சுட்டுப் போகணும். பீரோவுல நிறைய புஸ்தகம் இருக்கு. படிச்சுட்டு இருங்க. வரேன்" என்றார்.

"சரி சார்."

அவர் குளிக்கப் போனதும் ஜீஜாபாய் முக்காலியில் இருந்த தட்டுக்களையும் கிளாஸ்களையும் எடுக்க வந்தாள்.

"மதராஸியா?" என்று கேட்டாள் மராட்டியில்.

"ஆமாம்" என்றதும், "மைதிலி ஆயி கிட்ட மட்டும்தான் மதராஸி பாஷை பேசுவார். அதுதான் இன்னிக்குப் பேசிட்டே இருக்கார். தனி மனுஷன் பாவம். முன்னால இருக்குற பெரிய பில்டிங்க்ல மூணு பெட் ரூம் வீட்டுல இருந்தவர். இருபது வருஷமா இங்கதான் இருக்கார். பாட்டு, பாட்டு, பாட்டுதான் ரெண்டுபேருக்கும். அவர் அபங் பாடி நீங்க கேக்கணும். ஆயி பாட இவர் இந்தக் கட்டைப் பெட்டியில வாசிப்பார். வாசல்ல கூட்டம் கூடிடும். மூணு பெட் ரூம் வீட்டுல இருந்தபோதும் ரெண்டு பேரும் சந்தோஷமா இருந்தாங்க. இந்தக் கார் ஷெட்டுக்கு வந்தபோதும் சிரிச்சுக் கிட்டே வந்தாங்க. யாரையும் குறை சொல்லல. பில்டிங் காரங்களே ஸ்பெஷலா இங்க இருக்க அனுமதிச்சாங்க. அதுக்கு முன்னால சாஹப்போட பெரிய கார் இங்க இருந்தது."

ஜீஜாபாய் கீழே உட்கார்ந்தாள். அவளுக்கும் பேச ஆளில்லை போலும்.

"... நான்தான் கூண்டுக்குத் தாழ்ப்பாள் போட மறந் திட்டேன் அன்னிக்கு. மாருதி கடிச்சதும் ஆயி கத்தினாங்க. சாயங்கால நேரம். வெளில ஒரே சத்தம். விசர்ஜன் அன்னிக்கு. நான் என் பையை வெச்சிட்டுப் போயிட்டேன். கேட்டு வரை போயிட்டுத் திரும்பி வந்தேன். குப்பைத் தொட்டிப் பக்கம் வந்தப்ப ஆயி குரல் கேட்டுது. ஓடி வந்தேன். உள்ள வந்ததும் ஆயி, 'ஜீஜா, மாருதி மலா சாவ்ல...'ன்னு சொன் னாங்க. மாருதி கூண்டு பக்கத்துல நிக்கறான். அவனை உள்ள தள்ளி தாழ்ப்பாள் போட்டேன். அவங்க மகளுக்கு போன் போட்டேன். அவங்க வரவே இல்ல. நானும் சௌகிதாரும் தான் ஆஸ்பிடல் கூட்டிட்டுப் போனோம். மூணே நாள்தான். ஆயி போயிட்டாங்க..."

பால்சுப் குளியலறையிலிருந்து வெளியே வந்தார்.

"என்ன, ஜீஜாபாய் அவ கதையைச் சொல்லியாச்சா?" என்றார். ஜீஜாபாய் புன்னகைத்தபடி துணி துவைக்கப் போனாள்.

சோபாவில் அமர்ந்தார்.

"ரொம்பத் தூரத்திலிருந்து வந்திருக்கிறீங்க. கதையைப் படிக்கிறேன். என்னால முடியாவிட்டா கூட என் சிஷ்யப் பிள்ளைங்க நிறைய உண்டு. அவங்கள்ள ஒருத்தர் பண்ணித் தரலாம். கவலைப் படாதீங்க" என்றார்.

"நான் கிளம்பட்டுமா?"

"கிளம்புங்க. எனக்குக் கொஞ்சம் படுக்கணும். சின்ன வீடு. உங்களை இன்னும் கொஞ்ச நேரம் உட்கார்ந்துட்டுப் போகச் சொல்ல வசதி இல்ல. வெளில சோபாவுல வேணா உட்கார்ந்துட்டு வெய்யில் தாழப் போகலாம்" என்றார்.

ஹம்ஸத்வனி பிடிக்காத மனிதக் குரங்கைப் பார்த்தபடி நேரத்தைக் கடத்த முடியும் என்று தோன்றவில்லை. மீண்டும் மீரா ரோடு வரை ரயில் பயணமே மேல் என்று தோன்றியது.

விடை பெற்றுக் கொண்டு வெளியே வந்து கேட்டை நோக்கி நடக்கத் துவங்கிய போது, நாற்பது நாற்பத்தைந்து வயதுப் பெண்மணி ஒருவர் எதிரே வந்தார்.

"யாரைப் பார்க்க வந்தீர்கள்?" என்று கேட்டார் ஆங்கிலத்தில்.

"பால்சுப்பை..."

"மனிதக் குரங்கைப் பார்த்தாயிற்றா?"

"மாருதியைத்தானே?"

"அது கூண்டுல இருக்கிற மனிதக் குரங்கு. கூண்டுக்கு வெளியே இருக்கிற மனிதக் குரங்கைக் கேட்டேன்..."

"பால்சுப்..."

"அந்த மனிதக் குரங்கைத்தான். தூங்கறதா...?"

"நீங்க?"

"நான் அவர் மகள். முன்னால கட்டிடத்துல இருக்கிற ஃப்ளாட்டுல நான்தான் இருக்கிறேன்..."

"நான் வரேன்."

"அம்மா கூப்பிட்டதும் நான் வரவில்லை என்று ஜீஜாபாய் சொல்லியிருப்பாளே?"

"சொன்னாள்."

"ஏன் வர வேண்டும்? என்னை விட அந்த மனிதக் குரங்கு உசத்தி. அம்மாவோட கர்ம க்ரியைகளைக் கூட அந்தக் கொலைகாரக் குரங்கு செய்ய வேண்டுமாம். கேட்டிருக்கிறீர்களா எங்கேயாவது?"

குரல் நடுங்கியது.

"அப்பாவும் அம்மாவும்தான் ஐந்து வயதிலேயே பாட்டு கற்றுக்கொடுக்க ஆரம்பித்தது. இந்தக் குரங்கு வந்தாலும் வந்தது, என்னோட பாட்டுக்கு வந்தது கேடு. உங்களுக்குத் தெரியுமா மேடம், ஹம்ஸத்வனி ராகக் கீர்தனைதான் என் முதல் கீர்த்தனை. ஹம்ஸத்வனி வர்ணம்தான் என் முதல் வர்ணம். பதினைந்து வருடம் வீட்டில் ஹம்ஸத்வனி பாட முடியாமல் தவித்தேன். ராகத்தை முனகினால் கூட குரங்கு குதிக்க ஆரம்பிக்கும். அப்புறம்தான் அவர்களை கராஜுக்கு அனுப்பினேன். பார்த்தீங்களா அதை? வீடா அது? அதுல இருபது வருடம் ஒரு மனிதக் குரங்கோட ஆனந்தமாக இருக்கிறார்கள். நான் இப்போது ஹம்ஸத்வனி பாடுகிறேன், மேடம். சத்தம் போட்டுப் பாடுகிறேன். ஆனால் முடியவில்லை. கூண்டுல குதிக்கும் மனிதக் குரங்கு கண் முன்னால் வருகிறது. வாய் குழறுகிறது..."

மூச்சு வாங்கியது அவளுக்கு.

"இதோ இப்போது அங்கேதான் போகிறேன். கூண்டில் இருக்கும் மனிதக் குரங்கையும் வெளியில் இருக்கும் மனிதக் குரங்கையும் பார்க்க..."

சொற்களைத் துப்பினாள்.

மீரா ரோடு வரை நீண்ட ரயில் பயணத்தில் ஒரு பெரிய கூண்டும், ஹம்ஸத்வனி கேட்டால் குதிக்கும் மனிதக் குரங்கும் மனத்தை அடைத்துக் கொண்டன.

பால்சுப்பின் சீடர் ஒருவர்தான் படத்துக்கு இசை அமைத்தார். ஹம்ஸத்வனியைத் தவிர்த்தார். மலையமாருதத்தில் அமைத்தார். அவர் வீட்டுப் பூனைக்குப் பிடித்த ராகமாம்.

O

பயணம் 9

அன்று சர்ச்கேட்டிலிருந்து அந்தேரி பயணமில்லை. வி.டி. போய் சேம்பூர் போகும் லோகலைப் பிடிக்க வேண்டும். திடீர்ப் பயணம். அம்மாவுக்கு உடம்பு சரியில்லையாம். அவளைப் பார்க்க வேண்டும் என்றாளாம். அலுவகத்திலிருந்து நேரே வீட்டுக்கு வந்து விடும்படி அண்ணன் உத்தரவு. போகாமல் முடியாது. முன்பெல்லாம் அம்மா தொலைபேசியில் நிறையப் பேசுவாள். தமிழ் நாட்டு அரசியல் பேச அவளுக்கு வேறு யாரும் கிடையாது. டி.வி. தொடர்களை வேறு விடாமல் பார்ப்பாள். இலக்கிய ஆர்வமும் உண்டு. வண்ணநிலவன் ரொம்ப நாட்களாக எழுதவில்லையே என்று அங்கலாய்ப்பாள். காது மந்தமாகி விட்டபின் தொலைபேசியில் பேச முடியவில்லை. அண்ணன் குடும்பத்தினருக்கு தமிழ் நாடு மீதும் தமிழ் மீதும் ஆர்வம் போய் பல ஆண்டுகளாகிவிட்டன. அம்மா மூலமாக இந்த விஷயங்களுடன் உள்ள உறவும் ஒரு நைந்த நிலையில்தான் இருந்தது. அதனால்தான் அம்மாவுக்கு ஏக்கம் பிடித்துவிடும் இவளுடன் பேச. அதனாலேயே பாதி உடம்புக்கு வந்துவிடும். அவள் போய் பேசியவுடன் உடம்பு தேறிவிடும். வழக்கமாக சனி ஞாயிறன்று இந்தப் பயணத்தை வைத்துக் கொள்வாள். வார நடுவில் இந்தப் பயணம் அமைவது இது முதல் முறை.

வி.டி. செல்லும் பேருந்தில் ஏறி ரயிலடியில் இறங்கி, கூட்டத்தோடு கூட்டமாய் ரயிலடியை நோக்கி நடக்கத் துவங்கியதும் சோர்வு கப்பிக்கொண்டது. அலுவலகத்தின்

வேலைப் பளு முதுகிலேயே வேதாளம் போல் உட்கார்ந்து கொண்டிருந்தது. ஒரே மாதத்தில் இரண்டு ராஜினாமாக்கள். ஓர் ஒருங்கிணைப்பாளர் நடத்தை பற்றிய புகார். மூன்று பிரசவ விடுமுறை மனுக்கள். அலுவலகம் நொண்டிக்கொண்டிருந்தது ஓட முடியாமல்.

பயணச் சீட்டு விற்கும் இடத்தில் ஒரு நீள் வரிசை. வரிசையில் நின்று சீட்டு எடுத்துவிட்டு உயரே தொங்கிய மின் அறிவிப்புப் பலகையில் பார்த்தபோது அவள் போக வேண்டிய ரயில் பற்றிய அறிவிப்பு வந்திருக்கவில்லை. அறிவிப்புப் பலகை அருகே மூன்று மின் விசிறிகள் தொங்கின. அவை ஓடிக்கொண்டும் இருந்தன. அங்கு நின்றால் வியர்த்து வழிய வேண்டாம். அறிவிப்புகளையும் கவனமாகப் பார்க்கலாம். அங்கு சிலர் நின்றுகொண்டு தினசரி அல்லது புத்தகம் படித்தபடி இருந்தனர். இவளும்போய் நின்றுகொண்டு கைக் குட்டையால் முகத்தைத் துடைத்துக்கொண்டாள். அறிவிப்புப் பலகையில் ஒரு கண் பதித்தபடி வருவோர் போவோரைப் பார்த்தபடி நின்றாள்.

நுழைவாயில் வெளிவாயில் இரண்டின் வழியாகவும் மனிதக் கூட்டம் பிதுங்கி வழிந்தது. கண்களை இடுக்கிக் கொண்டு பார்த்தால் இரண்டு வாயுள்ள பாத்திரம் ஒன்றிலிருந்து பல வண்ணங்களில் வழியும் கலவை போல் பட்டது.

மேற்கு ரயில் தடம் போல அல்ல இந்தத் தடம். மும்பாயின் மிக நீண்ட நடுப்பகுதி மற்றும் துறைமுகத்தை ஒட்டி ஓடும் அகண்ட பகுதி இதில் அடங்கும். இதில் பயணம் செய்வோரின் வாழ்க்கை இயல்பும் தேவைகளும் வேறு. வெளியூர் போகும் ரயிலடியும் இதை ஒட்டி இருப்பதால் இந்தத் தடத்தின் சாமான்களின் எடையும் வடிவும் வேறு. பார்த்துக்கொண்டே இருக்கும்போது சக்கரம் வைத்த ஸூட்கேஸ்களும், தகரப்பெட்டிகளும், நல்ல உடைகளில் பொட்டலம் போல் பொதியப்பட்ட குழந்தைகளும், அம்மணக் குழந்தைகளும், தொப்பிகளும், வண்ணத் தலைப்பாகைகளும், துணிமூட்டைகளும், விலை உயர்ந்த காலணிகளும், வெற்றுக் கால்களும் பரபரவென்று வரையப்படும் கோடுகளாய் கண் முன் ஓடின.

திடீரென்று பக்கவாட்டிலிருந்து ஒரு கை நீண்டது அவள் முன்னால். உள்ளங்கையில் ஒரு சிறிய வெள்ளை

நிற அட்டை. பெயர், முகவரி அச்சிட்ட அட்டையின் பின் பகுதி. அதில் கரிய தெளிவான எழுத்தில் ஆங்கிலத்தில் எழுதியிருந்தது:

ஒரு முறை சேவை செய்வதற்கு ரூ.100 தான் கட்டணம். 100% திருப்தி உத்திரவாதம்.

சட்டென்று என்ன சேவை என்ன திருப்தி என்று புரியவில்லை. புரிந்ததும் தூக்கிவாரிப் போட்டது. அவள் இடப்பக்கத்திலிருந்து அட்டையை நீட்டிவிட்டுக் கையை வெடுக்கென்று இழுத்துக்கொண்டுவிட்ட நபரைக் கடைக் கண்ணால் பார்த்தாள். இளைஞன். இருபத்தைந்து வயது இருக்கும். நூறு சதவிகிதம் திருப்தியைத் தர முடியும் என்று நம்புபவன். அவளைப் பார்த்தால் நூறு சதவிகிதம் திருப்தியைத் தேடுபவள் போல் இருக்கிறதா என்ன? நூறு சதவிகிதம் திருப்தியுற்றவள் முகம் எப்படி இருக்கும்?

மெல்ல அவனைத் திரும்பிப் பார்த்தாள்.

எதையுமே செய்யாதவன் போல் நேரே பார்த்தபடி நின்றான்.

"மன்னித்துக் கொள்ளுங்கள். உங்கள் பெயர் என்ன?" என்று ஹிந்தியில் கேட்டாள்.

"எதற்கு மேடம்?" என்று குழறினான்.

"சும்மாத்தான். சேவை செய்பவர் பெயர் தெரிய வேண்டாமா?"

"மன்னிச்சுக்குங்க மேடம். தப்பா ஏதாவது..."

"பயப்படாதீங்க. சும்மாத்தான் கேட்டேன்."

"கோபால் மிஸ்ரா" என்றான் முணுமுணுப்பாக.

"யு.பியா?"

தலையாட்டினான்.

முகம் வாடியிருந்தது. மிகவும் களைத்துக் காணப்பட்டான்.

"சாய் குடிக்கலாமா மிஸ்ராஜி?"

அவன் முகம் மலர்ந்தது. கிராக்கி அமைந்துவிட்டது என்று நினைத்தான் போலும். ரயிலடியிலேயே இருந்த கடையருகில் இருவரும் போயினர். ஒரு பொட்டலம் போண்டாவும், ஒரு ஸாண்விச்சும் வாங்கி அவனிடம் தந்தாள். வாங்கிக்கொண்டான். ஆவலுடன் சாப்பிட்டான். இரு காகிதக் குவளைகளில் இவள் சாய் வாங்கி வந்தாள். ஒரு குவளையை அவனிடம் நீட்டினாள். "தன்யவாத்" என்று முனகியபடி வாங்கிக்கொண்டு பருகலானான்.

நிமிர்ந்து அவளைப் பார்க்கவில்லை.

"மிஸ்ராஜி காலையிலிருந்து சாப்பிடலைன்னு நினைக்கிறேன்."

"ஆமாம் மேடம்."

"என்ன வேலை பார்க்கறீங்க?"

மௌனம் சாதித்தான்.

"இந்த வேலைதானா? நூறு சதவிகிதம் திருப்தி அளிக்கும் சேவைதானா?"

தலை குனிந்து, "ஆமாம்" என்றான் மெல்லிய குரலில்.

"ஒரு நாளைக்கு எவ்வளவு வரும்படி கிடைக்கும்?"

"சில நாள் ஆயிரம் கூடக் கிடைக்கும். சில நாள் வேலை இருக்காது."

"இந்த சென்ட்ரல்-ஹார்பர் தடம்தானா நீங்கள் வேலை செய்யும் இடம்?"

தலையாட்டினான்.

திருப்தியுறாத அத்தனை பெண்களும் இந்தத் தடத்தில் தான் போலும்.

"இந்தத் தடத்தை ஏன் தேர்ந்தெடுத்தீங்க?"

"இங்கே வசதிகள் அதிகம் மேடம். அக்கம் பக்கத்தில சுலபமா அறைகள் கிடைக்கும். சில சமயம் நல்ல வசதியான வீடுகளுக்குக் கூடப் போகலாம்."

"மிஸ்ராஜி, உங்க கிராக்கிய எப்படி நீங்க தேர்ந் தெடுக்கிறீங்க?"

"அது வந்து... ஒரு யூகத்துலதான்..."

"திருப்தியடையாத பெண்கள் எப்பிடி இருப்பாங்க மிஸ்ராஜி?"

"கொஞ்சம் நிலைகொள்ளாம இருப்பாங்க. கால் மாற்றி மாற்றி நிற்பாங்க. பார்வை ஓர் இடத்துல நிலைக்காது. எதையோ யோசிக்கறவங்க மாதிரி இருப்பாங்க. முப்பது நாற்பது வயசுக்காரங்களா இருப்பாங்க..."

"உங்க தேர்வுல தப்பே இருக்காதா?"

"தொண்ணூற்றொம்பது சதவிதம் தப்பிருக்காது மேடம்."

அப்பா! அவ்வளவு பெண்களா மிஸ்ரா போன்றவர் களைத் தேடுபவர்கள்?

"நான் அப்படி இருந்தேனா?"

"அரே மேடம்..." என்று கூச்சத்தில் நெளிந்தான். "மேடம், நீங்க பதட்டமா இருந்தீங்க. முகத்தைமுகத்தைத் துடைச்சுட்டீங்க. அப்பிடி இப்பிடி பார்த்தீங்க... அதனாலதான்..."

"மிஸ்ராஜி, எங்க அம்மாவைப் பார்க்கப் போகணும். ஆபீஸிலிருந்து நேரா வரேன். செம்பூர் போய் அப்புறமா அந்தேரி போகணும். போய் ராத்திரி சாப்பாடு சமைக்கணும். கூட்ட நெரிசல் வேற, இல்லையா? அதனாலதான் கொஞ்சம் பதட்டமா இருந்தேன். மற்றபடி நூறு சதவிகித திருப்தி எதுவும் எனக்குத் தற்சமயம் தேவையில்லைன்னுதான் நினைக்கிறேன்..."

"மேடம் அப்படி என்றால்..."

படியாத கிராக்கியிடம் நேரத்தை வீணாக்கிய கவலை அவன் முகத்தில் இருந்தது.

கைப்பையைத் திறந்து நூறு ரூபாய் நோட்டு ஒன்றை எடுத்தாள்.

"உங்க தொழில் நேரத்தை வீணாக்கிட்டேன், இல்லையா? இதை வெச்சுக்குங்க. ஆனால் இந்த நூறு சதவிகித திருப்தி பற்றி நீங்க எனக்கு ஒரு நாள் சொல்லணும். அது என்னவாக இருக்கும்னு தெரிஞ்சுக்க எனக்கு ரொம்ப ஆவலாக இருக்கிறது ..."

நூறு ரூபாயை வாங்கிக் கொண்டான்.

"மேடம், நூறு ரூபாய் தந்திருக்கீங்க. இப்பவே கூட எல்லா விவரங்களையும் நான் சொல்ல முடியும். பெண்கள் என்ன விரும்பறாங்க என்கிறதை ..."

"மன்னிக்கணும் மிஸ்ராஜி. இப்ப எனக்கு நேரம் இல்லை. சேம்பூர் போகிற வண்டி வரப் போகிறது. பிறகு என்றைக் காவது இப்படி சந்தித்தால் ..." என்று விட்டு விரைந்தாள்.

நூறு ரூபாய் நோட்டுடன் தன் முகவரி பதித்த அட்டையும் போய்விட்டது என்பது பின்பு ஒரு நாள் இரவு ஒரு மணி வாக்கில் அவன் தொலைபேசியில் கூப்பிட்ட போதுதான் தெரிந்தது. முன்பின் தெரியாதவர்களுக்கு மும்பாயில் யாரும் முகவரி அட்டை கொடுப்பது வழக்க மில்லை.

ஓர் ஆறு மாதங்களுக்குப் பிறகு இரவு ஒரு மணிக்குத் தொலைபேசி ஒலித்தது. விடாமல் அடித்தது.

எடுத்ததும் மறு முனையில் கோபால் மிஸ்ரா.

"மேடம், நான் கோபால் மிஸ்ரா ..." என்ற போது குரல் உடைந்து அழுபவன் போல் ஒலித்தது.

அவனை அவள் மறந்தே போயிருந்தாள்.

"எந்த கோபால் மிஸ்ரா? ராங் நம்பர்." என்றதும்,

"மேடம், மேடம்" என்று கத்தினான்.

"ப்ளீஸ் மேடம், போனை வெக்காதீங்க. நான்தான் கோபால் மிஸ்ரா, நீங்க சேம்பூர் போகிறபோது வி.டி.யில பார்த்துப் பேசினீங்களே?"

நினைவு வந்தது.

"மேடம், ப்ளீஸ்... நான் உங்க வீட்டுக்கு வரலாமா? மயக்கம் வர மாதிரி இருக்கிறது மேடம்..."

"கேட் பக்கத்துல நில்லுங்க. நான் கீழே வரேன்" என்று விட்டு தொலைபேசியை வைத்தாள்.

அறிமுகமானவர்களைக் கூட மும்பாயில் இரவு ஒரு மணிக்குத் தனியாக இருக்கும் போது வீட்டுக்கு வரச் சொல்வதற்குத் தயங்க வேண்டும். தற்காப்புக்காகச் சில விஷயங்கள் அவளிடம் இருந்தன. மிளகுத் தண்ணித் தூவல் ஒன்று. அதைக் கண்ணில் தூவியதும் கண் எரியும். தலை சுற்றும். இன்னொரு தற்காப்பு ஆயுதம் கொஞ்சம் பழமை யானது. அவள் அம்மாவின் சீர் சாமான்களில் ஒன்று. அவள் சிறு பெண்ணாக இருக்கும்போது அப்பள மாவு இடிக்கவும், மிளகாய்ப்பொடி இடிக்கவும் அம்மா பயன் படுத்தியது. அம்மாவின் மும்பாய் வாசம் துவங்கியதும் யாருக்கும் வேண்டாத பழைய சாமான்கள் என்று ஒதுக்கப் பட்டு, எதையும் தூக்கிப்போட மனதில்லாத அம்மா அவளிடம் ஒப்படைத்த சாமான்களில் ஒன்று. இரும்புப் பூண் போட்ட மர உலக்கை. கதவின் மறைவில் அதை வைத்திருந்தாள். யாராவது திருடன் வந்தால் ஒரே போடு என்று தற்காப்புத் திட்டங்கள் இருந்தன.

கதவைப் பூட்டிக் கொண்டு கீழே போனாள். கேட்டருகே இருந்த காவலாளியிடம், "வாட்ச்மேன், உடம்பு சரியில்லாத ஒரு நண்பர் வருவார். ஒரு டாக்ஸியில ஏற்றி விட உதவி செய்யுங்க" என்றாள்.

பத்து நிமிடங்களில் மிக மெல்ல நடந்தபடி வீட்டைத் தேடியபடி வந்தான் கோபால் மிஸ்ரா. முற்றிலும் நிலை குலைந்து போயிருந்தான். தள்ளாடியபடி வந்தான். உடம் பெல்லாம் நடுக்கம். முகம் வீங்கியிருந்தது. உதடு ஒரு பக்கம் கிழிந்திருந்தது. சட்டையின் ஒரு பகுதி கிழிந்து தொங்கியது. அவளைப் பார்த்ததும், "மேடம்..." என்று கேவினான்.

"மிஸ்ராஜி, டாக்ஸியில ஏற்றி விட்டா போவீங்களா?" என்று கேட்டதும், "மேடம், நான் வேணா இங்க கீழே கார்டன்ல படுக்கறேன். உடம்புல சக்தி இல்ல மேடம்" என்று சொல்லிவிட்டு அழ ஆரம்பித்தான்.

அம்பை

காவலாளியிடம் அவனை மேலே கூட்டிக்கொண்டு வரும்படிக் கூறினாள். சொஸைட்டியின் வருகைப் பதிவேட்டில் கை நடுங்க எழுதினான். இவள் கதவைத் திறக்க விரைந்தாள்.

காவலாளியின் கைத்தாங்கலில் மேலே வந்தான். வரவேற்பு அறை சோபாவில் உட்காரச் சொன்னாள்.

சோபாவில் விழப்போனவனைப் பிடித்துக்கொண்டு உட்கார்த்தினாள்.

"மிஸ்ராஜி, பாத்ரூம்ல கீஸர் இருக்கு. வெந்நீர்ல முகம், கை கால் கழுவிக்குங்க" என்றாள் கனிவாக.

அவன் கண்களில் கண்ணீர் பெருகியது. தடுமாறியபடி எழுந்தான். கழிவறைப் பக்கம் சென்றான்.

சாய்ப் பாத்திரத்தில் தண்ணீர் நிரப்பி அடுப்பில் வைத்தாள். இஞ்சியை நசுக்கிப் போட்டாள்.

முகம் கழுவி அவன் வருவதற்குள் சாய் தயாராகி விட்டது. இரவு உணவுக்காகச் செய்து மிஞ்சியிருந்த உப்புமாவை ஒரு தட்டில் போட்டாள். தட்டையும் சாய்க் கோப்பையையும் சோபா அருகில் இருந்த முக்காலியில் வைத்தாள். ஒரு டம்ளர் தண்ணீரும் கொண்டு வந்து வைத்தாள்.

"எடுத்துக்குங்க" என்றாள்.

தண்ணீரை ஒரு முழுங்கு விழுங்குவதற்குத் தவித்தான். உதடு எரிந்தது போலும். தேங்காய் எண்ணெயைக் கொடுத்துத் தடவிக் கொள்ளச் சொன்னாள்.

மெள்ளச் சாப்பிடலானான். பேசவில்லை. சாய் குடிக்க ஆரம்பித்ததும், "என்ன மிஸ்ராஜி, ஏதாவது சண்டையா? யாராவது தாக்கினாங்களா?" என்றாள். அவன் கொஞ்சம் சுதாரித்துக்கொண்டுவிட்டால் காவலாளியின் உதவியுடன் டாக்ஸியில் ஏற்றிவிட்டுவிடலாம் என்று தோன்றியது.

மீண்டும் அழ ஆரம்பித்தான். அழுதபடி சாய் குடித்தான்.

"சண்டை இல்லை மேடம்" என்றான் அழுகைக்கு நடுவில்.

சாய் குடித்து முடிந்ததும், "ஸாரி மேடம். உங்களுக்குச் சிரமம் கொடுக்கறேன். உங்க கார்டு அந்த நூறு ரூபா நோட்டோட வந்திடுத்து அன்னிக்கு..." என்றான்.

பிறகு, "மேடம், ஏழு மணிக்கு ஒரு நல்ல கிராக்கி அமைஞ்சுது, மேடம். நாற்பத்தஞ்சு ஐம்பது வயது இருக்கும். 'என் கூட இன்னும் ரெண்டு பேர் உண்டு. வீட்டுக்கு வரியா, ஐந்நூறு ரூபாய் தரேன்' அப்படின்னாங்க. ஒத்துக் கொண்டேன். அவங்க ஸ்டேஷனுக்குள்ள வேறு எதற்கோ வந்திருந்தாங்க போல. அவங்க கிட்ட கார் இருந்தது. கார்ல அந்தேரி வந்தோம் மேடம்" என்றான்.

சீக்கிரமாக அவனை அனுப்ப முடியும் என்று தோன்ற வில்லை. "அந்தேரியில எங்க?" என்று கேட்டுவைத்தாள்.

அந்தப் பெண்மணி அழைத்துப் போன பகுதியைச் சொன்னான்.

அவள் வீட்டருகில்தான் இருந்தது அந்தப் பகுதி. மிஸ்ரா வின் சேவையை நாடும் பெண்கள் மும்பாயின் எல்லாப் பகுதிகளிலும் உண்டு போலும். ஆயிரக்கணக்கான வீடுகள். அன்றாட வாழ்க்கையின் எத்தனை ரகசியங்கள் அவற்றுள் அடக்கம்!

கோபால் மிஸ்ரா சோபாவில் சாய்ந்துகொண்டு முனகினான்.

"முதல்ல சரியாகத்தான் இருந்தது மேடம். போகப்போகத் தான் பயங்கரமாக மாறியது. சங்கிலியால கட்டிப்போட்டு, பெல்ட்டால அடிச்சு, கடிச்சு, ப்ளேடால கீறி, நாய் மாதிரி நிக்க வைத்துன்னுட்டு சித்ரவதை செய்துட்டாங்க, மேடம்."

சட்டையைத் திறந்து காட்டினான். பெல்ட்டால அடித்த அடியின் தழும்பு சிவப்பாகப் பதிந்திருந்தது உடம்பெங்கும். கீறல்கள் வேறு ரத்தக் கசிவுடன். எங்கெல்லாம் வாய்க்கடி என்று தெரியவில்லை. திரும்பிப் போகும் நிலையில் அவன் இருக்கவில்லை என்பது தெரிந்தது. இரவு தங்கிப் போகச் சொல்வதைத் தவிர வேறு வழி இருப்பதாகத் தெரியவில்லை.

எழுந்து போய் ஒரு டெட்டால் குப்பியையும் பஞ்சையும் எடுத்து வந்து, அவனிடம் தந்தாள். காலன்டுலா களிம்பையும்

தந்தாள். "இனிமே ஜாக்கிரதையாக இருங்க மிஸ்ராஜி. இப்படி ராத்திரி வேளையில வந்து தொல்லை தரது சரியில்ல பாருங்க" என்றாள்.

அவன் கண்கள் நிறைந்தன. குளியலறைக்குப் போய் உடம்பு முழுவதும் மருந்திட்டுக் கொண்டு வந்தான். டெட்டாலும் களிம்பும் முற்றிலும் தீர்ந்து போயிருந்தன. அத்தனை காயங்களா?

படுக்க வசதியாக சோபாவைப் பிரித்துப் போட்டாள். கோபால் மிஸ்ரா அவள் தந்த துப்பட்டியை வாங்க கை நீட்டிய போது கை சுட்டது. நல்ல ஜூரம்.

துப்பட்டியைப் போர்த்துக்கொண்டு படுத்தான். படுத்த படி பேசினான்.

"அத்தனையும் செய்துவிட்டு, நூறு சதவிகித திருப்தி கிடைக்கலேன்னுட்டு அடிச்சுத் துரத்திட்டாங்க, மேடம். பேசின பணத்தைத் தரவில்லை. என் கிட்ட இருந்ததையும் பிடுங்கிக்கிட்டாங்க. பர்சுல ஒரு ரூபா நாணயமும் நீங்க எப்போவோ தந்த கார்டும்தான் மேடம்."

தன்னிரக்கத்தில் குமுறி அழ ஆரம்பித்தான்.

ஒரு க்ரோஸின் வில்லையை அவன் வாயில் போட்டுத் தண்ணீர் ஊற்றி விழுங்க வைத்தாள்.

புலம்பியபடி கிடந்தான்.

"ஏ கௌரி, கௌரி ரே..." என்று அரற்றினான்.

"யாரு கௌரி?"

"என் மனைவி. கிராமத்துல இருக்கிறா..."

புலம்பியபடி உறங்கிப்போனான். இரவெல்லாம் அவன் அரற்றல் அவள் படுத்திருந்த உள்ளறை வரை கேட்டது.

காலையில் ஒரு கப் சாய் தந்து, அவள் தோழன் ரகுவீர் அவ்வப்போது டில்லியிலிருந்து வந்துவிட்டுப் போகும் போது அணியும் உடைகளிலிருந்து ஒரு பழைய சட்டையை கோபால் மிஸ்ராவுக்குத் தந்தாள் அணிந்து கொள்ள

வற்றும் ஏரியின் மீன்கள்

அவளுக்கு எப்படி நன்றி சொல்வது என்று தெரியவில்லை என்று குழறினான் தொண்டை அடைக்க.

ஜுரம் தணிந்திருந்தது. டாக்ஸியில் செல்லப் பணம் தந்ததும் மீண்டும் கண்ணீர் விட அரம்பித்தான்.

"என்ன மிஸ்ராஜி, இப்படி அழலாமா?" என்று கேட்டதும்,

"நூறு சதவிகிதம் திருப்தி இல்லேன்னு சொல்லிட் டாங்களே, மேடம். என் சேவைக்கு இழுக்கு வந்துவிட்டதே…" என்றான்.

"யாருக்கு எது நூறு சதவிகிதம்னு சொல்ல முடியாது, மிஸ்ராஜி. நீங்கள் கௌரியைக் கேளுங்கள். சொல்லுவாள்" என்றாள்.

கௌரியின் பெயரைக் குறிப்பிட்டதும், அவன் முகம் விகசித்தது. கண்ணீரைத் துடைத்தபடி புன்னகை செய்தான். கௌரியைப் பொறுத்தவரை அவனுக்கு எந்த வித ஐயங்களும் இல்லை என்று தெரிந்தது.

அவன் தொழில் முறை உத்திரவாதங்கள் அதன் பிறகு மாறியதா அல்லது தொழிலே மாறியதா என்று தெரிய வில்லை. கோபால் மிஸ்ரா அதன் பின் கண்ணில் படவில்லை.

○

பயணம் 10

விமான நிலையத்துக்கு எமிலி வந்திருந்தாள் வாக்களித்தபடி. விமான நிலையத்திலிருந்து வெளியே வந்ததும் அவள் எதிர்கொண்ட நகரம் வதம் செய்யப் பட்ட அரக்கனைப் போல் இருந்தது. அறியாத கணத்தில் முதுகில் அம்பு பாய்ந்து வீழ்ந்த அரக்கன். யாரையும் துன்புறுத்தாமல் தன்போக்கில் இருந்த அரக்கன்.

முற்றிலும் சிதிலமடைந்த நகரம். சிதைந்த கட்டிடங்கள். ஒரு பெரும் போரில் அழிக்கப்பட்டு இன்னும் சீர் செய்யப்படாத இடிபாடுகளுடன் கூடிய இடமாய்க் காட்சியளித்தது இம்ஃபால் நகரம். பிரதான வீதி என்று கூறப்பட்ட ஒரு நெரிசல் வீதியில் இருந்தது ஹோட்டல். ஹோட்டல் வாசலில் இந்திய ராணுவத் தின் ஜீப் ஒன்று நின்றது. அதில் துப்பாக்கி ஏந்தியபடி இரு ராணுவ வீரர்கள் எந்த நிமிடமும் போருக்குச் செல்லத் தயாராக இருப்பது போல் அமர்ந்திருந்தனர். இங்கும் அங்கும் முகத்தை முற்றிலும் மறைத்தபடி சைக்கிள் ரிக்ஷாக்களை ஓட்டிய ரிக்ஷாக்காரர்கள்.

இவளை ஹோட்டலில் தங்க ஏற்பாடுகளைச் செய்துமே கிளம்ப வேண்டும் என்று அவசரப்பட்டாள் எமிலி. மணி மாலை நாலரைதான் ஆகியிருந்தது. அவள் அவசரம் புரியவில்லை. அவசரமாக வரவழைத்த தேநீரை இரண்டு மூன்று விழுங்குகளில் குடித்துவிட்டுப் பறந்தாள்.

அவள் சென்ற பதினைந்தே நிமிடங்களில் இருட்ட ஆரம்பித்தது. ஐந்தரை மணிக்குள் கும்மிருட்டு. கீழே

தெருவில் நிசப்தம். ஹோட்டல் அறை சிறியது. இரு பெரிய சன்னல்கள். ஒரு சன்னலை இறுக்க மூடியிருந்தது. அதைத் திறக்க வேண்டாம் என்று சொல்லியிருந்தான் ஹோட்டல் சிப்பந்தி. மற்றொரு சன்னல் வழியாக ஆரவாரமற்ற தெரு தெரிந்தது.

கீச்கீச்சென்ற பறவைகளின் ஒலி மிக அருகே கேட்பது போல் ஒலித்தது இருட்டைக் கிழித்தபடி.

கீழே ஜீப்பில் இருந்த ராணுவ வீரர் நிமிர்ந்து இவள் சன்னல் பக்கம் பார்த்தார்.

சன்னலை விட்டு நகர்ந்து கட்டிலில் அமர்ந்து கொண்டாள். மும்பாயின் கூட்ட நெரிசலிலும், இப்போது இவள் உணர்வதைப் போல்தான் அந்த மணிபூரைச் சேர்ந்த பெண் உணர்ந்திருப்பாளோ? அந்தச் சம்பவம் நடப்பதற்கு முன் தினம்தான் அவள் கூறியிருந்தாள்: 'எங்களை யாரும் இந்தியர்களாகப் பார்ப்பதில்லை' என்று. அதற்கு ஒரு வாரம் முன்பு இவள் ஏற்பாடு செய்திருந்த வடகிழக்கு மாநில கைவினைப் பொருட்கள், ஓவியம் மற்றும் திரைப்பட விழா முற்றும் தோல்வியை அடைந்திருந்தது. "மிசோராம் நாடு எங்கே இருக்கிறது?" என்று ஒருவர் வந்து கேட்டார். "அது இந்தியாவின் ஒரு மாநிலம்" என்றதும் "உங்களுக்கு பூகோளம் தெரியாது போலும்" என்றார். "கீற்றுக் கண்களும் சப்பை மூக்குமாய் இருப்பவர்கள் எப்படி இந்தியராக முடியும்?" என்றார் இன்னொருவர். மணிபுரி நடனத்தின் நடுவே மின்சாரத் தடை ஏற்பட்டபோது அரங்க நிர்வாகிகள் ஒருவரும் கண்டுகொள்ளவில்லை. மெழுகுவர்த்தி வெளிச் சத்தில் அலுத்துக்கொள்ளாமல் ஆடினார்கள் அவர்கள். மன்னிப்புக் கேட்டபோது, "மெழுகுவர்த்தி இருந்ததே, அது போதுமே? அது கூட இல்லாமல் நிலா வெளிச்சத்தில் ஆடியிருக்கிறோம். ஆடுவோம்" என்றார்கள். வடகிழக்கு மாநிலப் படங்களைப் பார்க்க ஐந்து பேர் இருந்தனர் ஒவ்வொரு நாளும். அங்கிருந்து வந்திருந்த கலைஞர்களைப் பேட்டி காண ஒரு நிருபரும் வரவில்லை. வந்திருந்த ஒருவரும் பிறகு மின்னஞ்சலில் இவளைச் சாடியிருந்தார்: அமிதாப் பச்சனும் ஷாரூக் கானும் கொடி கட்டிப் பறக்கும் மும்பாயில் வடகிழக்கிலிருந்து தட்டை முகக் கலைஞர்களை கொண்டு வந்த அவள் திரைக்கலை பற்றி அறியாத முட்டாள். அவளுக்கு அறிவூட்ட அவர் தயார் அதற்கான சம்பளத்தை அவள் தரத் தயாராக இருந்தால்.

அதற்குப் பிறகுதான் அது நடந்தது. ஒன்றன் பின் ஒன்றாக வந்ததால் இரண்டும் இணைந்தே இருந்தன மனத்தில். கேட்வே ஆஃப் இந்தியாவில் குழுமி கடலை வேடிக்கை பார்த்துக் கொண்டிருந்த ஆயிரக்கணக்கான மும்பாய்வாசிகள் மற்றும் சுற்றுலா பயணிகளில், ஒரு மணிபூர் பெண்ணைக் குறி பார்த்துக் குத்தினான் ஒரு பைத்தியக்காரன். அவள் இறக்கும் வரை குத்தியபடி இருந்தான். "என்னைக் கொல்லாதே. நான் ஓர் இந்தியப் பிரஜை. நான் ஓர் இந்தியப் பிரஜை" என்று கூவியபடி உயிர்விட்டாள் அவள்.

இப்போது இந்த வெள்ளோட்டப் பயணம். வடகிழக்கு மாநிலங்களில் எந்தெந்தத் திட்டங்களைச் செயல்படுத்த முடியும் என்று கண்டறிய ஒரு தொண்டு நிறுவனம் இவளை மேற்கொள்ளச் செய்த பயணம்.

மீண்டும் சன்னல் வெளியே எட்டிப் பார்த்தபோது ராணுவ வீரன் கரத்தில் உயர்த்தியபடி இருந்த துப்பாக்கி நிலவொளியில் மினுமினுத்தது.

காலையில் எமிலி ஒரு பழைய மோட்டார் வண்டியுடன் வந்தாள். கூடவே அவள் தம்பி, வண்டியை ஓட்ட.

காலை உணவாகப் பழங்கள் சாப்பிடலாம் என்றாள். பழங்களுக்கான விலையைக் கேட்டபோதுதான் அது ஓர் ஐந்து நட்சத்திர காலை உணவு என்று தெரிந்தது. மூன்று மணி தூரத்தில் இருந்த கிராமத்தை நோக்கி வண்டி நகர்ந்தது. அங்கு ஓர் அனாதை ஆசிரமம் இருந்தது. கூக்கி மற்று நாகா இனத்தவர்களிடையே ஏற்பட்ட சண்டையில் அனாதைகளான குழந்தைகள் அங்கிருந்தனர். ஒரு பெண்மணி அதை நடத்தி வந்தாள் தன் கணவனுடன். அவளைப் பார்த்துப் பேசுவது பயணத்தின் ஒரு திட்டம்.

வண்டி சென்ற வீதியின் இரு புறமும் பசேலென்ற மலைகள் உயர்ந்து நின்றன. கண்ணைத் தடவும் பச்சை. வானமெங்கும் சிதறிய நீலம். வெண்ணெய் போல் திரண்ட மேகங்கள். எமிலி ஆப்பிளை ருசித்துச் சாப்பிட்டபடி, "மேடம், கொஞ்ச தூரத்தில் ராணுவச் சோதனைக்கான நிறுத்தம் வரும். பயப்படாதீர்கள். இயல்பாக இருங்கள். ஒன்றும் ஆகாது" என்றாள்.

இவளிடம் கேமரா இருந்தது. ஒலிப்பதிவுக் கருவி இருந்தது. எமிலி அவளிடம் ராணுவச் சோதனை பற்றி முன்னாலேயே கூறியிருக்க வேண்டும் என்று நினைத்தாள்.

சற்று தூரத்தில் ஒரு பேருந்து ஒரங்கட்டி நிறுத்தப் பட்டிருந்தது. பயணிகள் எல்லோரும் வீதியின் இரு முனைகளிலும் பசிய மலைகளைப் பார்த்தபடி முதுகின் பின் கை கோர்த்தபடி நின்றுகொண்டிருந்தனர். ராணுவ வீரர்கள் அவர்களிடம் கேள்வி கேட்டபடியும் அவர்கள் சாமான்களைக் குடைந்தபடியும் இருந்தனர்.

இவர்கள் வண்டியும் நிறுத்தப்பட்டது. இரு ராணுவ வீரர்கள் இரு புறம் நின்றனர்.

எமிலியுடன் பேசினார் ஒருவர். எமிலி அவர்கள் மொழி யிலேயே பேசினாள். அவர்கள் போகும் ஊரின் பெயர் காதில் விழுந்தது. இவளைக் காட்டி மும்பாய் என்று ஏதோ கூறினாள். அவள் பேசி முடித்ததும் நகர்ந்து வண்டியின் சன்னல் வழியாக இவளை உறுத்துப் பார்த்தார் ஓர் அரை நொடி. கல் முகம். வற்றிப் போன கண்கள். அவ்வளவு அருகில் ஒரு ராணுவ வீரரை அவள் கண்டதில்லை. அவள் நண்பன் ஒருவன் ராணுவத்தில் மேஜராக இருந்தான். காலையில் அவன் தயாராக உதவ ஒரு சேவகன் வருவான். பித்தளைப் பித்தான்களை மெருகேற்றுவான். "ராணுவ உடை அணிந்ததும் உன் முகம் இறுகிவிடுகிறது" என்பாள் அவனிடம். "அத்தனையும் உன் கற்பனை" என்பான். உடனே ரொபீந்திர சங்கீத் பாட ஆரம்பிப்பான். இல்லாவிட்டால் "தேரி மந்திர் கா ஹஉம் தீபக்" என்று பங்கஜ் மல்லிக் குரலில் பாட ஆரம்பிப்பான். "உன் ராணுவ உடைக்கும் இதற்கும் பொருத்தமே இல்லை பெங்காலி பாபு" என்பாள். வாய் விட்டுச் சிரிப்பான்.

உறுத்துப் பார்க்கும் ராணுவ வீரர் வாழ்க்கையின் எந்தக் கட்டத்திலும் பாடக் கூடியவர் என்று தோன்றவில்லை. முற்றிலும் உலர்ந்து போன முகம். உலோகக் கண்கள். முதுகுத் தண்டு சில்லிட்டுப்போயிற்று.

வண்டி போக கை அசைத்து அனுமதி தந்தார்.

வண்டி கிளம்பியது.

"என்ன கேட்டார் எமிலி?"

"வழக்கமான விசாரணைதான், மேடம். அனாதை ஆசிரமத்தில் என்ன வேலை, மும்பாயிலிருந்து ஏன் வருகிறீர்கள் என்று."

"என்ன சொன்னாய்?"

"உங்களுக்குப் பஞ்சு மனது. இந்த ஆசிரமம் பற்றி நீங்கள் ஒரு தோழி மூலம் கேள்விப்பட்டு வந்திருக்கிறீர்கள். உங்களுக்குக் குழந்தைகள் கிடையாது. அது ஒரு பெரிய குறை. இவ்வளவு தூரம் வந்திருப்பதற்கு அது ஒரு காரணம்."

"நன்றாகக் கதை சொல்கிறாய் நீ."

"உங்களுக்குக் குழந்தைகள் உண்டா?"

"இல்லை."

"குழந்தைகள் பிடிக்குமா இல்லையா?"

"பிடிக்கும்தான்."

"பிறகு நான் சொன்னதில் என்ன தப்பு?"

"சில சரியான தகவல்களை உனக்கேற்ற மாதிரி முடிச்சுப் போடுகிறாய் நீ."

சிரித்தாள்.

பல ராணுவ சோதனை நிறுத்தங்கள் வந்தன. எமிலி அவள் கதையில் பல உருக்கமான விஷயங்களைச் சேர்த்தாள் துளியும் நடுங்காத குரலில். இவள் கர்ப்பப்பை அகற்றப் பட்டாகிவிட்டது சிறு வயதிலேயே. ஐந்து வருடங்கள் இவள் குழந்தை இல்லாக் குறையால் மன நோயாளியாக இருந்து இப்போது தேறிவருகிறாள். எந்த அனாதை ஆசிரமம் பற்றி யார் கூறினாலும் இவள் கிளம்பிவிடுவாள். இவ்வளவு தூரம் வர இவ்வளவு காரணங்கள் போதாதா என்ன?

ராணுவ வீரர்களின் பார்வையின் கடுமை குறைய வில்லை. ஆனால் கை அசைத்து அனுமதி தந்தனர்.

அனாதை ஆசிரமத்தை எட்டுவதற்குள் இவளே எமிலியின் கதையை நம்பிவிடுவாள் என்று தோன்றியது.

அனாதை ஆசிரமம் வந்தது. நான்கு வயதிலிருந்து பதினைந்து வயது வரை குழந்தைகள். மூங்கிலால் வேயப்பட்ட பர்ணசாலை போன்ற சிறு வீடுகளில் பதினைந்து இருபது பேர் ஒரு வீட்டில். அடுக்குக் கட்டில்கள். சுற்றிலும் கண்ணை நிறைக்கும் மலைகள். ஒரே ஒரு மரக் குரிசுடன் ஒரு பிரார்த்தனைக் கூடம். ஆசிரமத் தலைவியுடன் பேசி அவள் பேசியதைப் பதிவு செய்தாள்.

"முற்றும் அனாதைகளைத்தான் இங்கு சேர்த்துக் கொள்கிறோம். இவர்களைப் படிக்க வைக்கிறோம். பிறகு கல்லூரிக்கு அனுப்ப வேண்டும்..."

"இரண்டு வேளைதான் சாப்பாடு. காலை எட்டரை மணிக்கு ஒரு முறை. மாலை நாலரை மணிக்கு ஒரு முறை..."

"இங்கே பால் கிடையாது. இந்தக் குழந்தைகள் பால் குடித்ததில்லை. இங்கே யார் வீட்டிலுமே பால் கிடையாது. பழங்கள் எப்போதாவது யாராவது தந்தால் விரும்பிச் சாப்பிடுவார்கள்..."

பேசிக்கொண்டிருக்கும்போதே ஒரு குடிலில் அவள் பார்த்த சிறுமி அங்கே வந்து பாலில்லா தேநீர்க் கோப்பையை இவள் எதிரில் வைத்து இரண்டொரு பிஸ்கோத்துகளையும் வைத்தாள்.

"இந்தச் சிறுமி இங்கே எவ்வளவு வருடங்களாக இருக்கிறாள்?"

"இவளுக்கு எட்டு வயது. இவள் என் மகள்."

"குழந்தைகளுக்கான வீடு ஒன்றில் இவளைப் பார்த்தேன். அதனால்தான்..."

"எனக்கு இரண்டு குழந்தைகள். மற்ற குழந்தைகளுடன் தான் வளர்கிறார்கள். என் குடும்பம் பெரியது. இவர்கள் என் கணவரை டாடி என்று அழைக்கிறார்கள். என்னை மம்மி என்பார்கள்..."

மெல்ல அத்தனை குழந்தைகளும் வந்து குழுமினர். ஓர் அதிசியம் போல் இவளைப் பார்த்தனர்.

அருகில் அழைத்ததும் வந்து அமர்ந்தனர். தலைவியிடம், "இவர்களுக்கு என்ன வேண்டும் என்று கேளுங்கள்" என்றாள்.

அவள் கேட்டதும் அவர்கள் முகங்கள் மலர்ந்தன. உற்சாகமாகக் கையை ஆட்டி விவரித்தார்கள். ஒரு குழந்தை சொல்வதை இன்னொரு குழந்தை ஆமோதித்து அதை விடப் பெரிய சிறுமிகளும் சிறுவர்களும் வலியுறுத்திப் பேசினர் கண்களை விரித்து, தலையை ஆட்டி, கைகளை அகற்றிப் பிரித்து...

தலைவி இவளிடம் கூறினாள்.

"அவர்களுக்கு ஒரு பெரிய லைப்ரரி வேண்டுமாம். நிறையநிறையப் புத்தகங்கள் வேண்டுமாம். வண்ணவண்ணப் படங்களுடன், வழவழவென்ற தாள்களில் அச்சடித்த கதைகள். ராஜா ராணிக் கதைகள், சாகசக் கதைகள், உலகப் புகழ் பெற்ற கதைகள் எல்லாம், எல்லாம் வேண்டுமாம். மர அலமாரிகள் நிறையப் புத்தகங்கள் வேண்டும் என்கிறார்கள். பிரார்த்தனைக் கூடத்தை லைப்ரரி ஆக்கிவிடலாம் என்கிறார்கள்."

"குழந்தைகள் பாடல்கள், படங்கள், கதைகள் உள்ள ஸி.டி நிறையக் கிடைக்கிறதே? வேண்டாமா?"

"இல்லை. அது அவர்கள் எல்லோரும் கூட்டமாக உட்கார்ந்து பார்க்க வேண்டி வரும் இல்லையா? புத்தகத்தைக் கையில் வைத்துக்கொண்டு அவர்களுக்கான மூலை ஒன்றைத் தேர்ந்தெடுத்துப் படிப்பதை விரும்புகிறார்கள். காகிதத்தைத் தொடுவது பிடிக்கிறதாம். வண்ண ஓவியங்கள் மீது கை வைத்துத் தடவுவது பிடிக்கிறதாம். அதைத்தான் விளக்கினார்கள் இத்தனை நேரம்."

குழந்தைகளைப் பார்த்து, "ரியலி?" என்றாள்.

"யெஸ் ஆன்டி" என்று கூவினர்.

அவர்கள் மலைகளின் குழந்தைகள். உடலின் வெப்பம் வேண்டும் அவர்களுக்கு. கைகள் தொடாத, கையின் அழுக்கும் வியர்வையும் படாத எதுவும் அவர்களுக்கு ருசிக்கவில்லை. அவர்கள் உலகில் மின்னியக்கம் இருந்தது. சில கணினிகளை அவள் பார்த்திருந்தாள் ஆசிரமத்தைப் பார்வையிட்ட போது. ஆனாலும் அவர்களுக்குத் தொடுதல் தேவைப் பட்டது. மின்னியக்க உலகிலும் மண்ணைப் பூசிக்கொண்டு நிற்பார்கள் அவர்கள்.

திரும்பும் வழியில் எமிலி வண்டியை ஓட்டினாள். முந்திய மாதம்தான் லைசன்ஸ் வாங்கியிருந்தாளாம். ராணுவ வீரர்களிடமிருந்தும் எமிலியின் வண்டி ஓட்டும் சாகசங்களிட மிருந்தும் தப்பித்து வந்ததில் உடம்பு எங்கு தொட்டாலும் வலித்தது.

வண்டியை ஹோட்டலின் வாயிலில் நிறுத்திவிட்டு, ஈமா மார்க்கெட் சென்றார்கள். பெண்கள் நடத்தும் சந்தை. கையால் நெய்த துண்டு, துணிகள், நகைகள், உலோகம் மற்றும் மரச் சாமான்கள், காய்கறிகள், முட்டை, அங்கேயே

வற்றும் ஏரியின் மீன்கள்

சமைத்துப் பரிமாறும் உணவு என்று அக்கம் பக்கம் உள்ள கிராமங்களிலிருந்து பெண்கள் ஒவ்வொரு தினமும் வந்து நடத்தும் சந்தை. சந்தை மூடும் நேரம், இல்லாவிட்டால் அங்கேயே சாப்பிட்டிருக்கலாம் என்றாள் எமிலி. ஈமா மார்க்கெட் வழியாக அதன் பின்னால் இருந்த ஒரு சிறு தெருவுக்கு வந்தனர். ஒரு சிறிய உணவகத்துக்குக் கூட்டிப் போனாள் எமிலி. "இது தொழிலாளிகள் வந்து சாப்பிடும் இடம். சாப்பாடு நன்றாக இருக்கும். மலிவும் கூட" என்றாள்.

ரொட்டி, பருப்பு மற்றும் உருளைக்கிழங்குடன் தட்டு வந்தது. உருளைக்கிழங்குடன் பட்டாணி போன்ற கொட்டைகள். உருளைக்கிழங்குடன் இருந்த கொட்டைகளை வெடுக்வெடுக் கென்று கடித்துச் சாப்பிட்டாள் எமிலி. சுற்றிலும் கடக்கடக் கென்ற ஒலி. அதற்கென்று விசேஷப் பற்கள் தேவை போலும். இவள் மெல்ல ஒதுக்கினாள். கூடவே இன்னொரு காய்கறி.

"இது என்ன?"

"ஓ, அது தாமரைத் தண்டு."

ஈமா மார்க்கெட்டிலும் அதைப் பார்த்திருந்தாள். தாமரைப் பூக்களையும் சிலர் விற்றுக்கொண்டிருந்தனர்.

ஹோட்டலை எட்டுவதற்குள் மணி ஐந்தாகிவிட்டது. எமிலி அவசரமாக விடைபெற்றுக்கொண்டு விரைந்தாள்.

இருட்டிவிட்டது.

அறையில் மூச்சு முட்டியது. திடீரென்று பறவைகளின் கீச்சொலி கேட்டது. மூடிய சன்னலைப் பார்த்தாள். நாளைக் காலையில் போக வேண்டும். இன்று இந்த சன்னலைத் திறந்துவிட்டால் என்ன ஆகிவிடும்?

சன்னலைத் திறந்தாள். திறந்ததும் திடுக்கிட்டுக் கூவினாள். வெளியே தேனடை போல கூட்டமாகச் சின்னஞ் சிறிய கருஞ்சிட்டுகள். இவள் சன்னலைத் திறந்ததும் நூற்றுக் கணக்கானவை அறையில் பறந்து வந்து வட்டமிட்டு, கிக்கீ கிக்கீ என்று உற்சாகமாகக் கூவின. அவற்றின் கூவல் ஒத்தட மாக இருந்தது. துணையாக இருந்தது. இந்தச் சிட்டுகளின் பெயர் தெரியவில்லை. ஸலீம் அலியின் புத்தகத்தில் பார்க்க வேண்டும். அல்லது தியடோர் பாஸ்கரனைக் கேட்டால் அழகான தமிழ்ப்பெயர் எதையாவது சொல்வாராக இருக்கும். ஆனால் இவை சோலைபாடிகள் இல்லை. நகர்பாடிகள்.

அம்பை

சிதிலமடைந்த, ராணுவம் முகாமிட்ட நகரத்தின் ராப்பாடிகள். பாட்டை மறக்காத சிட்டுகள்.

கருஞ்சிட்டுகள் இங்கே இன்னும் இருக்கின்றன. உணவில் தாமரைத் தண்டு இருந்ததால் குளங்களும் இருக்கும் எங்காவது தாமரைகள் மிதக்க. தூரத்தே மலை கிராமத்தில் குழந்தைகள் இருக்கிறார்கள் தாள்களால் ஆன புத்தகங்களைத் தொட்டுப் படிக்க.

கருஞ்சிட்டுகள் பத்து நிமிடங்கள் அறையில் வட்டமிட்டு விட்டு சன்னல் வழியாகப் பறந்து போயின.

சன்னல் வழியாகத் தெருவைப் பார்த்தபோது ஓர் அதீத உற்சாகம் கொண்ட கருஞ்சிட்டு நீச்சல் குளத்தில் பாய்வது போல் பாய்ந்து கீழே போய் ஜீப்பில் துப்பாக்கியை நிமிர்த்திப் பிடித்தபடி அமர்ந்திருந்த ராணுவ வீரரின் துப்பாக்கி முனையில் அமர்ந்துகொண்டு வாலை வேகமாக ஆட்டியபடி உச்சஸ் தாயியில் கூவியது.

О

ராவணன் கோட்டை

நிறைய தமிழர்கள் வாழும் பாரீஸின் புறநகர்ப் பகுதியில் நுழைந்ததும் கண்ணில் பட்டது காகங்கள்தாம். காகங்கள் எல்லாம் பித்ருக்கள் என்பாள் அவள் அம்மா. பித்ருக்கள் கடல் தாண்டி பாரீஸுக்கு வந்தாகிவிட்டதா என்ன? இவை கரையும் காகங்கள் அல்ல. மின்சாரக் கம்பிகள்மேல் மௌனத் தவம் புரியும் காகங்கள். புலம்பெயர்ந்த காகங்கள் போலும். இருந்தாலும் சற்றுப் பதை பதைப்புடன் இருந்த மனத்தைக் காகங்கள் ஆசுவாசப்படுத்தின.

பதைபதைப்புக்குக் காரணம் இவள் அந்தப் பகுதியில் இருந்த இந்தியத் தமிழ்ச் சங்கத்தில் பேச ஒப்புக்கொண்டிருந்ததுதான். பிறகுதான் இவளுடைய இலங்கைத் தோழி அதிலுள்ள சில சிக்கல்களை விவரிக்க ஆரம்பித்தாள்.

இவள் பெயர் திரிபுரசுந்தரி. மருத்துவர் என்பதால் அவர்கள் இவள் பேச்சைக் கேட்க உற்சாகத்துடன் இருக்கலாம். மருத்துவ அனுபவம் போன்றவற்றிலிருந்து அவர்கள் புலம் கடந்த வாழ்க்கையை உய்விக்க இவள் ஏதாவது ஆன்மிகத் தரிசனம் தருவாள் என எதிர் பார்த்திருக்கலாம். இவள் பேச ஒப்புக்கொண்ட தலைப்பில் பண்பாடு என்ற சொல் வேறு இருந்து தொலைத்தது. அது அவர்கள் மனத்தில் வானத்தை நோக்கிப் 'பெய்' எனச் சொல்லும் தமிழ்ப் பெண்ணையும் கிணற்றின் சகடையில் கயிற்றை அந்தரத்தில் நிற்க வைத்தவளையும் 'கொக்கென்று நினைத்தாயோ கொங்கணவா?' என்று

கேட்ட பெண்ணையும் சிங்கத்தின் குகை போன்ற கருப்பை உள்ளவளையும் 'மகனின் முதுகில் காயம் இருந்தால் பாலூட்டிய முலைகளை அறுத்தெறிவேன்' என்ற வீர அன்னையையும் உலவவிட்டிருக்கலாம்.

இந்தச் சாத்தியக்கூறுகளை இலங்கைத் தோழி சுட்டிக் காட்டியிருந்தாள்.

பண்பாடு என்று இவள் போட்ட தூண்டிலில் துள்ளிக் கொண்டு வரப்போவது அழுகுச் சிறுமீன்கள் என இவள் நினைத்திருந்தால் அது பெரிய தவறு என்று கூறினாள். தூண்டிலில் பிடிபடப்போவது இவளால் இழுக்க முடியாத திமிங்கிலங்களாய் இருக்கும் என்றாள். பாரதி கண்ட பெண்மை, திருக்குறளில் நாம் காணும் தமிழ்ப் பெண் போன்ற ஆபத்தில்லாத தலைப்புகளை இவள் தந்திருந்தால் எந்தத் தொல்லையும் இருந்திருக்காது என விளக்கினாள்.

தோழியும் நிகழ்ச்சியின்போது உடன் இருந்தாள் பாதுகாப்புப் படையாக. குற்றம் சாட்டுவதுபோலக் காகங்கள் உற்றுப் பார்த்தன.

வரவேற்க வந்தவர்கள் முப்பது ஆண்டுகளுக்கு முன் பாரீஸுக்கு வந்த குடியேறிகள். மொழியின் தேனை மட்டும் காதில் பாய்ச்சிக்கொண்டவர்களாகத் தோன்றினார்கள். முதலில் சங்கக் காரியதரிசியின் வீட்டில் சிற்றுண்டி. மல்லிகைப்பூ போன்ற இட்லியும் சாம்பாரும் நல்லெண்ணெய்யுடன் மிளகாய்ப் பொடியும். கூடவே மைசூர்ப்பாகு. அன்புடன் பரிமாறினார்கள். அறுபதுகளில் பயணக் கட்டுரை எழுதியவர்கள் இத்தகைய உபசாரங்களில் புல்லரித்துப் போயிருப்பார்கள். தமிழ் உணவைக் கடல் கடந்த நாட்டில் தருபவர்களுடன் விட்ட குறை தொட்டகுறையோ பூர்வ ஜன்மத் தொடர்போ என்றெல்லாம் உணர்ச்சிவசப்பட்டிருப்பார்கள். ஆனால் பண்பாடு பற்றிப் பேசப்போகிறவருக்குப் பண்பாட்டு உணவு என்றபடி இட்லியைத் தட்டில் வைத்ததும் சற்றுத் திக்கென்றது. அவள் பேசவிருந்தது வேறு.

நாட்டு வைத்தியக் குடும்பத்திலிருந்து வந்தவள் அவள். மகப்பேற்றுத் துறையில் கரைகண்ட குடும்பம். அப்பாவுக்காக மருந்தைக் குழைத்து, வேர்களைத் தேடி, பச்சிலைகளைப் பறித்து, இடித்துச் சாறாக்கிக் காய்ச்சிப் பயின்றாள். இருந்தும் குடும்ப மருத்துவத்தைக் காக்க ஒரு பையன் இல்லையே என்று அவருக்கு மனக்குறை. சாகும்போதுகூட அதே குறை. அவளிடம் மருத்துவத்துக்கு வரும் தம்பதிகளும் ஆண் குழந்தை பிறக்க வழியுண்டா எனக் கேட்பார்கள். பல

வற்றும் ஏரியின் மீன்கள்

கிராமங்களில் அவள் சந்தித்த மருத்துவச்சிகள் தாங்கள் பல பெண்மகவுகளின் மூக்கில் இட்ட நெல் மணிகள் மனம் சோர்ந்த கணங்களில் சோறு தின்னும்போது தொண்டையை அடைத்ததாகச் சொன்னார்கள். தன் பெண்ணுக்குக் கல்வி தரத் தூரத்துச் சொந்தமான விதவை அத்தை இரவோடிரவாக ஓடிவந்து அவளிடம் தஞ்சம் புகவேண்டி வந்தது.

பேசுவற்குப் பல அனுபவங்கள் இருந்தன இப்படி.

சங்கடத்துடன் தோழியைப் பார்த்தாள். உரலில் தலையைக் கொடுத்தாயிற்று என்பதுபோல அவள் சைகை காட்டினாள்.

பேச்சு ஏற்பாடு செய்யப்பட்டிருந்த கூடத்துக்கு வெளியே பல பெண்மணிகள் பட்டுப் புடவையிலும் ஸல்வார் கமீஸிலும் இருந்தார்கள். ஒருவரை ஒருவர் ஃப்ரெஞ்சுப் பாணியில் அணைத்து முகமன் கூறிக் கொண்டார்கள். இளம் வயதினர் யாருக்கும் தமிழ் பேசத் தெரியவில்லை. ஃப்ரெஞ்சு மொழியில் பேசிக்கொண்டார்கள். தூரத்தில் நின்றுகொண்டு விநோத மான ஐந்துபோல இவளைப் பார்த்தார்கள். பெரியவர்கள் அருகில் வந்து எத்தனை குழந்தைகள், கணவருக்கு என்ன வேலை என்று குசலம் விசாரித்தார்கள்.

பேச்சுக்கு முன்பு சங்கத்தின் செயல்பாடுகள் பற்றி – பொங்கல் கொண்டாடுதல், பாரதி கவிதைப் போட்டி, கோலப் போட்டி, நாடகம், சொற்பொழிவுகள், தமிழ் வகுப்புகள், பட்டி மன்றங்கள் (தலைப்புகள்: கற்பில் சிறந்தவள் யார்? மாதவியா கண்ணகியா? குடும்பத்தை நடத்திச் செல்வது கணவனா மனைவியா? காதல் திருமணமா பெற்றோரால் முடிவுசெய்யப்பட்ட திருமணமா? எது சிறந்தது? இன்ன பிற) போன்றவை – காரியதரிசி விவரமாகக் கூறினார்.

அவள் பேசி முடித்ததும் சிலர் துள்ளி எழுந்தார்கள். 'ஆண்கள் தாலி கட்டிக்கொள்ள வேண்டும் என்று சொல்கிறீர் களா?' என முற்றிலும் வேறுகோணத்திலிருந்து ஒருவர் வெகுண்டு கேட்டார். அவையில் சிலர் கைதட்டினார்கள். 'கல் தோன்றி மண் தோன்றாக் காலத்துக்கு முன் தோன்றிய மூத்த குடியின் பெருமையைப் பற்றிப் பேசுவீர்கள் என்று கேட்க வந்தேன்' எனச் சொல்லிவிட்டுக் கையை இடையில் வைத்து, பேச்சில் இடைவெளிவிட்டுத் தலையை மேலும் கீழுமாக ஆட்டினார் இன்னொருவர். அவை உற்சாகக் குரல் எழுப்பியது. நூறு கிலோமீட்டர் தூரத்திலிருந்து கார் ஓட்டிவந்த தான் ஏமாற்ற மடைந்ததாகக் கூறினார். திரிபுரசுந்தரி என்னும் பெயரைக் கேட்டதும் ஆப்பிரிக்காவில்

பல ஆண்டுகள் தங்கி, 'லக்ஷ்மி' என்னும் பெயரில் எழுதிய எழுத்தாளர் என நினைத்து வந்ததாகக் கூறினார் இன்னொருவர். 'லக்ஷ்மி' இறந்து பல ஆண்டுகளாகிவிட்ட தகவலைக் கூறியதும் மனம் சோர்ந்தார். பண்பாட்டுத் துளைகளில் புகுந்துகொண்டு வளைகள் அமைத்துக்கொண்டு கொக்கரிக்கும் பண்பாட்டுப் பெருச்சாளிகளைக் கொல்லக் கடுமையான பாஷாணம் தேவை என இவள் கூறியது வன்முறையைத் தூண்டும் பேச்சு என்றும் அங்குள்ள இளைய தலைமுறையை அது தவறான பாதைக்கு இட்டுச் செல்லும் என்றும் இன்னொருவர் கூறினார். தோழியின் கருத்துகள் யார் காதிலும் விழவில்லை.

பெண்கள் மௌனம் சாதித்தனர். மெல்ல மெல்லக் கூட்டம் கலைய முற்பட்டபோது இளைய தலைமுறையினர் தயக்கத்துடன் இவளிடம் வந்தார்கள். ஆங்கிலத்தில் பேச ஆரம்பித்தார்கள். கேள்விகளும் கருத்துகளும் எழுந்தன.

'ஆன்ட்டி, சென்னையில் எங்க வயதுப் பெண்கள் ஆண்களோட பேசுவாங்களா?'

'என் க்ளாஸ் பையன்ககிட்ட நான் பேசக் கூடாதுன்னு ட்டு எங்கம்மா சொல்றாங்க. அது நம்ப பண்பாடு இல்லையாம்.'

'ஃபோன்ல பேசினாக்கூட எங்கம்மா ஒட்டுக் கேட்கிறாங்க.'

'நீங்க தினம் காலையில எழுந்து கோலமெல்லாம் போட்டுச் சாமி கும்பிடுவீங்களா?'

'கண்ணகி என்று நிஜமாகவே ஒருத்தி இருந்தாளா?'

'உங்க வீட்டுல டிவி, மிக்ஸி, டிவிடி டெக் இதுமேல எல்லாம் துணி போட்டு மூடியிருப்பீங்களா? ஏன்?'

'அங்கே பெண்கள் தாவணிதான் போடுவாங்களா?'

'அப்பா அம்மா பார்த்த பையனைத்தான் கல்யாணம் பண்ணிப்பாங்களா?'

அந்த இளம் வயதினர் சாதி என்றால் என்ன என்று கேட்கவில்லை. அதைப் பற்றி எந்த ஐயமோ மறுப்போ இருக்கவில்லை. அது அப்படித்தான் இருக்கும் என்றார்கள். அது பண்டைய காலத்து விஷயம். அதெல்லாம் மாறாது, மாறக்கூடாது என்பதில் உறுதியாக இருந்தார்கள்.

திரும்ப ரயிலில் வந்தபோது காகங்கள் இருக்கவில்லை. கூடு தேடிப் போய்விட்டன போலும். மருத்துவச்சி அங்கம்மாவுக்குக் காகங்களைப் பிடிக்காது. எந்தக் காக்கை

பறந்தாலும் 'கன்னங்கரேல்னுட்டு அதோட நெறம் அந்தப் புள்ளையோட கண்ணு மாதிரியே இருக்கு சுந்தரிம்மா. நான் மூக்குல நெல்ல வெச்சதும் கண்ணைத் தொறந்து காக்கை மாதிரி என்னக் கோணப் பார்வை பாத்திச்சு. மறுநா காலேல சமையக்கட்டு சன்னல்ல வந்து கத்த ஆரம்பிச்ச காக்கை மதியம்வரை கத்திச்சு' என்பாள். பாட்டி திண்ணை யில் அமர்ந்து காக்கைகளை விரட்டியபடி 'காக்கையா அது? காகாசுரன்' என்பாள். இங்குள்ள காகங்கள் ஹிட்ச்காக்கை நினைவூட்டுமா? அல்லது நந்தலாலாவையா?

இவள் தங்கியிருந்த குடும்பத்தினர் இறங்க வேண்டிய ரயில் நிறுத்தம் பற்றிக் கூறியிருந்தார்கள். இறங்கிய பிறகுதான் அதற்குப் பல வெளி வாயில்கள் உண்டு எனத் தெரிந்தது. ஒரு வாயில் வழியாக வெளியே வந்ததும் பாரீஸ் நகரம் மாறிவிட்டிருந்தது.

காலையில் இருந்த சாலைக் காய்கறிக் கடைகள் இருக்க வில்லை. ஒளி மங்கிய தெருக்கள். வீடுகள் ஆந்தைகள்போலத் தெரிந்தன. ஒரு தெருவைக் கடந்தால் இன்னொன்று. திரும்பினால் மற்றொன்று. நீளப் போனால் முட்டுச் சந்து.

பின்வாங்கி நடந்தால் குறுக்குத் தெரு.

சுற்றிச் சுற்றி வந்தார்கள்.

மாலை நிகழ்வும் இந்த அலைச்சலும் தோழியைச் சிடுசிடுக்க வைத்தன.

திடீரென்று தெருவின் குறுக்கே ஃப்ரெஞ்சுப் பெருச்சாளி ஒன்று ஓடியது.

'ஆ!' என்று இவள் அலறியதும், 'ஏன் கத்தறீங்க? அதுவும் பண்பாட்டுப் பெருச்சாளிதான்' என்றாள் எள்ளலாக.

மேலும் சுற்றிச் சுற்றி நடை. அப்போதுதான் அந்த விளையாட்டு நினைவுக்கு வந்தது.

திருக்குமறுக்கான வழிகளில் புகுந்து புறப்படும் புதிர் விளையாட்டு. வெளிவாயில் என்று நினைத்தபடி முட்டுச் சந்துகளில் மோதிக்கொள்வது. பலமுறை திரும்பிய பிறகு நுழைவாயிலையே அடைவது. பாண்டவர்களுக்காகக் கட்டப்பட்ட அரக்கு மாளிகையில் இப்படிப்பட்ட வெளியேற முடியாத, சுற்றிச் சுற்றி வரும் பாதைகள் உண்டாம். அந்தக் காலத்துக் கோட்டைகள் இப்படிக் கட்டப்பட்டவைதானாம். அவற்றைச் சுய்யுக் கோட்டைகள் என்பார்களாம். சில சமயம் கோட்டையிலிருந்து சுழல்பாதை

ஒன்று பிரதானக் கோவிலின் கர்ப்பக்கிருகத்தில் முடியுமாம். பத்திரிகைகளில் அச்சிடப்பட்ட புதிர்ப் பாதைகளில் பென்ஸிலை ஓட்டி விளையாடியதுண்டு. ஒரு பயணத்தின் போது ஒரு பூங்காவின் மூலையில் இருந்த குழப்பும் வளைபாதையில் விளையாட்டாய்ப் போனதுண்டு. சோதனைக்கூடங்களில் வெள்ளை எலிகளை இப்படிப்பட்ட முட்டும், மோதும், திறக்கும் பாதைகள் அமைந்த சிறு கட்டத்துக்குள் தானே ஓட விடுவார்கள்?

சில இடங்களில் இதை ராவணன் கோட்டை என்பார்களாம்.

தோழியிடம் கூறினாள்.

அதற்குள் எதிரிலிருந்ததுதான் அவள் தங்கியிருந்த வீடு என்று கண்டுபிடித்தார்கள். வெளிவாயிலில் எண்களை அழுத்த வேண்டும் கதவு திறக்க. சுற்றிலும் இருட்டு. எண்கள் தெரியவில்லை. தோழி கண்ணாடி கொண்டுவரவில்லை. இவளுடையது அறையிலிருந்தது.

சரியான எண்களைத்தான் அழுத்தினார்களா அந்த வீடுதானா அந்தத் தெருதானா என்று கேட்டபடி அழுத்துக் கொண்டபோது படீரென வாயில் திறந்தது.

தோழியைப் பார்த்து, 'ராவணன் கோட்டை திறந்திடுச்சு' என்றாள்.

'சீக்கிரம் உள்ள போங்க. மூடிடப் போகுது' என்றாள்.

விடைபெற்றுக்கொண்டு தன் அறைக்கு வந்து படுக்கை யில் படுத்துக் கண்ணை மூடியதும் கண்ணுக்குள் திருக்குமறுக் கான வீதிகள் விரிந்தன. ஆரம்பமும் முடிவும் இல்லாத வீதிகள். திடீர்த் திருப்பங்களும் கோணல் பாதைகளும். வீதிகளில் அங்கும் இங்கும் ஓடியபடி பெருச்சாளிகள். கரிய இறக்கைகளை விரித்து, மிதப்பதுபோல மேலே காகங்கள் பறந்தன. ஒரு முட்டுச் சந்தில் மோதிக்கொண்ட பெருச்சாளி அங்கேயே படுத்தபடி இவளைப் பார்த்தது. திடீரென்று சாலமன் பாப்பையாவின் குரலில் திருக்குறளை விளக்கியது. மனோகரா சிவாஜி கணேசன் குரலில் 'இப்போதுமா பொறுமை?' என்று கேட்டது. கண்ணாம்பா குரலில் 'இப்போதுதான் பொறுமை' எனப் பதில் தந்தது. 'வெள்ளியி னால் செய்த ஏட்டில் நல்ல வைர எழுத்தாணி கொண்டு தெள்ளு தமிழ்ப் பாடம் படிக்கப் பள்ளியில் சேர்த்திட வருவார், மாமன் அள்ளி அணைத்திட வருவார்' என்று தாலாட்டு பாடியது. 'புத்தம் புதிய புத்தகமே உன்னைப் புரட்டப் போகும் புலவன் நான், ஏட்டைப் புரட்டிப்

வற்றும் ஏரியின் மீன்கள்

பாட்டுப் படிக்கும் வீட்டுப் புலவன் நாயகி நான்' என்று காதல் பாட்டு பாடியது.

காகங்கள் தாழ்வாகப் பறக்கத் தொடங்கின. ஒரு காகம் மிகவும் தாழ்வாகப் பறந்து தன் சிறகை இவள் கன்னத்தில் உரசிவிட்டுப் போயிற்று.

ooo

உயிர்நிழல், ஏப்ரல் – ஜூன் 2008

ஆசிரியரின் பிற நூல்கள்
[காலச்சுவடு வெளியீடு]

சிறுகதைகள்
- அம்மா ஒரு கொலை செய்தாள் (கிளாசிக் வரிசை)
- காட்டில் ஒரு மான்
- சிறகுகள் முறியும்
- வற்றும் ஏரியின் மீன்கள்
- ஒரு கறுப்புச் சிலந்தியுடன் ஓர் இரவு
- அந்தேரி மேம்பாலத்தில் ஒரு சந்திப்பு (நீள் கதைகள்)
- அம்பை கதைகள் (1972-2014)
- ஸாரஸ் பறவை ஒன்றின் மரணம் (நீள் கதைகள்)
- சிவப்புக் கழுத்துடன் ஒரு பச்சைப் பறவை
- வீட்டின் மூலையில் ஒரு சமையலறை